ਠਹਿਰਾਉ

ਇਸੇ ਕਲ਼ਮ ਤੋਂ

ਲਫ਼ਜ਼ਾਂ ਦੀ ਲੋਇ

ਪਹਿਲਾ ਸੰਯੁਕਤ ਕਾਵਿ-ਸੰਗ੍ਰਹਿ

ਠਹਿਰਾਉ

ਪੰਜਾਬੀ ਕਾਵਿ-ਸੰਗ੍ਰਹਿ

ਅਤੇ

ਅਤੀਤ ਦੇ ਪਰਛਾਂਵੇਂ ਵਾਰਤਕ

ਸੁਰਜੀਤ ਸਿੰਘ ਪਾਹਵਾ

Copyrights

ਸਮਰਪਣ

ਠਹਿਰਾਉ ਦੇ ਉਨ੍ਹਾਂ ਅਣਮੁੱਲੇ ਪਲਾਂ ਨੂੰ
ਜਿਸ ਵਿਚ ਪ੍ਰਭਲੀਨਤਾ ਵਰਗਾ
ਵਿਸਮਾਦ ਤੇ ਵਿਭੋਰਤਾ ਹੁੰਦੀ ਹੈ

ਪੰਜਾਬੀ ਸਾਹਿਤ ਦੇ ਬਾਬੇ ਬੋਹੜਾਂ ਵੱਲੋਂ

ਸੁਰਜੀਤ ਪਾਤਰ (ਪਦਮ ਸ਼੍ਰੀ ਸਨਮਾਨ ਪ੍ਰਾਪਤ)

ਕਵੀ ਦੀ ਮੌਜ

ਸੁਰਜੀਤ ਸਿੰਘ ਪਾਹਵਾ ਦੀਆਂ ਕਵਿਤਾਵਾਂ ਪੜ੍ਹਦਿਆਂ ਮਿਰਜ਼ਾ ਗ਼ਾਲਿਬ ਦਾ ਸ਼ੇਅਰ ਯਾਦ ਆਂਦਾ ਹੈ:

ਬਾਜ਼ੀਚਾ ਏ ਅਤਫ਼ਾਲ ਹੈ ਦੁਨੀਆਂ ਮੇਰੇ ਆਗੇ

ਹੋਤਾ ਹੈ ਸ਼ਬੇ ਰੋਜ਼ ਤਮਾਸ਼ਾ ਮੇਰੇ ਆਗੇ

ਭਾਰਤੀ ਕਾਵਿ ਅਤੇ ਦਰਸ਼ਨ ਵੀ ਜੱਗ ਨੂੰ ਲੀਲ੍ਹਾ ਵਾਂਗ ਦੇਖਦਾ ਹੈ। ਪਾਹਵਾ ਦੀਆਂ ਕਵਿਤਾਵਾਂ ਵਿਚ ਬਹੁਤ ਰੰਗ ਹਨ। ਕਲੇਜੇ ਦੀ ਡੂੰਘੀ ਕਰਕੇ ਤੋਂ ਲੈ ਕੇ ਹਾਸੇ ਤੱਕ। ਸ਼ਾਇਰ ਦਾਨੇ ਵੀ ਹੁੰਦੇ ਹਨ ਤੇ ਦੀਵਾਨੇ ਵੀ। ਯਾ ਤੋ ਦੀਵਾਨਾ ਹਮੇ ਯਾ ਤੂ ਜਿਸੇ ਤੌਫ਼ੀਕ ਦੇ, ਵਰਨਾ ਇਸ ਬਹਰ ਏ ਜਹਾਂ ਮੇਂ ਮੁਸਕਰਾ ਸਕਤਾ ਹੈ ਕੌਨ। ਸੁਰਜੀਤ ਸਿੰਘ ਪਾਹਵਾ ਦੀਆਂ ਅਨੇਕ ਸਤਰਾਂ ਨੇ ਮੈਨੂੰ ਆਪਣੀ ਦਾਨਗੀ ਅਤੇ ਦੀਵਾਨਗੀ ਨਾਲ ਆਪਣੇ ਕੋਲ ਰੋਕ ਲਿਆ:

ਤੂੰ ਚੱਲ ਕੇ ਤਾਂ ਵੇਖ...

ਜ਼ੋਖਮ ਚੜ੍ਹਨਾ ਟੀਸੀਆਂ ਹਰ ਮੋੜ ਤੇ ਖ਼ਤਰਾ

ਖਿਣਾਂ ਦੇ ਵਿਚ ਯੁਗ ਪਲਟਦਾ ਇਕ ਖੂਨ ਦਾ ਕਤਰਾ

ਥੰਮ੍ਹਣ ਨੂੰ ਹੱਥ ਆਵਣਗੇ, ਤੂੰ ਫਿਸਲ ਕੇ ਤਾਂ ਵੇਖ...

ਛੂਹ ਜਾਏਂਗਾ ਸਿਖਰਾਂ, ਤੂੰ ਪਿਘਲ ਕੇ ਤਾਂ ਵੇਖ

੬

ਛੱਡ ਕੇ ਭਰੀਆਂ ਮਹਿਫ਼ਲਾਂ ਤੁਰਨਾ ਹੈ, ਰਾਹਾਂ ਸੁੰਵੀਆਂ

ਲੰਮੀ ਪੁਲਾਂਘ ਤੋਂ ਪਹਿਲਾਂ ਕੁਝ ਇੰਤਜ਼ਾਮ ਤਾਂ ਕਰ ਲਾਂ

ਰਤਾ ਰੁਕੇ ਸਫ਼ਰ ਲਈ ਕੋਈ ਸਾਮਾਨ ਤਾਂ ਕਰ ਲਾਂ

੬

ਬਿਰਹੋਂ ਦੀਆਂ ਲੰਮੀਆਂ ਵਾਟਾਂ, ਕੁਝ ਨਜ਼ਮਾਂ ਲਪੇਟ ਲਾਂ
ਹੁਬਕਾਂ ਹੰਝੂਆਂ ਭਰਿਆ ਇਕ ਤਕੀਆ ਸਮੇਟ ਲਾਂ
ਰਤਾ ਰੁਕੋ...

ਮੈਂ ਜ਼ਿੰਦਗੀ ਦੇ ਸਫ਼ਰ ਤੋਂ ਥੱਕ ਚੁੱਕਾ ਹਾਂ
ਔਕੜਾਂ ਦੇ ਅਸਹਿ ਸੇਕ ਵਿਚ
ਮੇਰਾ ਅੰਗ ਅੰਗ ਝੁਲਸ ਗਿਐ
ਮੈਂ ਜ਼ਿੰਦਗੀ ਦੀ ਦੁਪਹਿਰ ਤੋਂ
ਅੱਕ ਚੁੱਕਾ ਹਾਂ
ਕਿਤੇ ਮੌਤ ਦੀ ਛਾਂ ਮਿਲ ਜਾਏ

ਵਿਸ਼ਵ ਦੀ ਪਹਿਲੀ ਵਿਧਵਾ ਕਾਲੋਨੀ
ਉੱਸਰੀ, ਚੁੱਪ ਦੇਖਦੀ ਦੁਨੀਆਂ
ਛੁੱਪ ਗਏ ਨਹਿਰੂ ਜੈਕੇਟ ਪਿੱਛੇ,
ਕੁਛ ਗਾਂਧੀ ਟੋਪੀ ਥੱਲੇ

ਜੜ੍ਹ ਉਹ,
ਜੋ ਨਾ ਤਾਂ ਕਿਸੇ ਨੂੰ ਕੁਝ ਦੱਸਦੀ ਹੈ
ਤੇ ਨਾ ਹੀ ਕਿਸੇ ਨੂੰ ਦਿਸਦੀ ਹੈ

ਫਿਰ ਕਿੰਨੀ ਦੇਰ ਮੈਂ ਅਤਬੀਰ ਦੀ **ਅੰਤਿਮ ਵਿਦਾਈ** ਵਿਚ ਸ਼ਾਮਿਲ ਰਿਹਾ। ਕਿੰਨੀ ਦੇਰ **ਬਰਫ਼ਬਾਰੀ** ਦੇ ਵੱਖ ਵੱਖ ਬਦਲਦੇ ਦ੍ਰਿਸ਼ ਅਤੇ ਕਵੀ ਦੇ ਕਾਫ਼ੀਏ ਦੇਖ ਮੋਹਿਤ ਹੁੰਦਾ ਰਿਹਾ। ਕਿੰਨੀ ਦੇਰ **ਚਿੱਟੇ ਫੁੱਲਾਂ** ਤੋਂ ਲੰਮੀਆਂ ਹੁੰਦੀਆਂ ਧੀਆਂ ਨੂੰ ਦੇਖਦਾ ਰਿਹਾ। ਕਿੰਨੀ ਦੇਰ ਤਰ੍ਹਾਂ ਤਰ੍ਹਾਂ ਦੇ **ਪੱਤਿਆਂ** ਨੂੰ ਫੁੱਟਦੇ, ਕੁਮਲਾਉਂਦੇ, ਰੰਗ ਵਟਾਉਂਦੇ, ਝੜਦੇ, ਰੁਲ਼ਦੇ ਦੇਖਦਾ ਰਿਹਾ, ਉਹਨਾਂ ਦੀਆਂ ਨਾੜਾਂ ਜਿਹੀਆਂ ਬਾਰੀਕ ਤਾਰਾਂ ਵਿਚੋਂ ਉਨ੍ਹਾਂ ਦੇ ਨਸੀਬਾਂ ਦੀਆਂ ਲਕੀਰਾਂ ਦੇਖਦਾ ਰਿਹਾ। ਪਾਹਵਾ ਦੀ ਬੌਣੀ ਕਵਿਤਾ ਵਿਚ ਵੀ ਕਿਆ ਕਿਆ ਬੁਲੰਦੀਆਂ ਨੇ:

ਪੰਛੀ ਤੇ ਮੈਂ ਦੇਖਦੇ
ਵੱਖਰੀ ਵੱਖਰੀ ਆਸ ਨਾਲ
ਹੁਣੇ ਖਿਲਾਰੇ ਬੀਜ

ਬੂੰਦ ਦਾ ਵਿਰਲਾਪ
ਅਥਾਹ ਸਾਗਰ ਨਾਲ
ਕਦੋਂ ਹੋਵੇਗਾ ਮਿਲਾਪ

ਟਿੱਡੀ ਕੱਲ੍ਹ ਮਰੀ
ਅੱਜ ਘਟਿਆ ਅਫ਼ਸੋਸ
ਕੀੜੀ-ਦਲ ਪਿੰਜਰ ਘੜੀਸਦਾ

ਬਾਤਾਂ ਵਿਚ ਸੁਲੇਮਾਨੀ ਟੋਪੀ ਦਾ ਜ਼ਿਕਰ ਆਉਂਦਾ ਹੈ ਜਿਸ ਨੂੰ ਪਹਿਨਣ ਵਾਲਾ ਕਿਸੇ ਨੂੰ ਨਜ਼ਰ ਨਹੀਂ ਆਉਂਦਾ ਪਰ ਆਪ ਸਭ ਕੁਝ ਦੇਖਦਾ ਹੈ। ਪਰਦੇ ਦੀ ਗੱਲ ਕਰਦਾ ਕਰਦਾ ਕਵੀ ਰੱਬ ਦੇ ਘਰ ਤੱਕ ਪਹੁੰਚ ਜਾਂਦਾ ਹੈ ਜਿੱਥੇ ਰੱਬ ਨੇ ਇਕ-ਪਾਸੜ ਪਰਦਾ ਲਾਇਆ ਹੋਇਆ ਹੈ:

ਇਕ ਹੋਰ ਅਨੋਖਾ ਗ਼ਜ਼ਬ ਦਾ ਪਰਦਾ
ਜੋ ਰੱਬ ਸਾਡੇ ਤੋਂ ਹੈ ਕਰਦਾ
ਉਹ ਅੰਦਰ ਬਹਿ, ਹਰ ਇਕ ਨੂੰ ਵੇਖੇ
ਬਾਹਰੋਂ ਕਿਸੇ ਵਿਰਲੇ ਨੂੰ ਦਿੱਸਦਾ

ਬਾਬੇ ਨਾਨਕ ਦਾ ਮਹਾਵਾਕ ਯਾਦ ਆਉਂਦਾ ਹੈ:

ਓਹ ਵੇਖੈ ਓਨਾ ਨਦਰਿ ਨ ਆਵੈ ਬਹੁਤਾ ਏਹੁ ਵਿਡਾਣੁ॥

ਇਕ ਥਾਂ ਲੱਗਦਾ ਹੈ ਜਿਵੇਂ ਕਵੀ ਰੱਬ ਨੂੰ ਤੇ ਆਪਣੇ ਆਪ ਨੂੰ ਵੀ ਮਿੱਠਾ ਜਿਹਾ ਮਜ਼ਾਕ ਕਰਦਾ ਹੈ। ਪਰ ਅਸਲ ਵਿਚ ਤਾਂ ਇਹ ਮਜ਼ਾਕ ਉਨ੍ਹਾਂ ਨੂੰ ਹੈ ਜਿਹੜੇ ਸੋਚਦੇ ਹਨ ਕਿ ਰੱਬ ਆਪਣੀ ਸਿਫ਼ਤ ਸੁਣ ਕੇ ਖ਼ੁਸ਼ ਹੁੰਦਾ ਹੈ:

ਕੌਣ ਜਾਣੂੰ ਪਰਮਾਤਮਾ ਦੀ ਮੌਜ ਦਾ
ਕੌਣ ਛੁੱਟ ਜਾਣਾ, ਦੇਖੋ ਕੌਣ ਪਹੁੰਚਦਾ
ਗੱਡੀ ਚੱਲਦੀ ਸੁਰਜੀਤ ਸੋਚਦਾ

ਪਾਠਕ ਵੀ ਜਦੋਂ ਸੁਰਜੀਤ ਸਿੰਘ ਪਾਹਵਾ ਦੇ ਕਾਵਿ ਸੰਸਾਰ ਵਿਚੋਂ ਲੰਘਦਾ ਹੈ ਰਾਹ ਵਿਚ ਤਰ੍ਹਾਂ ਤਰ੍ਹਾਂ ਦੇ ਦ੍ਰਿਸ਼, ਸਟੇਸ਼ਨ, ਪੁੱਲ ਆਉਂਦੇ ਹਨ। ਕਿਤੇ ਪਾਠਕ ਦੇ ਰਾਹ ਵਿਚ ਗਹਿਰ ਗੰਭੀਰ ਸੋਚਾਂ ਵਾਲੀਆਂ ਸੁਰੰਗਾਂ ਆ ਜਾਂਦੀਆਂ ਹਨ ਕਿਤੇ ਹਾਸਿਆਂ ਦੇ ਮਸਤ ਟਿੱਲੇ। ਪਰਮਾਤਮ ਦੀ ਮੌਜ ਵਾਂਗ ਇਹ ਕਵੀ ਦੀ ਮੌਜ ਹੈ। ਇਸ ਵਾਕ ਨਾਲ ਹੀ ਮੈਂ ਆਪਣੇ ਆਲੇਖ ਦਾ ਅੰਤ ਕਰਦਾ ਹਾਂ ਤੇ ਤੁਹਾਨੂੰ ਯਕੀਨ ਦੁਆਉਂਦਾ ਹਾਂ ਕਿ ਇਸ ਕਵੀ ਦੇ ਕਾਵਿ ਸੰਸਾਰ ਵਿਚੋਂ ਲੰਘਦਿਆਂ ਤੁਹਾਡੀ ਨਜ਼ਰ ਅਨੇਕ ਅਣਦੇਖੇ ਮੰਜ਼ਰ ਦੇਖੇਗੀ। ਤੁਹਾਡਾ ਸਫ਼ਰ ਬਹੁਤ ਸਾਰਥਕ, ਦਿਲਚਸਪ ਤੇ ਯਾਦਗਾਰੀ ਹੋਵੇਗਾ।

* * *

ਇਹ 'ਆਲੇਖ' ਹਥਲੀ ਕਿਤਾਬ ਨੂੰ ਪੰਜਾਬੀ ਸਹਿਤ ਦੀਆਂ ਸਿਖਰਲੀਆਂ ਬੁਲੰਦੀਆਂ ਛੋਹਣ ਵਾਲੇ ਸਾਦਗੀ, ਹਲੀਮੀ ਤੇ ਸੁਹਜ ਦੇ ਮੁਜੱਸਮੇ ਡਾ. ਸੁਰਜੀਤ ਪਾਤਰ ਵੱਲੋਂ ਖਰੜਾ ਪੜ੍ਹਨ ਬਾਅਦ, ਅਸੀਸਾਂ ਤੇ ਸ਼ੁਭ-ਇਛਾਵਾਂ ਦੇ ਰੂਪ ਵਿਚ ਮਿਲਿਆ ਸੀ। 11 ਮਈ 2024, ਉਨ੍ਹਾਂ ਦੇ ਅਚਾਨਕ ਵਿਛੋੜੇ ਤੇ ਅੰਤਿਮ ਵਿਦਾਈ ਵੇਲੇ ਇਹ ਪਿਆਰ ਭਿੱਜੀਆਂ ਸਤਰਾਂ ਅਜੇ ਛਪਾਈ ਅਧੀਨ ਹੀ ਸਨ।

ਨਵਤੇਜ ਭਾਰਤੀ

(ਕਾਵਿ ਸੰਗ੍ਰਹਿ ਲੀਲ੍ਹਾ' ਦੇ ਸਹਿ-ਲੇਖਕ)

'ਠਹਿਰਾਉ' ਦੀ ਕਵਿਤਾ ਵਿਚ ਪਰਵਾਸ ਦਾ ਰੋਣਾ ਧੋਣਾ ਨਹੀਂ। ਇਹਨੂੰ ਪੜ੍ਹਦਿਆਂ ਲੱਗਦਾ ਹੈ ਕਵਿਤਾ ਜਿੱਥੇ ਵਾਪਰਦੀ ਹੈ ਸੋ ਥਾਨ ਸੁਹਾਵਾ ਹੋ ਜਾਂਦਾ ਹੈ। ਘਰ ਬਣ ਜਾਂਦਾ ਹੈ। ਇਸਦੇ ਪਰਦੇ ਲਾਉਂਦਿਆਂ ਕਵੀ ਰਬ ਬਣ ਜਾਂਦਾ ਹੈ ਜੋ ਉਹਦੇ ਵਾਡੂੰ ਹੋਣ ਦੇ ਤਮਾਸ਼ੇ ਨੂੰ ਦੇਖਦਾ ਹੈ ਪਰ ਆਪ ਕਿਸੇ ਨੂੰ ਦਿੱਸਦਾ ਨਹੀਂ। ਸ੍ਰਿਸ਼ਟੀ ਵਾਂਗ ਇਸ ਕਾਵਿ ਵਿਚ ਕੁਝ ਵੀ ਵਰਜਿਤ ਨਹੀਂ: ਲਤੀਫ਼ੇ, ਹਾਸਾ ਠੱਠਾ, ਰੋਸਾ ਗੁੱਸਾ ਕਾਵਿਕ ਅਣਕਾਵਿਕ। ਇਹੋ ਜਿਹੀ ਖੁੱਲ੍ਹ ਲੈਣੀ ਨਿਰਭਉ ਕਵੀ ਦਾ ਕੰਮ ਹੈ ਤੇ ਉਸ ਕਵੀ ਦਾ ਜਿਸਦੇ ਕੋਲੋਂ ਕਵਿਤਾ ਇਹੋ ਜਿਹੀਆਂ ਪੰਕਤੀਆਂ ਲਿਖਵਾ ਲੈਂਦੀ ਹੈ:

"ਅੰਨ੍ਹੇ ਨੂੰ ਰੱਬ ਉਹਦੀ ਡੰਗੋਰੀ ਜਿੰਨਾ ਦਿੱਸਦਾ ਹੈ "

৺

"ਕੋਰੇ ਕਾਗ਼ਜ਼ ਤੇ ਕਾਲੇ ਹਰਫ਼ ਦੇ ਨਾਲ
ਫੈਲਿਆ ਕੋਸਾ ਤਿਪਕਾ"

৺

"ਮੇਰੀ ਪਿਆਸੀ ਧਰਤੀ ਦਾ
ਦਰਿਆ ਕਿੱਥੇ ਹੈ"

৺

ਮੈਂ ਸੁਰਜੀਤ ਸਿੰਘ ਪਾਹਵਾ ਨੂੰ ਇਸ ਕਾਵਿ-ਸੰਗ੍ਰਹਿ ਤੇ ਵਧਾਈ ਦਿੰਦਾ ਹਾਂ।

* * *

ਤਤਕਰਾ

ਅਚੇਤਨ
ਦੀ
ਦਲਦਲ

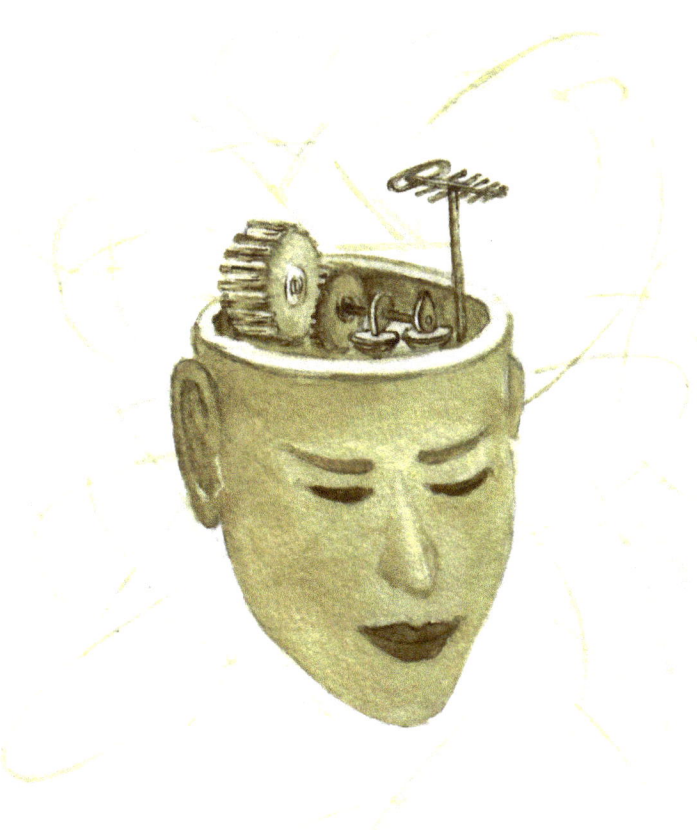

ਮਾਰਕ ਟਵੇਨ ਕਹਿੰਦਾ ਹੈ ਹਰ ਦਿਨ ਕੁਝ ਐਸਾ ਜ਼ਰੂਰ ਕਰੋ ਜੋ ਤੁਸੀਂ ਟਾਲ ਰਹੇ ਹੋ, ਕਰਨਾ ਨਹੀਂ ਚਾਹੁੰਦੇ, ਇਸ ਲਈ ਕਿ ਉਹ ਮੁਸ਼ਕਲ ਭਾਸਦਾ ਹੈ। ਦਰਅਸਲ ਸਫਲਤਾ ਵੱਲ ਇਕ ਹੋਰ ਕਦਮ ਵਧਾਉਣ ਦਾ ਇਹ ਹੀ ਸੁਨਹਿਰੀ ਨਿਯਮ ਹੈ। ਨਿਰਾਸ਼ਾਵਾਦੀ ਹਰ ਮੌਕੇ ਵਿਚ ਮੁਸ਼ਕਲ ਦੇਖਦਾ ਹੈ ਤੇ ਆਸ਼ਾਵਾਦੀ ਹਰ ਨਾਕਾਮੀ ਵਿਚ ਇਕ ਮੌਕਾ। ਬਸ ਇਤਨਾ ਹੀ ਫਰਕ ਹੁੰਦਾ ਹੈ, ਹਾਰ ਤੇ ਜਿੱਤ ਵਿਚਕਾਰ।

ਤੂੰ ਚਲ ਕੇ ਤਾਂ ਵੇਖ

ਦੂਰੀਆਂ ਕਦੇ ਸੁੰਗੜ ਵੀ ਜਾਂਦੀਆਂ ਨੇ
ਤੂੰ ਬਦਲ ਕੇ ਤਾਂ ਵੇਖ
ਮੰਜਿਲਾਂ ਖੁਦ ਚਲ ਕੇ ਵੀ ਆਂਦੀਆਂ ਨੇ,
ਤੂੰ ਚਲ ਕੇ ਤਾਂ ਵੇਖ

ਰਿੜਕਦਾ ਸਾਗਰ
ਬੁਲਬੁਲੇ ਫੁਟ
ਅਰਸ਼ੀਂ ਉੱਠਦੇ
ਜੀਵਨ-ਸ਼ੈਲੀ ਸਿਰਜਦੇ
ਬਣ ਬੱਦਲ ਵਰਦੇ
ਛੋਹ ਜਾਏਂਗਾ ਸਿਖਰਾਂ,
ਤੂੰ ਪਿਘਲ਼ ਕੇ ਤਾਂ ਵੇਖ

ਮੰਜ਼ਿਲ ਕੋਹਾਂ ਦੂਰ
ਸ਼ੁਰੂ ਕਰੇ ਪਹਿਲਾ ਕਦਮ
ਲੂੰਹਦੇ ਕੰਡਿਆਲੇ ਰਾਹਾਂ ਵਿਚ
ਜੇ ਖਿੜੇ ਰਹਿਣ ਦਾ ਦਮ
ਬਣ ਜਾਏਗਾ ਕਾਫ਼ਿਲਾ,
ਤੂੰ ਨਿਕਲ ਕੇ ਤਾਂ ਵੇਖ

ਤਾਣੀ ਪੇਟੇ ਉਲਝਦੀ
ਤਾਂ ਕਪੜਾ ਬਣਦਾ
ਵੰਡਦਾ ਗੈਰ ਜੇ ਧੁੱਪ-ਛਾਂ
ਫਿਰ ਅਪਣਾ ਬਣਦਾ
ਜ਼ਿੰਦਗੀ ਚਕ੍ਰਵਿਹੁ ਚੋਂ
ਲੱਭੇਗਾ ਰਸਤਾ,
ਤੂੰ ਖੱਜਲ ਕੇ ਤਾਂ ਵੇਖ

ਜ਼ੋਖਮ ਚੜ੍ਹਨਾ ਟੀਸੀਆਂ
ਹਰ ਮੋੜ ਤੇ ਖਤਰਾ
ਖਿਣਾਂ ਦੇ ਵਿਚ ਯੁਗ ਪਲਟਦਾ
ਇਕ ਖੂਨ ਦਾ ਕਤਰਾ
ਥੰਮਣ ਨੂੰ ਹੱਥ ਆਣਗੇ,
ਤੂੰ ਫਿਸਲ ਕੇ ਤਾਂ ਵੇਖ

ਦੂਰੀਆਂ ਕਦੇ ਸੁੰਗੜ ਵੀ ਜਾਂਦੀਆਂ ਨੇ
'ਸੁਰਜੀਤ' ਬਦਲ ਕੇ ਤਾਂ ਵੇਖ
ਮੰਜ਼ਿਲਾਂ ਖੁਦ ਚਲ ਕੇ ਵੀ ਆਂਦੀਆਂ ਨੇ,
ਤੂੰ ਚਲ ਕੇ ਤਾਂ ਵੇਖ!

੶ ੶ ੶

ਅੱਜ ਤੱਕ ਜ਼ਿੰਦਗੀ ਵਿਚ ਦਰਜਨ ਦੇ ਕਰੀਬ ਤਾਂ ਘਰ ਅਸੀਂ ਜ਼ਰੂਰ ਬਦਲੇ ਹੋਣਗੇ। ਜਿਥੋਂ ਤੱਕ ਮੈਨੂੰ ਯਾਦ ਹੈ ਸਾਰੇ ਘਰਾਂ ਦੇ ਪਤਲੇ-ਮੋਟੇ ਪਰਦੇ ਮੇਰੀ ਸਾਥਣ ਨੇ ਆਪ ਡਿਜ਼ਾਈਨ ਕੀਤੇ ਹਨ ਤੇ ਅਸੀਂ ਦੋਹਾਂ ਨੇ ਰੱਲ਼ ਕੇ ਲਗਾਏ ਹਨ। ਪੌੜੀ ਉੱਪਰ ਚੜ੍ਹ ਕੇ ਪਰਦੇ ਟੰਗਣ ਦਾ ਕੰਮ ਯਕੀਨਨ ਮੇਰਾ ਹੀ ਹੁੰਦਾ ਸੀ।

ਨਵੇਂ ਪਰਦੇ ਟੰਗਣ ਤੋਂ ਪਹਿਲਾਂ ਨਵੇਂ ਗਵਾਂਢੀਆਂ ਵਿਚਕਾਰ ਬਿਨ-ਪਰਦੇ ਦੀਆਂ ਖਿੜਕੀਆਂ ਤੇ ਦਰਵਾਜ਼ਿਆਂ ਅੱਗੇ ਬੇਪਰਦਾ ਰਹਿਣ ਵਾਲੇ ਭਾਰੇਪਣ ਦਾ ਅਹਿਸਾਸ ਤੇ ਫਿਰ ਨਵੇਂ ਪਰਦਿਆਂ ਪਿੱਛੇ ਘਰ ਦਾ ਨੰਗੇਜ਼ ਢਕੇ ਜਾਣ ਦੀ ਤੱਸਲੀ ਤਾਂ ਸਮਾਂ ਪਾ ਕੇ ਭੁੱਲ ਜਾਂਦੀ ਹੈ ਪਰ ਪਰਦਿਆਂ ਦੇ ਰੰਗ, ਵਜ਼ਨ ਤੇ ਡਿਜ਼ਾਈਨ ਯਾਦਾਂ ਦੀਆਂ ਪਰਤਾਂ ਵਿਚ ਸਮਾ ਜਾਂਦੇ ਹਨ।

ਇਹੋ ਜਿਹੀਆਂ ਯਾਦਾਂ ਜਦੋਂ ਜ਼ਹਿਨ ਵਿਚੋਂ ਨਿਕਲ ਕਲਮ ਰਾਹੀਂ ਵਹਿ ਤੁਰਦੀਆਂ ਹਨ ਤਾਂ ਇਸ ਤਰ੍ਹਾਂ ਬੇਪਰਦਾ ਹੋ ਜਾਂਦੀਆਂ ਹਨ।

ਪਰਦਾ

ਪਰਦਾ...
ਕੌਣ ਨਹੀਂ ਕਰਦਾ
ਨੰਗੇਜ ਕਜਣ ਨੂੰ
ਹੀਲਾ ਸਭ ਦਾ

ਮੈਂ ਵੀ ਕਰਦਾ
ਉਹ ਵੀ ਕਰਦਾ
ਰਾਜ਼ ਢਕਣ ਨੂੰ
ਆਪਣੇ ਘਰ ਦਾ

ਪਹਿਲਾਂ ਉਹਨੇ ਟੰਗਿਆ
ਮਹੀਨ ਜਿਹਾ ਪਰਦਾ
ਧੁਪ ਤੇ ਚਾਨਣ

ਅੰਦਰ ਆਵੇ ਪਰ
ਬਾਹਰ ਵੀ ਜਾਵੇ
ਗੁਝਾ ਭੇਦ ਘਰ ਦਾ
ਠੀਕ ਨਹੀਂ ਪਰਦਾ
ਬਦਲ ਦਿਉ ਪਰਦਾ!

ਫ਼ੇਰ ਉਹਨੇ ਟੰਗਿਆ
ਮੁਟੇਰਾ ਜਿਹਾ ਪਰਦਾ
ਧੁਪ ਤੇ ਚਾਨਣ
ਡਕਿਆ ਜਾਵੇ,
ਆਪਣਾ ਸਭ ਕੁਛ
ਢਕਿਆ ਜਾਵੇ ਪਰ
ਗਵਾਂਢੀਆਂ ਦਾ ਕੁਛ
ਨਜ਼ਰ ਨਾ ਆਵੇ
ਠੀਕ ਨਹੀਂ ਪਰਦਾ
ਬਦਲ ਦਿਉ ਪਰਦਾ!

ਫ਼ੇਰ ਉਹਨੇ ਟੰਗਿਆ
ਇਕ ਪਾਸੜ ਪਰਦਾ
ਜਿਹੋ ਜਿਹਾ ਮੇਰਾ
ਬਾਸ ਹੈ ਕਰਦਾ
ਦਫ਼ਤਰ ਵਿਚੋਂ
ਸਭ ਨੂੰ ਦੇਖੇ,
ਕੋਈ ਵੇਖ ਨਾ ਸਕੇ
ਉਹ ਕੀ ਕਰਦਾ!

ਮੰਨਦੈ 'ਸੁਰਜੀਤ' ਕਿ
ਅਜਬ ਇਹ ਪਰਦਾ
ਇਕ ਹੋਰ ਅਨੋਖਾ
ਗ਼ਜ਼ਬ ਦਾ ਪਰਦਾ
ਜੋ ਕਾਦਰ ਸਾਡੇ
ਤੋਂ ਹੈ ਕਰਦਾ
ਉਹ ਅੰਦਰ ਬਹਿ
ਹਰ ਇਕ ਨੂੰ ਵੇਖੇ
ਬਾਹਰੋਂ ਕਿਸੇ
ਵਿਰਲੇ ਨੂੰ ਦਿੱਸਦਾ

❀ ❀ ❀

ਅਮਾਨਤ

ਤੇਰੀ ਸੱਚੀ ਤੇ ਸੁੱਚੀ ਵਫ਼ਾ ਤੇ ਅੱਜ
ਉਹਦੀ ਬੇਵਫ਼ਾਈ ਦਾ ਦਾਗ ਹੈ

ਉਹ ਤਾਂ ਭੁੱਲ ਗਿਆ ਤੇਰੀ ਹਰ ਕਸਮ
ਭਾਵੇਂ ਤੈਨੂੰ ਤਾਂ ਸਭ ਕੁਝ ਯਾਦ ਹੈ

ਹੰਝੂਆਂ ਭਿੱਜੀ ਤੁਹਾਡੀ ਪਿਆਰ ਕਹਾਣੀ
ਉਹਨੇ ਆਪਣੇ ਦਿਲੋਂ ਭੁਲਾ ਦਿੱਤੀ

ਤੇਰੀ ਹਰ ਅਮਾਨਤ ਕਿਸੇ ਲੁੱਟ ਲਈ
ਜਾਂ ਉਹਨੇ ਆਪਣੇ ਆਪ ਲੁਟਾ ਦਿੱਤੀ

ਕਦੇ ਮੰਗੀ ਸੀ ਪਿਆਰ ਦੀ ਭਿੱਖ ਤੈਥੋਂ
ਅੱਜ ਆਪ ਕਿਉਂ ਬੇਵਫ਼ਾ ਹੋ ਗਿਆ

ਰਾਹ ਛੱਡ ਕੇ ਮੰਜ਼ਿਲ ਨੂੰ ਜਾਣ ਵਾਲਾ
ਗ਼ਲਤ ਰਾਹਾਂ ਦਾ ਰਾਹੀ ਉਹ ਹੋ ਗਿਆ

৩ ৩ ৩

- ਪ੍ਰਕਾਸ਼ਿਤ 'ਕੰਵਲ' ਅਮ੍ਰਿਤਸਰ 1970

ਹਿੰਦੁਸਤਾਨ ਵਿਚ ਗੁਲਾਮ ਗੋਦੀ ਟੀਵੀ ਚੈਨਲਾਂ ਤੇ ਮਹੀਨਿਆਂ ਬੱਧੀ ਇਕੋ ਪਾਰਟੀ ਦਾ ਗੁਣਗਾਨ ਸੁਣਨ ਤੇ ਇਕੋ ਨੇਤਾ ਦੀ ਤਸਵੀਰ ਦੇਖਣ ਦੇ ਬਾਦ ਮਨ ਉਚਾਟ ਜਿਹਾ ਹੋ ਜਾਂਦਾ ਹੈ ਤੇ ਐਸੇ ਵਕਤ ਮੇਰੇ ਵਰਗਾ ਅਧ ਕਚਰਾ ਜਿਹਾ ਸ਼ਾਇਰ ਇਹੋ ਜਿਹੀ ਕਵਿਤਾ ਲਿਖਣ ਬੈਠ ਜਾਂਦਾ ਹੈ

ਟੀਵੀ ਚਲਦਾ ਹੈ

ਜ਼ਿੰਦਗੀ ਦਾ ਦਰਿਆ ਮਸਤ ਪਿਆ ਵਗਦਾ ਹੈ
ਲੱਗੇ ਸ਼ਾਂਤ ਚਿਤ ਜਿਹਾ ਵਹਿਣ, ਪੱਥਰ ਖੁਰਦਾ ਹੈ

ਵੇਖੀਏ ਇਕ ਦਰਿਆਉਂ ਟੁੱਟਾ ਬੁਲਬੁਲਾ
ਕਦੋਂ ਤੀਕ ਕੰਡਿਆਲੇ ਜੰਗਲ ਤਰਦਾ ਹੈ

ਲਗਦੈ ਹੁਣ ਬੱਦਲ ਨੇ ਵੀ ਅੱਖਾਂ ਬਦਲ ਲਈਐਂ
ਇਹ ਬਹੁਤਾ ਕਿਉਂ ਕੱਚੀਆਂ ਕੰਧਾਂ ਤੇ ਵਰ੍ਹਦਾ ਹੈ

ਸੁਣਦੇ ਹਾਂ ਕਿ ਜਿਸ ਨੀਹਾਂ ਵਿਚ ਪਾਇਆ ਪਾਣੀ
ਉਹ ਬੰਦਾ ਵੀ ਕੋਈ ਹੋਰ ਨਹੀਂ, ਏਸੇ ਘਰ ਦਾ ਹੈ

ਕੁਝ ਕੀਟ-ਪਤੰਗੇ ਅਜੇ ਵੀ ਇਸ਼ਕ 'ਚ ਸੜ ਜਾਂਦੇ
ਵਰਨਾ ਅੱਜ ਕੱਲ੍ਹ ਕੌਣ ਕਿਸੇ ਲਈ ਮਰਦਾ ਹੈ
ਕਿਸੇ ਨੇਤਾ ਦਾ ਕਾਰਾ ਜਾਂ ਥਾਣੇ 'ਚ ਪਾਟੀ ਚੁੰਨੀ
ਫਿਰ ਕਿਸੇ ਗਰੀਬਣੀ ਦਾ ਜੋਬਨ ਬੇਪਰਦਾ ਹੈ

ਸੰਭਾਲ਼ ਕੇ ਚੁੱਕੋ ਰਿਮੋਟ,'ਸੁਰਜੀਤ' ਦੀ ਛਾਤੀ ਤੋਂ
ਸਾਹ ਜਾਪੇ ਹੋ ਰਿਹੈ ਬੰਦ, ਟੀਵੀ ਤਾਂ ਚਲਦਾ ਹੈ

ਦੇਵਤਿਆਂ ਤੋਂ ਮੁਨਕਰ ਅਤੇ ਨਾਸਤਿਕ ਹੋਣ ਦਾ ਦੋਸ਼ ਸੁਕਰਾਤ ਉੱਤੇ ਲਗਾਇਆ ਗਿਆ ਅਤੇ ਉਸਨੂੰ ਜ਼ਹਿਰ ਦੇਕੇ ਮਾਰਨ ਦੀ ਸਜ਼ਾ ਐਥਨਜ਼ ਦੀ ਅਦਾਲਤ ਵੱਲੋਂ ਮਿਲੀ ਸੀ। ਉਸ ਨੇ ਜ਼ਹਿਰ ਦਾ ਪਿਆਲਾ ਖੁਸ਼ੀ-ਖੁਸ਼ੀ ਪੀਤਾ ਅਤੇ ਜਾਨ ਦੇ ਦਿੱਤੀ।

ਸੁਕਰਾਤ ਨੂੰ ਜ਼ਹਿਰ ਸਿਰਫ ਇਕੋ ਵਾਰ ਪੀਣਾ ਪਿਆ ਸੀ, ਪਰ ਇਨਸਾਨੀ ਜ਼ਿੰਦਗੀ ਬਾਰ-ਬਾਰ ਐਸੇ ਗ਼ਮਗੀਨ ਪੜਾਵਾਂ ਤੋਂ ਲੰਘਦੀ ਹੈ ਜਿੱਥੇ ਮਿੱਠੇ ਜ਼ਹਿਰ ਦਾ ਪਿਆਲਾ ਮੁੜ-ਮੁੜ ਕੇ ਪੀਣਾ ਪੈਂਦਾ ਹੈ। ਜ਼ਿਆਦਾਤਰ ਇਸ ਖ਼ੁਦਗਰਜ਼ ਦੁਨੀਆਂ ਵਿਚ ਕਈਆਂ ਦਾ ਜੀਵਨ ਐਸੀ ਮਾਯੂਸੀ ਵਿਚੋਂ ਲੰਘ ਰਿਹਾ ਹੁੰਦਾ ਹੈ ਜਿੱਥੇ ਹੋਰ ਜੀਣ ਨਾਲੋਂ ਜ਼ਹਿਰ ਦਾ ਪਿਆਲਾ ਪੀਣਾ ਸੌਖਾ ਜਾਪਦਾ ਹੈ। ਐਸੀਆਂ ਨਿੰਮੋਝੂਣੀਆਂ ਤੇ ਨਿਰਾਸ਼ ਘੜੀਆਂ ਵਿਚ ਜੇ ਕਲਮ ਚਲ ਪਵੇ ਤਾਂ ਬਹੁਤ ਲਾਹੇਵੰਦ ਸਾਬਤ ਹੁੰਦੀ ਹੈ.

-ਪ੍ਰਕਾਸ਼ਿਤ 'ਕਲਮ' ਜਲੰਧਰ

ਆਖ਼ਰੀ ਘੁੱਟ

ਜੀਅ ਕਰਦਾ ਏ ਇਕ ਵਾਰ ਤਾਂ ਜੀਅ ਕੇ ਵੇਖਾਂ
ਜੀਵਨ ਜ਼ਹਿਰ ਦਾ ਅਗਲਾ ਘੁੱਟ ਵੀ ਪੀ ਕੇ ਵੇਖਾਂ

ਜਰ ਹੀ ਲਈ ਸੀ ਪਹਿਲੇ ਘੁੱਟ ਦੀ ਨੀਮ ਬੇਹੋਸ਼ੀ
ਵਿਚ ਸ਼ੋਕ-ਹੈਰਾਨੀ ਅੱਗੇ ਸ਼ਾਇਦ ਕੀ-ਕੀ ਵੇਖਾਂ

ਕਹਿੰਦੇ ਸੀ ਬਸ ਮੁੱਕ ਜਾਏਗੀ ਰੋਜ਼ ਦੀ ਕਲ-ਕਲ
ਦੂਜੇ ਘੁੱਟ ਨਾਲ ਬੁੱਲਾਂ ਨੂੰ, ਸੀਅ-ਸੀਅ ਕੇ ਵੇਖਾਂ

ਖੂਬ ਨਿਤਾਣਾ ਕਰ ਦਿੱਤਾ ਸੀ ਤੀਜੇ ਘੁੱਟ ਨੇ
ਚਿੱਟੇ ਕਾਲ਼ੇ ਕਰ, ਮੁੜ ਗਭਰੂ ਥੀ-ਥੀ ਕੇ ਵੇਖਾਂ

ਆਖ਼ਰੀ ਘੁੱਟ ਤਾਂ ਗਲ਼ 'ਸੁਰਜੀਤ' ਦੇ ਅੜਦਾ ਜਾਵੇ
ਪਰ ਮਿੱਠੇ ਜ਼ਹਿਰ ਨੂੰ ਮੁੜ-ਮੁੜ ਤੋਂ ਪੀ-ਪੀ ਕੇ ਵੇਖਾਂ

ਕਈ ਵਾਰ ਤੁਹਾਡੇ ਸ਼ਾਂਤ ਘੁੱਗ ਵਸਦੇ ਮੁਹੱਲੇ ਵਿਚ ਕੋਈ ਨਵਾਂ ਪ੍ਰਵਾਰ ਜਾਂ ਕੁਝ ਅਜਿਹੇ ਬੰਦੇ ਆ ਵਸਦੇ ਹਨ ਜਿਸਦੇ ਬਾਦ ਕੁਝ ਵੀ ਪਹਿਲੇ ਵਰਗਾ ਨਹੀਂ ਰਹਿੰਦਾ।

ਆਪਣੀ ਹਸਤੀ ਤੇ ਲਿਆਕਤ ਨੂੰ ਸਾਬਤ ਕਰਨ ਲਈ ਪਿਆਰ ਤੇ ਸ਼ਾਂਤੀ ਨਾਲ ਵਸਦੇ ਪ੍ਰਵਾਰਾਂ ਤੇ ਮੁਹੱਲੇ ਨੂੰ ਦੋ-ਫਾੜ ਕਰ ਦੇਣਾ ਜਾਂ ਲੜਾ ਦੇਣਾ ਉਹਨਾਂ ਦੀ ਖ਼ਾਸ ਖ਼ੂਬੀ ਹੁੰਦੀ ਹੈ।

ਫਿਰ ਜਦ ਤਕ ਕੁਝ ਸਿਆਣੀਆਂ ਰੂਹਾਂ ਉਨ੍ਹਾਂ ਨੂੰ ਪਹਿਚਾਣ ਕੇ ਸੱਚ ਉਜਾਗਰ ਕਰਦੀਆਂ ਹਨ ਤਦ ਤਕ ਧੋਖੇ ਤੇ ਚੁੱਕ ਵਿਚ ਆਏ ਕੁਝ ਲਾਲਚੀ ਲੋਕ ਐਸੀ ਜਗ੍ਹਾ ਪਹੁੰਚ ਚੁਕੇ ਹੁੰਦੇ ਹਨ ਜਿਥੋਂ ਵਾਪਿਸ ਆਉਣਾ ਮੁਸ਼ਕਲ ਹੁੰਦਾ ਹੈ।

ਦਰਮਿਆਨ

ਤਕਾਜ਼ੇ, ਸੱਲ ਤੇ ਬਿਰਹਾ ਸਾਡੇ ਮਹਿਮਾਨ ਨਹੀਂ ਸੀ
ਜਦ ਤਲਕ ਉਸ ਸ਼ਖਸ ਨਾਲ ਪਹਿਚਾਣ ਨਹੀਂ ਸੀ

ਸ਼ੱਕ ਨਾ, ਤਕਰਾਰ ਸੀ, ਨਾ ਉਲਝਣਾਂ ਦੇ ਜਾਲ
ਜਦ ਤੀਕਰਾਂ ਸਾਡੇ ਕੋਈ, ਦਰਮਿਆਨ ਨਹੀਂ ਸੀ

ਜੋਬਨ ਸੀ ਓਹਦਾ ਭਖਦਾ, ਮੇਰੇ ਇਸ਼ਕ ਵਿੱਚ ਉਬਾਲ
ਇੰਜ ਨੁੱਕਰਾਂ ਤੇ ਸਾਡਾ ਚਰਚਾ, ਸ਼ਰੇ-ਆਮ ਨਹੀਂ ਸੀ

ਮੁਸ਼ਾਇਰੇ, ਦਾਵਤਾਂ ਹਰ ਸ਼ਾਮ ਸਨ ਤੇ ਦਾਦ ਦੇ ਅੰਬਾਰ
ਪਰ 'ਸੁਰਜੀਤ' ਦੀ ਸ਼ਾਇਰੀ ਚ, ਤਦ ਵੀ ਜਾਨ ਨਹੀਂ ਸੀ

ਤਿੱਬਤ ਤੇ ਹਿਮਾਲਯ ਦੇ ਉੱਚੇ ਪਹਾੜਾਂ ਵਿੱਚ ਇਕ ਮ੍ਰਿਗ ਹੁੰਦਾ ਹੈ, ਜਿਸ ਦੀ ਧੁੰਨੀ ਪਾਸ ਇਕ ਗੰਢ ਹੁੰਦੀ ਹੈ, ਉਸ ਵਿੱਚੋਂ ਇਕ ਖ਼ੁਸ਼ਬੂਦਾਰ ਵਸਤੂ ਨਿਕਲਦੀ ਹੈ, ਇਸ ਨੂੰ ਕਸਤੂਰੀ ਕਹਿੰਦੇ ਹਨ। ਆਖਦੇ ਹਨ ਕਿ ਮ੍ਰਿਗ ਸਾਰੀ ਉਮਰ ਇਸ ਖ਼ੁਸ਼ਬੋਈ ਦੀ ਤਲਾਸ਼ ਵਿੱਚ ਭੱਜਦਾ ਰਹਿੰਦਾ ਹੈ ਪਰ ਉਸਦੀ ਇਹ ਤ੍ਰਿਸ਼ਨਾ ਪੂਰੀ ਨਹੀਂ ਹੁੰਦੀ।

ਇਸ ਸੁਗੰਧ ਤੇ ਮੋਹਿਤ ਹੋ ਕੇ ਸੁਗੰਧ ਪਿੱਛੇ ਭੱਜਦਾ ਰਹਿੰਦਾ ਹੈ, ਉਸਨੂੰ ਜਾਪਦਾ ਹੈ ਕਿ ਇਹ ਸੁਗੰਧ ਜੰਗਲ ਵਿਚੋਂ ਆ ਰਹੀ ਹੈ ਅਤੇ ਢੂੰਡਦਾ-ਢੂੰਡਦਾ ਥੱਕ ਜਾਂਦਾ ਹੈ, ਇਹ ਦ੍ਰਿਸ਼ਟਾਂਤ ਮੇਰੇ ਵਰਗਿਆਂ ਤੇ ਘਟਦਾ ਹੈ ਜੋ ਆਤਮਾ ਨੂੰ ਅਨੰਦ ਰੂਪ ਨਾ ਜਾਣਕੇ, ਵਿਸ਼ਿਆਂ ਵਿਚ ਅਨੰਦ ਢੂੰਡਦੇ ਹਨ...'ਜਿਉਂ ਕਸਤੂਰੀ ਮਿਰਗੁ ਨਾ ਜਾਣੈ'

ਕਸਤੂਰੀ

ਨਿਰਵਸਤਰ ਕੋਸੇ ਮਾਸ ਦਾ ਲੋਥੜ
ਕਿਵੇਂ ਸਾਹ ਪਹਿਲੇ ਨੂੰ ਸਹਿਕ ਰਿਹਾ

ਵਡੇਰਿਆਂ ਦੇ ਕਹਿਕਹਿਆਂ ਦਾ ਸ਼ੋਰ
ਮਾਂ ਅੱਧਮੋਈ ਦੀ ਆਂਦਰ ਚੀਰ ਰਿਹਾ

ਮਿੱਝ - ਲਹੂ ਗਾਰੇ 'ਚ ਲਿਬੜਿਆ
ਮੈਂ ਵੇਦਨ ਅਜ਼ਾਬ ਚੋਂ ਉਗਮ ਰਿਹਾ

ਧੁੰਦ ਛੱਟੀ ਨਾ ਅਜੇ ਦੇਸ਼-ਵੰਡ ਦੀ
ਪੰਜਾਬ ਸਿਸਕੀਆਂ ਤੇ ਪਨਪ ਰਿਹਾ

ਭੁੱਖ, ਵੈਣ, ਕੀਰਨੇ, ਸੰਤਾਪ ਤੇ ਫ਼ਾਕੇ
ਕਿਉਂ ਬੋਟ ਨਵਾਂ ਮੂੰਹ ਖੋਲ੍ਹ ਰਿਹਾ

ਥੀਆ ਮਨ ਪ੍ਰਦੇਸੀ, ਦੇਸ ਪਰਾਇਆ
ਮੈਂ ਗਭਰੂ ਪਰਦੇਸ 'ਚ ਭਟਕ ਰਿਹਾ

ਹੋਏ ਛਿੱਲੜ ਚਾਰ ਓਹਦੇ ਭਾਣੇ ਕੱਠੇ
ਰੰਗਲੇ ਸੁਫਨਿਆਂ ਦਾ ਫ਼ਿਰ ਅੰਤ ਕਿਹਾ

ਖਿੱਚ ਕਸਤੂਰੀ ਬੜੀ ਮਿਕਨਾਤੀਸੀ
ਮੈਂ ਵਾਂਗ ਮ੍ਰਿਗ ਭੱਜਦਾ ਹੀ ਖਚਤਿਆ

ਫ਼ੁੱਲਾਂ, ਅਤਰ, ਖੁਸ਼ਬੂ ਵਿਚ ਭਿੱਜਿਆ
ਹੁਣ ਅਸੀਸਾਂ-ਤਾਰੀਫ਼ਾਂ 'ਚ ਮਸਤ ਪਿਆ

ਸੋਹਣੇ ਪਹਿਰਾਵਿਆਂ 'ਚ ਸਜਕੇ ਅੱਜ
'ਸੁਰਜੀਤ' ਮਤਲਬੀ ਰੁਖ਼ਸਤ ਹੋ ਰਿਹਾ

ਤਕਰੀਬਨ ਦੋ ਸਾਲ ਦੇ ਕੋਵਿਡ-ਬੰਦ ਦੌਰਾਨ ਮੇਰੇ ਤੋਂ 20-25 ਸਾਲ ਛੋਟੇ ਜਾਣਕਾਰਾਂ ਦੀਆਂ ਮੌਤਾਂ ਦੀਆਂ ਖਬਰਾਂ ਨਿਤ ਆ ਰਹੀਆਂ ਸਨ। ਮੇਰੇ ਵਰਗੇ, ਬਚ ਰਹਿਆਂ ਦੇ ਵਾਲ਼ ਦੁੱਧ-ਚਿੱਟੇ ਹੋ ਚੁਕੇ ਸਨ। ਕਈਆਂ ਨੇ ਵਿਸਕੀ ਦੀਆਂ ਬੋਤਲਾਂ ਦੇ ਅੰਬਾਰ ਘਰਾਂ ਵਿਚ ਕੱਠੇ ਕਰ ਲਏ ਤੇ ਕਈਆਂ ਨੇ ਬੋਤਲਾਂ ਭੰਨ ਕੇ ਅੱਗੋਂ ਨਾ ਪੀਣ ਦੀਆਂ ਸੌਹਾਂ ਖਾਧੀਆਂ।

ਮੁਰਦਾ ਘਰਾਂ ਵਿਚ ਜ਼ੂਮ ਕਾਨਫਰੰਸ ਉੱਪਰ ਹੋ ਰਹੇ ਇਕੱਠ ਵਿਚ ਅੰਤਿਮ ਦਰਸ਼ਨ ਕਰਨਾ ਨਿੱਤ ਦਾ ਰੁਝਾਨ ਹੋ ਗਿਆ ਸੀ।

ਬਾਕੀਆਂ ਦਾ ਤੇ ਪਤਾ ਨਹੀਂ ਪਰ ਮੇਰੇ ਵਰਗੇ ਫ਼ਿਲਮੀ ਦਿਮਾਗ ਵਾਲੇ ਨੇ ਸੋਚਣਾ ਸ਼ੁਰੂ ਕਰ ਦਿੱਤਾ ਸੀ ਕਿ ਕਿਹੜੇ ਰੰਗ ਦੇ ਤਾਬੂਤ ਵਿਚ ਕਿਹੜੇ ਰੰਗ ਦਾ ਸੂਟ, ਟਾਈ, ਕਮੀਜ਼ ਤੇ ਦਸਤਾਰ ਸ਼ੋਭਦੀ ਹੈ। 'ਸੱਜਣ ਮੇਰੇ ਰੰਗੁਲੇ' ਤੇ 'ਵਾਰੀ ਆਪੋ ਆਪਣੀ' ਸੁਣਦੇ-ਸੁਣਦੇ ਮਹਿਸੂਸ ਹੋ ਰਿਹਾ ਸੀ ਕਿ ਜਲਦੀ ਹੀ 'ਅਸਾ ਭਿ ਓਥੈ ਜਾਣਾ' ਹੈ। ਸੋ ਅੰਦਰੋਂ-ਅੰਦਰੀਂ ਮੈਂ ਵੀ ਆਖ਼ਰੀ ਪੁਲਾਂਘ ਦਾ ਸਾਮਾਨ ਬੰਨ੍ਹਣਾ ਸ਼ੁਰੂ ਕਰ ਦਿੱਤਾ ਸੀ...

ਲੰਮੀ ਪੁਲਾਂਘ

ਛੱਡਕੇ ਭਰੀਆਂ ਮਹਿਫਲਾਂ, ਤੁਰਨਾ ਹੈ ਰਾਹਾਂ ਸੁੰਞੀਆਂ
ਲੰਮੀ ਪੁਲਾਂਘ ਤੋਂ ਪਹਿਲਾਂ, ਕੁਝ ਇੰਤਜ਼ਾਮ ਤਾਂ ਕਰ ਲਾਂ
ਰਤਾ ਰੁਕੋ, ਮੈਂ ਸਫ਼ਰ ਲਈ, ਕੋਈ ਸਾਮਾਨ ਤਾਂ ਕਰ ਲਾਂ
ਰਤਾ ਰੁਕੋ...

ਬਿਰਹੇ ਦੀਆਂ ਵਾਟਾਂ ਲੰਮੀਆਂ, ਕੁਝ ਨਜ਼ਮਾਂ ਲਪੇਟ ਲਾਂ
ਹੁੱਬਕਾਂ ਹੰਝੂਆਂ ਭਰਿਆ, ਇਕ ਤਕੀਆ ਸਮੇਟ ਲਾਂ
ਸੰਦੂਕਚੀ ਵਿਚ ਵਸਲ ਦੀ, ਇਕ ਸ਼ਾਮ ਵੀ ਭਰ ਲਾਂ
ਰਤਾ ਰੁਕੋ...

ਰਾਹ ਹੋਵਣਗੇ ਕੰਡਿਆਲੇ, ਡਾਢੇ ਅੱਥਰੇ ਪੈਂਡੇ ਹੋਣਗੇ
ਠੁੱਡੇ, ਝਰੀਟਾਂ ਲੱਗਣੀਐਂ, ਅੱਡੀਆਂ ਤੇ ਪੋਟੇ ਚੋਣਗੇ
ਠੰਢੇ ਜਿਹੇ ਤੇਰੇ ਹੌਕਿਆਂ ਦੇ ਚੰਦ ਫਹੇ ਤਾਂ ਫ਼ੜ ਲਾਂ
ਰਤਾ ਰੁਕੋ...

ਮਾਰੂਥਲ ਰਾਹ ਆਉਣਗੇ ਕੁਝ ਤਾਂ ਤਿਆਰੀ ਕਰ ਲਾਂ
ਸ਼ਰਬਤੀ ਅੱਖਾਂ ਵਾਲੀ ਤੇਰੀ ਤਸਵੀਰ ਪਿਆਰੀ ਰੱਖ ਲਾਂ
ਬਿਰਹਾਏ ਸਿੱਲ੍ਹੇ ਖ਼ਤਾਂ ਦੀ ਇਕ ਤਾਂ ਪਟਾਰੀ ਧਰ ਲਾਂ
ਰਤਾ ਰੁਕੋ

ਤੱਤੀ ਦੁਪਿਹਰੇ ਮਾਰੂਥਲਾਂ 'ਚ, ਮਿਰਾਜ ਪਿਛੇ ਭੱਜਾਂਗਾ
ਦਿਨੇ ਪਾਣੀ ਦੀ ਬੂੰਦ, ਸ਼ਾਮ ਵਾ ਤੱਤੀ ਲਈ ਤਰਸਾਂਗਾ
ਤੇਰੇ ਸਾਥ ਦੇ ਅਹਿਸਾਸ ਦੀ, ਇਕ ਮਸ਼ਕ ਹੀ ਭਰ ਲਾਂ
ਰਤਾ ਰੁਕੋ...

ਕਾਲ਼ੀਆਂ ਬੋਲੀਆਂ ਰਾਤਾਂ ਤੇ ਜੰਗਲ ਵੀ ਸੰਘਣੇ ਹੋਣਗੇ
ਚੰਨ ਤਾਰਾ ਨਾ ਸਾਥੀ ਹੋਸੀ, ਕੱਲੇ ਹੀ ਲੰਘਣੇ ਹੋਣਗੇ
ਬਿਰਹੋਂ ਦੀ ਯਖ ਰਾਤ ਲਈ, ਕੰਬਲੀ ਸਿਦਕ ਦੀ ਧਰ ਲਾਂ
ਰਤਾ ਰੁਕੋ...

ਬੀਆਬਾਨਾਂ ਵਿਚ ਰੂਹਾਂ ਤਾਂ ਭਟਕਦੀਆਂ ਕਈ ਹੋਣਗੀਆਂ
ਆਪ-ਬੀਤੀ ਸੁਣਾਉਂਦਿਆਂ ਹਸਣਗੀਆਂ ਕਦੇ ਰੋਣਗੀਆਂ
ਜੁਗਨੂੰਆਂ ਦਾ ਕੀ ਵਿਸਾਹ, ਦੀਵਾ ਨਾਮ ਦਾ ਰੱਖ ਲਾਂ
ਰਤਾ ਰੁਕੋ...

ਜੇ ਪਰਤਿਆ, ਨਵ-ਜੰਮਿਆਂ ਨੂੰ, ਚੁੱਕ-ਚੁੱਕ ਖੁਸ਼ ਹੋਵਾਂਗਾ
ਮਰ ਚੁੱਕੇ ਮਿੱਤਰਾਂ ਨੂੰ, ਯਾਦ ਕਰ-ਕਰ ਰੋਵਾਂਗਾ
ਖਵਰੇ ਕੋਈ ਸਿੰਜਾਣੇ ਈ ਨਾਂ, ਮੈਂ ਕਿੰਨਾਂ ਬਦਲ ਚੁਕਾ ਹੋਵਾਂਗਾ
ਹੰਝੂ ਨਾ ਕੇਰੋ, ਅਸੀਸ ਦਿਉ, ਸੁੰਨ ਦਾ ਸਮੁੰਦਰ ਤਰ ਲਾਂ
ਰਤਾ ਰੁਕੋ...

2022 ਵਿਚ ਸਾਡੀ ਹਸਮੁਖ ਮਿੱਤਰ ਜੋੜੀ ਨੇ ਵਿਆਹ ਦੀ 70ਵੀਂ ਵਰ੍ਹੇ-ਗੰਢ ਮਨਾਈ ਸੀ। ਇਸ ਖੁਸ਼ਦਿਲ ਜੋੜੀ ਨੂੰ ਅਸੀਂ ਆਪਣੇ ਘਰ ਵਿਚ ਹਸਮੁਖ (ਨਰਿੰਦਰ ਕੌਰ) ਤੇ ਸਨਮੁਖ ਕਹਿਕੇ ਬੁਲਾਂਦੇ ਹਾਂ। ਜਿੱਥੇ ਦੋਹਾਂ ਦਾ ਸੁਭਾਅ ਹਸਮੁਖ ਹੈ ਉਸਦੇ ਨਾਲ ਹੀ ਨਰਿੰਦਰ ਜੀ ਦਾ ਪੰਜਾਬੀ ਭਾਸ਼ਾ ਦਾ ਗਿਆਨ ਵੀ ਚੰਗਾ ਹੈ, ਇਥੋਂ ਤਕ ਕਿ ਸਾਡੇ ਹਰ ਮੌਕੇ ਤੇ ਇਹਨਾਂ ਦੇ ਦਿੱਤੇ ਹੋਏ ਸ਼ੁਭ-ਇਛਾਵਾਂ ਤੇ ਵਧਾਈਆਂ ਦੇ ਕਾਰਡ ਤੇ ਸੁਨੇਹੇ ਅਸੀਂ ਸਾਂਭ-ਸਾਂਭ ਰੱਖਦੇ ਹਾਂ। ਕੋਵਿਡ ਦੌਰਾਨ ਘਰਾਂ ਵਿਚ ਬੰਦ ਮਿੱਤਰਾਂ ਦਾ ਮਨੋਬਲ ਕਾਇਮ ਰੱਖਣ ਵਿਚ ਇਹਨਾਂ ਦੀ ਕੋਸ਼ਿਸ਼ਾਂ ਨੂੰ ਸ਼ਾਇਦ ਹੀ ਕੋਈ ਭੁਲਾ ਸਕੇ।

ਹਸਮੁਖ

ਲਤੀਫ਼ੇ ਦੀ ਰੇਲ ਚਲਾਂਦੇ ਜਦ
ਤਾਂ ਢਿਡੀਂ ਪੀੜਾਂ ਪਾਂਦੇ ਨੇ
ਗੀਤਾਂ ਦੇ ਪੈਰੀਂ ਬੰਨ੍ਹ ਘੁੰਗਰੂ
ਪੱਟ ਵਿਹੜਾ ਸ਼ਹਿਰ ਹਿਲਾਂਦੇ ਨੇ
ਉਹ ਸੁਖ ਸਾਡੇ ਨਾਲ ਹਸਦੇ ਨੇ
ਜੋ ਦੁੱਖ ਵੀ ਨਾਲ ਖਲੋਣਗੇ
ਉਹ, ਨਰਿੰਦਰ ਸਨਮੁਖ ਹੋਣਗੇ

ਲੋਕ ਅਕਸਰ ਰੇਸਤਰਾਂ ਜਾਕੇ
ਪ੍ਰਵਾਰ ਨਾਲ ਖਾਣੇ ਖਾਂਦੇ ਹਨ
ਜਾਂ ਫ਼ੋਨ ਤੇ ਆਰਡਰ ਕਰ ਖਾਣਾ
ਅਪਣੇ ਹੀ ਘਰ ਮੰਗਵਾਂਦੇ ਹਨ
ਜੋ ਮਹਾਂਮਾਰੀ ਦੇ ਚਲਦੇ ਵੀ
ਯਾਰਾਂ ਨੂੰ ਖੁਆ ਖੁਸ਼ ਸੌਣਗੇ
ਉਹ, ਨਰਿੰਦਰ ਸਨਮੁਖ ਹੋਣਗੇ

ਦਾਖ਼ਲ ਹੁੰਦਿਆਂ ਹੀ ਜਿੰਨ੍ਹਾਂ ਦੇ
ਪਾਰਟੀ ਹਾਲ ਖਿਲਖਿਲਾ ਉਠੇ
ਦੇਖ ਕਿਲਰ ਮੁਸਕਾਨ ਉਨ੍ਹਾਂ ਦੀ
ਗਲਾਸੀਆਂ ਵਿਚ ਜ਼ਲਜ਼ਲਾ ਉਠੇ
ਮਦਹੋਸ਼ ਕਰਣਗੇ ਮਹਫ਼ਿਲ ਜਦ
ਨੱਚ ਆਪ ਵੀ ਟੱਲੀ ਹੋਣਗੇ
ਉਹ, ਨਰਿੰਦਰ ਸਨਮੁਖ ਹੋਣਗੇ

ਅੱਜ ਖ਼ੁਸ਼ੀਆਂ ਦੇ ਅੰਬਾਰ ਵੀ ਨੇ
ਦੌਲਤ ਦੇ ਭਰੇ ਭੰਡਾਰ ਵੀ ਨੇ
ਤੇ ਦੋਹਾਂ ਲਈ ਦੁਆ ਮੰਗਦੇ
ਸਭ ਆਸੇ-ਪਾਸੇ ਯਾਰ ਵੀ ਨੇ
ਅਸੀਂ ਅੰਦਰੋਂ ਅੰਦਰੀਂ ਸੋਚ ਰਹੇ
ਅਰਦਾਸਾਂ ਵਿਚ ਹੱਥ ਜੋੜ ਰਹੇ
ਸਾਡੇ ਵਿਆਹ ਦੀ 70ਵੀਂ ਸਾਲਗਿਰਹ
ਜੋ ਸਾਡੇ ਸੰਗ ਮਨਾਉਣਗੇ
ਉਹ, ਨਰਿੰਦਰ ਸਨਮੁਖ ਹੋਣਗੇ

੭ ੭ ੭

ਜੋਬਨ ਰੁੱਤੇ ਦਿੱਲੀ ਤੋਂ ਬਲ੍ਹਾਰਸ਼ਾਹ, ਮਹਾਰਾਸ਼ਟਰ ਦੇ ਅਣਗਿਣਤ ਸਫ਼ਰ ਮੇਰੇ ਕਰਮਾਂ ਵਿਚ ਲਿਖੇ ਸਨ। ਇਕ ਵਾਰ ਇਸੇ ਰੂਟ ਤੇ ਰੇਲ ਸਫ਼ਰ ਵਿਚ ਕੋਈ ਸੱਜਣ ਅਖ਼ਬਾਰ ਪੜ੍ਹ ਰਹੇ ਸਨ। ਮੁਖ-ਸਫ਼ੇ ਤੇ ਇਕ ਵੱਡੇ ਰੇਲ ਹਾਦਸੇ ਦੀ ਫੋਟੋ ਛਪੀ ਸੀ ਜਿਸਤੇ ਮੇਰੀ ਨਜ਼ਰ ਪੈ ਗਈ

ਗੱਡੀ ਚਲਦੀ

ਕੋਈ ਜ਼ਿੰਦਗੀ ਤੋਂ ਤੰਗ ਹੈ
ਕੋਈ ਜ਼ਿੰਦਗੀ ਨੂੰ ਲੋਚਦਾ
ਉਹ ਕਿਸਦੀ ਸੁਣੇਗਾ ਅਰਦਾਸ
ਗੱਡੀ ਚਲਦੀ, ਚਿੱਤ ਸੋਚਦਾ

ਸੌਂਹ ਖਾਕੇ ਸਾਥ ਨਿਭਾਉਣ ਦੀ
ਉਹ ਰਿਸ਼ਤਾ ਜੋੜਨ ਚਲਿਆ ਹੈ
ਕੋਈ ਮੰਗੇ ਦਾਜ ਦੀ ਕਸਰ ਪਿੱਛੇ
ਵਹੁਟੀ ਪੇਕੇ ਛੋੜਨ ਚਲਿਆ ਹੈ

ਕੌਣ ਜਾਣੇ ਪੀੜ ਪਰਾਈ ਨੂੰ
ਜੱਗ ਆਪਣੇ ਹਿੱਤ ਨੂੰ ਖੋਜਦਾ
ਗੱਡੀ ਚਲਦੀ, ਚਿੱਤ ਸੋਚਦਾ

ਅੱਗੇ ਪਲਕਾਂ ਵਿਛਾਕੇ ਉਡੀਕਦੇ
ਯਾਰ ਧੂਹ ਪਾ ਪਿੱਛੇ ਨੂੰ ਧਰੀਕਦੇ
ਪਿੱਟ ਦੁਹੱਥੜ ਰੇਲ ਚੀਕਾਂ ਮਾਰਦੀ
ਮਿੱਧੀ ਲਾਸ਼ ਕਿਸੇ ਵਫ਼ਾਦਾਰ ਦੀ

ਯਾਤਰੀ ਓਪਰੇ, ਸਾਂਝੀਆਂ ਬੁਰਕੀਆਂ
ਭੀੜੋ ਸ਼ੀਸ਼ੇ, ਬੰਦ ਕਰੋ ਖਿੜਕੀਆਂ
ਕੌਣ ਜਾਣੂੰ ਪਰਮਾਤਮ ਦੀ ਮੌਜ ਦਾ
ਕੌਣ ਛੁੱਟ ਜਾਣਾ ਦੇਖੋ ਕੌਣ ਪਹੁੰਚਦਾ
ਗੱਡੀ ਚੱਲਦੀ, ਸੁਰਜੀਤ ਸੋਚਦਾ

ਜਨਵਰੀ 2020 - ਉਮਰ ਦੇ ਉਸ ਪੜਾਅ ਤੇ ਪਹੁੰਚਿਆ ਸਾਂ, ਜਿੱਥੇ ਮਿਲਣ ਵਾਲੇ ਨਵੇਂ ਸੁਨੇਹੇ ਜ਼ਿਆਦਾਤਰ ਮੌਤਾਂ ਦੇ ਹੀ ਹੁੰਦੇ ਹਨ।

ਪਿਛਲੇ ਤਿੰਨ ਦੋਸਤਾਂ ਦੀ ਅੰਤਿਮ ਵਿਦਾਈ ਦੌਰਾਨ ਕੀਤੇ ਅੰਤਿਮ ਦਰਸ਼ਨਾਂ ਦੀਆਂ ਘਟਨਾਵਾਂ ਨੇ ਇਸ ਕਾਵਿ-ਕਹਾਣੀ ਦਾ ਮੁਢ ਬੰਨ੍ਹ ਦਿਤਾ। ਕੋਵਿਡ ਦੌਰਾਨ ਵਾਪਰੀਆਂ ਕੁਛ ਅਜੀਬ ਘਟਨਾਵਾਂ ਵਿਚ ਕਲਪਨਾ ਦਾ ਮਸਾਲਾ ਮਿਲਾਣ ਤੇ ਜੋ ਦ੍ਰਿਸ਼ ਤਿਆਰ ਹੋਇਆ ਹੈ, ਉਸਨੂੰ ਸਮਝਣ ਵਿਚ ਆਸਾਨੀ ਰਹੇ ਇਸ ਲਈ ਪਾਤਰਾਂ ਨਾਲ ਤੁਹਾਡੀ ਸਾਂਝ ਪੁਆਉਣੀ ਜ਼ਰੂਰੀ ਲੱਗ ਰਹੀ ਹੈ।

ਕੈਂਸਰ ਨਾਲ ਜੂਝਦੇ ਮੇਰੇ ਦੋਸਤ ਅਤਬੀਰ ਨੂੰ ਪਹਿਲਾਂ ਮਿਲ ਲਵੋ, ਜੋ ਆਪਣੀ ਜੀਵਨ ਸਾਥਣ ਕੁਲਦੀਪ 'ਕੈਲੀ' ਨਾਲ ਤੁਹਾਡੀ ਮੁਲਾਕਾਤ ਆਪੇ ਕਰਵਾ ਦਏਗਾ।

ਸਾਡਾ ਇਕ ਸਾਂਝਾ ਦੋਸਤ ਹੈ 'ਖੁਸ਼ਵੰਤ' ਜੋ ਆਪਣੇ ਤੀਜੇ ਤਲਾਕ ਦਾ ਗ਼ਮ ਭੁਲਾਉਣ ਮੌਂਟਰੀਅਲ ਤੋਂ ਬਾਹਰ ਗਿਆ ਹੈ। ਅਤਬੀਰ ਤੇ ਕੈਲੀ ਦਾ 40 ਸਾਲਾਂ ਦਾ ਇਕ ਕੁਆਰਾ ਮੁੰਡਾ ਵੀ ਹੈ ਜਿਸਦਾ ਨਾਮਕਰਣ ਤੁਹਾਨੂੰ ਆਪੇ ਕਰਨਾ ਪਏਗਾ। 'ਕੈਲੀ' ਮੇਅਰ ਦੇ ਦਫ਼ਤਰ ਕੰਮ ਕਰਦੀ ਹੈ, ਗੁਰਦਵਾਰੇ ਦੀ ਪ੍ਰਧਾਨ ਵੀ ਹੈ। ਕੈਲੀ ਦੀ ਹਮੇਸ਼ਾ ਤੋਂ ਇਛਾ ਹੈ ਕਿ ਉਸਦੇ ਮੁੰਡੇ ਦਾ ਰਿਸ਼ਤਾ ਮੇਅਰ ਦੀ ਪੰਜਾਹ ਸਾਲਾ ਤਲਾਕਸ਼ੁਦਾ ਕੁੜੀ ਨਾਲ ਹੋ ਜਾਏ, ਬਸ ਉਡੀਕ ਹੈ ਤਾਂ ਅਤਬੀਰ ਦੇ ਅੰਤਲੇ ਸਾਹ ਦੀ...

ਅੰਤਿਮ-ਵਿਦਾਈ

(ਕਾਵਿ-ਕਹਾਣੀ)

ਖ਼ਬਰ ਸੁਣਦੇ ਹੀ ਅਮਰੀਕਾ ਤੋਂ ਮੈਂ
ਅਗੇਤਰੇ ਪਰਤ ਆਇਆ ਸਾਂ
ਅੰਤਿਮ-ਦਰਸ਼ਨ ਵਾਲਾ ਹਾਲ-ਕਮਰਾ
ਤਕਰੀਬਨ ਪੂਰਾ ਭਰ ਚੁਕਾ ਸੀ

ਬਲਕਿ ਬਾਹਰ ਲਾਬੀ ਵਿਚ ਵੀ
ਗੂੜ੍ਹੇ ਰੰਗ ਦੇ ਟਾਈ ਸੂਟਾਂ ਵਾਲੇ
ਕਈ ਜਾਣੂੰ ਖੜ੍ਹੇ ਸਨ ਚੁਪ-ਚਾਪ
ਲੁਕਵੀਂ ਮੁਸਕਾਨ 'ਚ ਕੁਲਦੀਪ 'ਕੈਲੀ'
ਅਤਬੀਰ ਦੀ ਪਤਨੀ ਨੇ ਆਕੇ ਕਿਹਾ
ਆਗੇ ਜਗੇਹ ਹੈ, ਬੈਠੋਗੇ ਆਪ?

ਨੇੜ-ਸਬੰਧੀ ਲੱਗਦੇ ਸਨ ਘਬਰਾਏ
ਮੁਰਦੇ ਨੇੜੇ ਹੁਣ ਕੌਣ ਬਹਿਣਾ ਚਾਹੇ
ਬੀਬੀਆਂ ਦੇ ਕਾਲ਼ੇ ਚਿੱਟੇ ਪਹਿਨਾਵੇ
ਅੱਧ ਸਿਵਾਣੇ ਤੇ ਅਣਲਿੱਪੇ ਚਿਹਰੇ
ਲੱਗ ਰਹੇ ਸਨ ਅਜੀਬ ਓਪਰੇ
ਜਿਧਰ ਵੀ ਦੇਖਾਂ ਸਰਸਰੀ ਨਜ਼ਰੇ

"ਮਾਰੈ ਰਾਖੈ ਏਕੋ ਆਪਿ
ਮਾਨੁਖ ਕੈ ਕਿਛੁ ਨਾਹੀ ਹਾਥਿ"
ਸੋਜ਼ ਭਰੀ ਪਾਠ ਦੀ ਆਵਾਜ਼
ਬੀਬੀਆਂ ਵੱਲੋਂ ਆਉਂਦੀ ਸੀ ਜ਼ਿਆਦਾ

ਪਾਠ ਤਕਰੀਬਨ ਅੱਧਾ ਹੋ ਗਿਐ
ਗੁਟਕਿਆਂ ਚ ਟਿਕੇ ਅੰਗੂਠਿਆਂ ਤੋਂ
ਲੱਗਦਾ ਸੀ ਇਹੀ ਅੰਦਾਜ਼ਾ

ਬੈਠਦਿਆਂ ਹੀ ਮੈਂ ਤ੍ਰਭਕ ਪਿਆ
ਉਹੀ ਆਵਾਜ਼ ਤੇ ਹਾਸਾ ਛਣਕਦਾ
"ਯਾਰਾ ਬੜੀ ਦੇਰ ਨਾਲ ਆਇਆ ਏਂ
ਤੇ ਖੁਸ਼ਵੰਤ ਵੀ ਨਹੀਂ ਦਿਸ ਰਿਹਾ"

ਮੈਂ ਡਰ-ਹੈਰਾਨੀ ਨਾਲ ਭਰ ਗਿਆ
ਘਬਰਾ ਨਾ ਯਾਰ, ਅਤਬੀਰ ਬੋਲਿਆ
ਅੱਜ ਸਾਨੂੰ ਕੋਈ ਵੀ ਹੋਰ
ਇਥੇ ਵੇਖ-ਸੁਣ ਨਹੀਂ ਸਕੇਗਾ

ਯਕੀਨਨ ਹੁਣੇ ਮੇਰੇ ਕੰਨੀਂ ਪਈ
ਅਤਬੀਰ ਦੀ ਹੀ ਆਵਾਜ਼ ਸੀ
ਪਰ ਉਸਦੇ ਬੁੱਲ੍ਹ ਰਤਾ ਨਾ ਹਿੱਲੇ
ਕੁਦਰਤ ਦਾ ਡੂੰਘਾ ਕੋਈ ਰਾਜ਼ ਸੀ

ਸਾਡਾ ਸਾਂਝਾ ਦੋਸਤ ਖੁਸ਼ਵੰਤ ਅਜੇ ਵੀ
ਲੰਬੇ ਵੀਕੈਂਡ ਕਾਰਨ, ਸ਼ਹਿਰੋਂ ਬਾਹਰ ਹੈ
ਤਲਾਕ ਬਾਦ ਨਵੀਂ ਬਣੀ ਗੋਰੀ ਦੋਸਤ
ਨਾਲ ਆਖ਼ਰ, ਪਹਿਲੋਂ ਤੋਂ ਇਕਰਾਰ ਹੈ

ਕਈ ਵਾਰ ਅੱਤਬੀਰ ਨੂੰ ਮਿਲਿਆਂ
ਪਰ ਐਸੇ ਕੀਮਤੀ ਪਹਿਰਾਵੇ ਵਿਚ
ਮੈਂ ਉਸਨੂੰ ਕਦੇ ਨਹੀਂ ਸੀ ਤਕਿਆ
ਨਵੀਂ ਕਮੀਜ਼, ਤੇ ਟਾਈ ਲਿਸ਼ਕਵੀਂ
ਤਿੰਨ-ਪੀਸ ਸੂਟ, ਨਵੀਂ ਪੱਗ ਪੋਚਵੀਂ,

ਸਜਾਵਟੀ ਸੁਨਹਿਰੀ ਫੋਟੋ ਫਰੇਮ ਤੇ
ਹੋਰ ਸਾਮਾਨ ਸਨ ਮਹਿੰਗੇ ਅੱਛੇ-ਖਾਸੇ
ਸਜੇ ਸਨ ਫੁੱਲ ਤੇ ਬਲੌਰੀ ਗੁੱਲਦਾਨ
ਉਸਦੇ ਸਰ੍ਹਾਣੇ ਤੇ ਪੈਰਾਂ, ਦੋਹਾਂ ਪਾਸੇ

ਕਿਆ ਨਵੇਂ ਰੰਗ ਤੇ ਬਣਤਰ ਦੇ ਫੁੱਲ
ਮੈਂ ਤਾਂ ਪਹਿਲਾਂ ਕਦੇ ਨਹੀਂ ਸਨ ਵੇਖੇ
ਮੈਨੂੰ ਜਾਪਿਆ ਐਸੇ ਫੁੱਲ ਜੀਂਦੇ-ਜੀ
ਅੱਤਬੀਰ ਨੇ ਵੀ ਹੋਣੇ ਸ਼ਾਇਦ ਹੀ ਦੇਖੇ

ਐਸੀ ਕਮਾਲ ਦੀ ਕਾਰੀਗੀਰੀ
ਕੀਮਤੀ ਲੱਕੜ ਦੀ ਜੜਤ ਸੁਨਹਿਰੀ
ਤਾਬੂਤ ਦੀ ਮਹੀਨ ਬਣਤਰ ਮੈਂ
ਬਹੁਤ ਨੇੜਿਓਂ ਤੱਕ ਰਿਹਾ ਸਾਂ ਤੇ ਕੀ
ਇਹ ਵੀ ਨਾਲ ਹੀ ਸਾੜਦੇ ਹੋਣਗੇ
ਆਪਣਾ ਸੰਸਾ, ਮਸਾਂ ਡੱਕ ਰਿਹਾ ਸਾਂ

ਐਸਾ ਆਲੀਸ਼ਾਨ ਸਾਜੋ-ਸਮਾਨ ਮੈਂ
ਓਹਦੇ ਘਰ ਕਦੇ ਨਹੀਂ ਸੀ ਤੱਕਿਆ
ਮੈਨੂੰ ਲਗਿਆ, ਮੇਰੀ ਇਸ ਸੋਚਣੀ ਤੇ
ਅਤਬੀਰ ਵੀ ਠਹਾਕਾ ਮਾਰਕੇ ਹੱਸਿਆ

'ਕੈਲੀ' ਸਭਨੂੰ ਬਾਕਾਇਦਾ ਜਾਣਦੀ ਹੈ
ਦਰ-ਘਰ ਦੇ ਪ੍ਰੀਤਵਾਨ ਤੇ ਧਨਾਢ
ਉਹ ਹਰੇਕ ਦੀ ਨਬਜ਼ ਪਛਾਣਦੀ ਹੈ
ਵੈਸੇ ਅਤਬੀਰ ਦੇ ਵਿਦਵਾਨ
ਦੋਸਤਾਂ ਦਾ, ਵੱਡਾ ਘੇਰਾ ਵੀ ਹੈ
ਤੇ ਆਉਂਦੇ ਐਤਵਾਰ ਨੂੰ ਗੁਰਦਵਾਰੇ
ਕੈਲੀ ਦੇ ਬਾਸ ਤੇ ਧਨੀ ਦੋਸਤ
ਮੇਅਰ ਦਾ, ਇਲੈਕਸ਼ਨ ਫੇਰਾ ਵੀ ਹੈ

ਅਤਬੀਰ ਨੇ ਪਿਛਲੇ ਸ਼ੁੱਕਰ ਦੀ ਰਾਤ
ਆਪਣੇ ਅੰਤਲੇ ਸਵਾਸ ਲਏ ਸਨ
ਨਕਲੀ ਸਾਹ ਚਲਾਣ ਦੇ ਯੰਤਰ
ਡਾਕਟਰ ਨੇ ਬੰਦ ਕਰ ਦਿੱਤੇ ਸਨ
ਉਸਦੇ ਬਹੁਮੁੱਲੇ ਸਿੱਕੇ ਸਾਮਾਨ ਪੁੱਤਰ ਨੇ
ਸਾਂਝੇ ਲਾਕਰ ਚੋਂ ਪਹਿਲਾਂ ਕੱਢ ਲਏ ਸਨ

ਅਕਸਰ ਸੁਸਤ ਤੇ ਮਸਤ ਸੁਭਾ ਵਾਲਾ
ਕੁਆਰਾ ਮੁੰਡਾ, ਚਾਹਲੀਆਂ ਨੂੰ ਛੋਂਹਦਾ
ਅੱਜ ਬਹੁਤ ਫੁਰਤੀਲਾ ਲੱਗ ਰਿਹਾ ਸੀ
ਹੁਣ ਅਤਬੀਰ ਦੀ ਕੀਮਤੀ ਰੋਲੈਕਸ ਤੇ
ਸੋਨ-ਕੜਾ ਉਸਦੇ ਗੁੱਟ ਤੇ ਸੱਜ ਰਿਹਾ ਸੀ

ਬਾਰ-ਬਾਰ ਵੱਡੇ ਹੀਰੇ ਦੀ ਅੰਗੂਠੀ ਉਹ
ਕਦੀ ਟੋਂਹਦਾ ਤੇ ਕਦੇ ਤੱਕ ਰਿਹਾ ਸੀ
ਬਸ ਹੁਣ ਮਿਲ ਜਾਏ ਵਡਮੁੱਲੀ ਕਾਰ
'ਜੈਸੀ ਖੜ੍ਹੀ ਮੇਅਰ ਦੇ ਦੁਆਰ'
ਉਹ ਅਰਦਾਸਾਂ ਕਰ ਰਿਹਾ ਸੀ

ਰਿਸ਼ਤਾ ਮੇਅਰ ਦੀ ਧੀ ਨਾਲ ਹੀ ਕਰਨੈ
'ਕੈਲੀ' ਦੀ ਹਮੇਸ਼ਾ ਇਹੋ ਲਟਕ ਸੀ
ਪੰਜਾਹਵਾਂ ਨੂੰ ਟੱਪੀ, ਦੋ ਵਾਰ ਤਲਾਕਸ਼ੁਦਾ
ਧੀ ਦੀ ਚਾਲ ਵਿਚ ਇਕ ਮਟਕ ਸੀ
ਰਿਸ਼ਤਾ ਜੁੜਨ ਵਿਚਕਾਰ ਅਤਬੀਰ
ਹੀ ਸਿਰਫ ਇਕੋ ਇਕ ਅਟਕ ਸੀ
ਓਹਦਾ ਅੰਤ ਨੇੜੇ ਜਾਣ, ਪਰਵਾਰਾਂ
ਵਿਚਾਲੇ ਮੀਟਿੰਗਾਂ ਦੀ ਲੜੀ ਚਲੀ ਸੀ
ਮੁੱਦੇ ਨੂੰ ਮੁਕਾਮ ਤਕ ਪਹੁੰਚਾਣ ਲਈ
ਅਗਲੇ ਹਫ਼ਤੇ ਬੈਠਕ ਅੰਤਲੀ ਸੀ

ਅੱਤਬੀਰ ਨਾਲ ਮੇਰੀ ਜਾਣ-ਪਛਾਣ
ਕਈ ਸਾਲ ਪਹਿਲਾਂ ਸਾਡੇ ਸਾਂਝੇ
ਦੋਸਤ ਖੁਸ਼ਵੰਤ ਨੇ ਕਰਵਾਈ ਸੀ
ਸਾਦੇ ਕਪੜਿਆਂ ਵਿਚ ਅਤਬੀਰ ਦੇ
ਹਸੂੰ-ਹਸੂੰ ਚੇਹਰੇ ਤੇ ਵਿਸ਼ਾਲ ਅੱਖਾਂ
ਵਿਚ ਸਿਆਣਪ ਤੇ ਗਹਿਰਾਈ ਸੀ

ਅਤਬੀਰ ਦੇ ਲੇਖ ਅਕਸਰ ਛਪਦੇ
ਮਾਂ-ਪੁੱਤ ਬਿਨ-ਪੜ੍ਹੇ, ਉਸ ਉੱਤੇ ਹੱਸਦੇ
ਘਰ ਅਤੇ ਹਰ ਮਹਿੰਗੀ ਸ਼ੈ ਉੱਪਰ
ਬੀਮਾ ਗਰੰਟੀ ਵੀ ਬਹੁਤ ਭਾਰੀ ਸੀ
ਕੈਂਸਰ ਇਲਾਜ ਦੋ ਸਾਲਾਂ ਤੋਂ ਜਾਰੀ ਸੀ

ਖੁਸ਼ਵੰਤ ਨਾਲ ਅੱਤਬੀਰ ਦਾ ਹਾਲ ਪੁੱਛਣ
ਮੈਂ ਉਸ ਦਿਨ ਹਸਪਤਾਲ ਆਇਆ ਸੀ
ਅਤਬੀਰ ਇਕ ਲਿਫ਼ਾਫ਼ਾ ਪਕੜਾਉਂਦਿਆਂ
ਕੁਛ ਅਜੀਬ ਜਿਹਾ ਮੁਸਕਰਾਇਆ ਸੀ

ਕਹਿੰਦਾ –
"ਮੇਅਰ ਨੇ ਧੀ ਦੇ ਵਿਆਹ ਤੇ
ਆਪਣੇ ਜਿਹੀ ਰਈਸੀ ਕਾਰ ਦੇਣ ਦਾ
ਕੈਲੀ ਨੂੰ ਵੱਡਾ ਲਾਲਚ ਦਿੱਤਾ ਹੈ
ਮੈਂ ਉਹੋ ਜਿਹੀਆਂ ਦੋ ਕਾਰਾਂ ਲਈ ਬੈਂਕ
ਡਰਾਫਟ ਇਸ ਲਿਫਾਫੇ ਵਿਚ ਪਾ ਦਿੱਤਾ ਹੈ"
- ਅਤਬੀਰ ਦੇ ਹਾਸੇ ਵਿਚ ਤੰਜ਼ ਸੀ

ਸ਼ਮਸ਼ਾਨ ਚਿਮਨੀ ਦਾ ਧੂਆਂ
ਤਕਰੀਬਨ ਮੁੱਕਣ ਤੇ ਹੀ ਸੀ
ਅਤਬੀਰ ਦੀ ਸਾਥਣ 'ਕੈਲੀ'
ਮੇਰੀ ਕਾਰ ਵੱਲ ਆਉਂਦੀ ਦਿਸੀ
ਕਾਰ 'ਚ ਚਲਦੀ ਕੀਰਤਨ ਸੀਡੀ
ਭਾਸਿਆ ਆਪੇ ਉੱਚੀ ਹੋ ਗਈ

'ਜਗਤ ਮੈ ਝੂਠੀ ਦੇਖੀ ਪ੍ਰੀਤਿ
ਅਪਨੇ ਹੀ ਸੁਖ ਸਿਉ ਸਭ ਲਾਗੇ
ਕਿਆ ਦਾਰਾ ਕਿਆ ਮੀਤ'
ਇਹ ਸ਼ਬਦ ਤੁਹਾਡੇ ਦੋਸਤ
ਅਤਬੀਰ ਦਾ ਬੜਾ ਫੇਵਰਟ ਸੀ"
- ਕੈਲੀ ਦੇ ਬੋਲ ਵਿਚ ਭਾਵੁਕਤਾ ਘੱਟ ਸੀ

ਤਦੋਂ ਅਤਬੀਰ ਦੀ ਆਵਾਜ਼
ਕਿਤੋਂ ਦੂਰੋਂ ਆਉਂਦੀ ਲੱਗੀ
"ਯਾਰਾ, 'ਕੈਲੀ' ਨੂੰ ਲਿਫ਼ਾਫ਼ਾ ਦੇਣ ਦਾ
ਢੁਕਵਾਂ ਵਕਤ ਇਹੀ ਹੋਏਗਾ
ਬਸ ਤੂੰ ਬੇ-ਝਿਜਕ ਫੜਾ ਦੇਈਂ
ਫਿਰ ਜੋ ਗੁਰ ਭਾਵੇ, ਸੋ ਹੋਏਗਾ

　　ਅਚੇਤਨ ਦੀ ਦਲਦਲ

ਸਾਡੇ ਘਰੋਂ ਬਾਬਾ ਜੀ ਦੀ ਬੀੜ,
ਮੇਰੀਆਂ ਕਿਤਾਬਾਂ ਆਦਿ ਸਮਾਨ
ਤੈਨੂੰ ਹੀ ਲਿਜਾਣਾ ਪਏਗਾ
- ਹੁਣ ਅਤਬੀਰ ਦੀ ਆਵਾਜ਼ ਵਿਚ ਠਰ੍ਹਮਾ ਸੀ

ਅਲਵਿਦਾ ਕਹਿਕੇ ਕੈਲੀ ਦੇ ਪੈਰ
ਕਾਹਲੀ ਨਾਲ ਪਰਤ ਚੁੱਕੇ ਸੀ
ਅਤਬੀਰ ਦੇ ਇਹ ਬੋਲ ਕੰਨਾਂ ਵਿਚ
ਸਹਿਜੇ-ਸਹਿਜੇ ਗਰਕ ਚੁੱਕੇ ਸੀ

"ਯਾਰਾ, ਤੇਰੀ ਸਾਥਣ ਪੂਰੀ ਹੋਣ ਬਾਦ
ਮੈਂ ਤੇਰੀ ਸ਼ਾਇਰੀ ਤੇ ਕਿਤਾਬਾਂ
ਕਈ ਵਾਰ ਪੜ੍ਹ ਤੇ ਭੁੱਲ ਚੁੱਕਾ ਹਾਂ
ਖਾਸਕਰ ਪਿਛਲੇ ਮਹੀਨਿਆਂ 'ਚ
ਘੱਲੇ ਤੇਰੇ ਕਾਵਿ-ਸੁਨੇਹਿਆਂ
ਨਾਲ ਅੰਦਰੇ-ਅੰਦਰ ਘੁਲ਼ ਚੁੱਕਾ ਹਾਂ
- ਅਤਬੀਰ ਦੀ ਆਵਾਜ਼ ਵਿਚ ਡੂੰਘੀ ਹਮਦਰਦੀ ਸੀ

ਹਾਲਾਂ ਕਿ ਰੁਖਸਤੀ ਤੋਂ ਪਹਿਲਾਂ
'ਕੈਲੀ' ਨਾਲ ਕਈ ਵੇਰ ਤੇਰੀ ਬਾਬਤ
ਮੈਂ ਬਹੁਤ ਖੁਲ੍ਹ ਕੇ ਗੱਲ ਕੀਤੀ ਹੈ
ਪਰ ਉਸਨੇ ਸੁਣੀ-ਅਣਸੁਣੀ ਕਰਕੇ
ਹਮੇਸ਼ਾ ਹੀ ਗੱਲ ਬਦਲ ਦਿੱਤੀ ਹੈ

ਕਹਿੰਦੀ ਹੈ ਉਹਨੂੰ ਸਾਡੇ ਦੋਹਾਂ 'ਚ
ਕੋਈ ਫਰਕ਼ ਹੀ ਨਜ਼ਰ ਨਹੀਂ ਆਉਂਦਾ
ਸਾਡੇ ਦੋਹਾਂ ਦਾ ਜੀਵਨ-ਨਜ਼ਰੀਆ

ਲਗਦੈ, ਉਸਨੂੰ ਉੱਕਾ ਨਹੀਂ ਭਾਉਂਦਾ
- ਅਤਬੀਰ ਦਾ ਹਾਸਾ ਖੋਖਲਾ ਜਿਹਾ ਸੀ

ਉਸਨੇ ਆਪਣੀ ਗੱਲ ਜਾਰੀ ਰੱਖੀ-
"ਰੰਗੀਨ ਭਵਿੱਖ ਦੇ ਚਮਕੀਲੇ ਬਿੰਬ
ਮੈਂ ਕੈਲੀ ਦੀਆਂ ਸੁਪਨੀਲੀਆਂ
ਅੱਖਾਂ ਵਿਚ ਤਰਦੇ ਵੇਖੇ ਨੇ

ਮੇਅਰ ਦੀ ਸ਼ਾਨ, ਰੁਤਬਾ ਤੇ
ਚੋਣਾਂ ਦੇ ਟਿਕਟ ਤੋਂ ਇਲਾਵਾ
ਉਸਦੇ ਸਭ ਸਾਕ ਮਰਦੇ ਵੇਖੇ ਨੇ

ਅੱਗੋਂ ਆਪਣੇ ਤੇ ਪੁੱਤਰ ਲਈ ਉਹ
ਸਿਰਫ ਐਸ਼ੀ ਜ਼ਿੰਦਗੀ ਲੋਚਦੀ ਹੈ
ਹੁਣ ਤਾਂ ਮੈਂ ਸੁਣਕੇ ਹੈਰਾਨ ਵੀ ਨਹੀਂ ਹੁੰਦਾ
ਕਿ ਉਹ ਸਾਥੋਂ ਕਿੰਨਾ ਅਲੱਗ ਸੋਚਦੀ ਹੈ"
- ਅਤਬੀਰ ਦਾ ਹਾਸਾ ਨਕਲੀ ਜਿਹਾ ਸੀ

ਮੇਰੀਆਂ ਕਿਤਾਬਾਂ ਤੇ ਲਿਖਤਾਂ ਤੋਂ
ਕੈਲੀ ਨੂੰ ਜ਼ਰੂਰ ਕੋਈ ਐਲਰਜੀ ਸੀ
ਗੁਰਦੁਆਰੇ ਦੀ ਸੇਵਾ-ਸੰਭਾਲ਼
ਨਿਰਾ ਢਕੌਂਸਲਾ ਤੇ ਫਰਜ਼ੀ ਸੀ

ਘਰੇ ਸਦਾ ਬਾਬਾ ਜੀ ਦੀ ਸੇਵਾ ਦਾ
ਮਾਣ-ਮੌਕਾ ਮੈਨੂੰ ਹੀ ਮਿਲਿਆ ਹੈ
ਹਾਂ, ਕੈਲੀ ਨੇ ਸੰਗਤ ਵੋਟ-ਬੈਂਕ ਸਦਾ
ਏਸੇ ਮੇਅਰ ਦੋਸਤ ਨੂੰ ਘੱਲਿਆ ਹੈ
- ਅਤਬੀਰ ਦਾ ਹਾਸਾ ਬੜਾ ਰਹਿਸਮਈ ਸੀ

ਅੱਗੋਂ ਹੋਰ ਜਿਵੇਂ ਕੈਲੀ ਤੈਨੂੰ ਆਖੇਗੀ
ਉਹ ਤਾਂ ਨਿਭਾਉਣਾ ਹੀ ਪੈਣਾ ਹੈ
ਮੇਰਾ ਆਪੇ ਵਾਸਤੇ ਕੀਤੇ ਤਿਆਰ
ਸਹਿਜ-ਪਾਠ ਦਾ ਭੋਗ ਵੀ ਹੁਣ
'ਸੁਰਜੀਤ' ਤੈਨੂੰ ਹੀ ਪਾਉਣਾ ਪੈਣਾ ਹੈ

"ਯਾਰੋ ਰਲ਼ ਕਰਨਾ ਅਰਦਾਸ ਸ਼ਾਇਦ
ਇਸ ਹਨ੍ਹੇਰੀ ਸੁੰਨ ਤੋਂ ਸੁਰਖ਼ੁਰੂ ਹੋ ਸਕਾਂ
ਜ਼ਰੂਰ ਕਰਦੇ ਰਹਿਣਾ ਅਰਦਾਸ ਕਿ ਮੈਂ
ਨੇੜ੍ਹਾ ਜਿਹਾ, ਉਸ ਨੂਰ ਦੇ ਰੂਬਰੂ ਹੋ ਸਕਾਂ"
- ਹੁਣ ਅਤਬੀਰ ਦੀ ਆਵਾਜ਼ ਵਿਚ ਤਰਲਾ ਸੀ

ਵਸੀਅਤ

ਉਸਦੇ ਜਨਮ ਤੋਂ ਪਹਿਲਾਂ
ਉਸਦਾ ਪਿਤਾ ਸੋਚਦਾ ਸੀ
ਇਸ ਜਣੇਪੇ ਦਾ ਖ਼ਰਚ
ਕਿਥੋਂ ਕਰਾਂਗਾ

ਹੁਣ ਜਦੋਂ ਉਹ ਮਰਨ ਵਾਲਾ ਹੈ
ਉਸਦੇ ਬੱਚੇ ਸੋਚਦੇ ਪਏ ਨੇ
ਬੁੱਢੇ ਦੀ ਲੱਕੜੀ ਦਾ ਖ਼ਰਚ
ਕਿਥੋਂ ਕਰਾਂਗੇ

ਉਹ ਆਪ ਸਾਰੀ ਜ਼ਿੰਦਗੀ
ਇਹੀ ਸੋਚਦਾ ਰਿਹਾ
ਆਣ ਵਾਲੇ ਸ਼ੁਭ-ਅਸ਼ੁਭ ਮੌਕੇ
ਮੈਂ ਕਿਵੇਂ ਨਿਪਟਾਵਾਂਗਾ

ਮੌਕੇ ਤਾਂ ਸਾਰੇ ਹੀ ਲੰਘ ਜਾਂਦੇ ਹਨ
ਸ਼ੁਭ ਹੋਣ ਜਾਂ ਅਸ਼ੁੱਭ
ਹਾਂ! ਉਸਦੀ ਜ਼ਿੰਦਗੀ ਦੇ ਸ਼ੁੱਭ ਮੌਕੇ ਵੀ
ਪੈਸਿਆਂ ਦੀ ਥੋੜ ਖੁਣੋਂ
ਅਸ਼ੁੱਭ ਬਣਦੇ ਗਏ

ਗਰੀਬੀ ਤੇ ਕਰਜ਼ੇ ਦੀ ਭਾਰੀ ਪੰਡ
ਜੋ ਉਸਦੇ ਪਿਉ ਦੀ ਵਸੀਅਤ ਸੀ
ਆਪਣੇ ਬੱਚਿਆਂ ਦੇ ਸਿਰ ਰੱਖ
ਉਹ ਤੁਰ ਚੱਲਿਆ ਹੈ!
❀ ❀ ❀

ਜਵਾਨ ਹੁੰਦੇ ਬੱਚਿਆਂ ਅਤੇ ਚਿੱਟੇ ਫ਼ੁੱਲਾਂ ਵਾਲੇ ਪੌਦੇ ਵਿਚਕਾਰ ਜਦੋਂ ਉੱਚੇ ਹੋਣ ਦੀ ਹੋੜ ਚਲ ਰਹੀ ਸੀ...

ਚਿੱਟੇ ਫ਼ੁੱਲ

ਸਾਡੇ ਘਰ ਦੇ ਦਰਵਾਜੇ ਨਾਲ ਲੱਗਦੀ
ਜ਼ਮੀਨ ਤੋਂ ਉੱਠੀ ਇਕ ਬਾਲਕੋਨੀ ਹੈ
ਬਰਾਂਡੇ ਦੇ ਸਾਹਮਣੇ ਚਿੱਟੇ ਫ਼ੁਲਾਂ ਵਾਲੇ
ਤੇਜ਼ੀ ਨਾਲ ਉੱਚੇ ਹੁੰਦੇ ਸੰਘਣੇ ਪੌਦੇ ਨੂੰ
ਮੈਂ ਹਮੇਸ਼ਾ ਤੋਂ ਛਾਂਗਦਾ ਰਿਹਾ ਸਾਂ

ਬਰਾਂਡੇ 'ਚ ਬੈਠਿਆਂ ਸਾਹਮਣੇ
ਸੜਕ ਤੇ ਸ਼ਾਮ ਸਵੇਰੇ
ਹੱਥ ਹਿਲਾਂਦੇ, ਮੁਸਕਰਾਂਦੇ ਲੋਕ
ਸਾਥਣ ਤੇ ਬੱਚੀਆਂ ਨੂੰ ਜਦੋਂ
ਦਿਸਣੋਂ ਹਟ ਜਾਂਦੇ ਤਾਂ
ਇਸ ਪੌਦੇ ਦੇ ਕੱਦ ਨੂੰ ਔਕਾਤ ਵਿਚ
ਰੱਖਣ ਦਾ ਹੁਕਮ ਮਿਲ ਜਾਂਦਾ

ਸਾਡੀਆਂ ਅੱਠ ਤੇ ਦੱਸ ਸਾਲ ਦੀਆਂ
ਦੋਵੇਂ ਬੇਟੀਆਂ ਬਾਹਰ ਸੜਕ ਤੇ ਲੰਘਦੇ
ਮੁੰਡਿਆਂ ਪਿੱਛੇ ਮਟਕ-ਮਟਕ
ਕੇ ਤੁਰਦੇ ਲੰਬੇ ਵਾਲਾਂ ਵਾਲੇ
ਕੇਲਾਂ ਕਰਦੇ ਕਤੂਰਿਆਂ ਨੂੰ
ਨਿਤ ਦੇਖਣਾ ਲੋਚਦੀਆਂ ਸਨ
ਉਹ ਕਈ ਰਾਹ ਜਾਂਦੇ ਕਤੂਰਿਆਂ ਨੂੰ
ਨਾਂ ਲੈ ਕੇ ਬੁਲਾਂਦੀਆਂ ਤਾਂ ਉਹ

ਪੂਛ ਹਿਲਾ ਕੇ
ਤੇ ਉਨ੍ਹਾਂ ਦੇ ਮਾਲਕ ਹਮੇਸ਼ਾ ਹੱਥ ਹਿਲਾ ਕੇ
ਪਿਆਰ ਸਵੀਕਾਰਦੇ ਸਨ

ਚੰਗੀ ਰੁੱਤੇ ਹਰ ਸ਼ਾਮ ਦੀ ਚਾਹ ਅਸੀਂ
ਬਾਹਰ ਬਾਲਕੋਨੀ ਵਿਚ ਹੀ ਪੀਂਦੇ

ਕਦੇ-ਕਦੇ ਵੀਕੈਂਡ ਦੀ ਇੰਤਜ਼ਾਰ ਵਿਚ
ਇਹ ਪੌਦਾ ਇਤਨਾ ਉੱਚਾ ਹੋ ਜਾਂਦਾ ਕਿ
ਕੁੜੀਆਂ ਨੂੰ ਉੱਛਲ -ਉੱਛਲ ਕੇ
ਪੌਦੇ ਦੇ ਉਤੋਂ ਲੰਘਦੇ ਲੋਕਾਂ ਨੂੰ ਵੇਖਣਾ ਪੈਂਦਾ

ਇਸ ਉੱਛਲ ਕੁੱਦ ਵਿਚ ਕਈ ਵਾਰ
ਚਾਹ ਦਾ ਸਾਮਾਨ ਵੀ ਥੱਲੇ ਡਿਗਿਆ
ਬੱਚੀਆਂ ਨੂੰ ਖੁਸ਼ੀ ਵਿਚ ਟੱਪਦੀਆਂ
ਵੇਖ ਸਾਥਣ ਨੇ ਕਦੀ ਨਹੀਂ ਸੀ ਟੋਕਿਆ

ਵਕਤ ਸਿਰ ਨਾ ਛਾਂਗਣ ਤੇ ਸਗੋਂ
ਮੇਰੀ ਸ਼ਾਮਤ ਆਈ ਰਹਿੰਦੀ ਸੀ
ਇੰਜ ਹੀ ਕਈ ਵਰ੍ਹੇ ਲੰਘ ਗਏ
ਫਿਰ ਪੌਦੇ ਦਾ ਕੱਦ ਛੋਟਾ
ਕਰਨ ਦੀ ਲੋੜ ਹੀ ਨਹੀਂ ਪਈ

ਸੋਲਾਂ ਤੇ ਅਠਾਰਾਂ ਦੀਆਂ ਹੋਈਆਂ
ਬੇਟੀਆਂ ਨੇ ਐਸੇ ਕੱਦ ਕੱਢੇ ਕਿ
ਉਨ੍ਹਾਂ ਦੀ ਮਾਤਾ ਉਨ੍ਹਾਂ ਨੂੰ ਪੁੱਛਦੀ ਰਹਿੰਦੀ
ਕਿ ਹੁਣ ਸਾਹਮਣਿਉਂ ਕੌਣ ਲੰਘਿਆ

ਮੇਜ਼ ਤੋਂ ਚਾਹ ਦਾ ਸਾਮਾਨ ਵੀ
ਫਿਰ ਕਦੇ ਨਹੀਂ ਡਿਗਿਆ
ਇਕ ਦਿਨ ਮੈਂ ਦਫਤਰੋਂ ਲੇਟ ਸਾਂ
ਅੰਦਰੋਂ ਟਾਈ ਖੋਲ੍ਹਦੇ ਮੈਂ ਦੇਖਿਆ

ਸਾਹਮਣੇ ਸੜਕ ਤੋਂ ਨਿਤ ਲੰਘਦਾ
ਬਹੁਤ ਪਿਆਰੇ 'ਪੂਡਲ' ਦਾ ਮਾਲਕ
ਸੋਹਣਾ ਉੱਚਾ-ਲੰਬਾ ਮਸਫੁੱਟਾ ਜਵਾਨ
ਸਾਡੀ ਚਾਹ ਦੀ ਮੇਜ਼ ਕੋਲ ਆਕੇ
ਹੱਥ ਜੋੜਕੇ ਕਹਿ ਰਿਹਾ ਸੀ-

ਨਮਸਤੇ ਮੈਮ, ਮਾਈ ਨੇਮ ਇਜ਼ ਨੇਟ
ਕੈਨ ਆਈ ਟੇਕ ਯੂਅਰ ਡਾਟਰ ਆਊਟ ਔਨ ਏ ਡੇਟ

ਸਾਥਣ ਦੇ ਮੱਥੇ ਦੀਆਂ ਤਿਊੜੀਆਂ ਦੇਖ
ਮੈਂ ਸਾਰਾ ਮਾਮਲਾ ਸਮਝ ਗਿਆ
ਦੋਵੇਂ ਬੇਟੀਆਂ ਸ਼ਰਮਾ ਕੇ ਜਲਦੀ-ਜਲਦੀ
ਅੰਦਰ ਨੂੰ ਪਰਤੀਆਂ ਜਦ

ਮੈਂ ਸਾਥਣ ਨੂੰ ਗੁੱਸੇ ਵਿਚ ਕਹਿੰਦੇ ਸੁਣਿਆ
ਸੌਰੀ, ਨੋ ਇੰਗਲਿਸ਼
ਬੱਟ...ਯੂ ਲਵਲੀ ਡਾਗ!

ਬਸ ਫਿਰ ਉਸੇ ਦਿਨ ਮੈਨੂੰ
ਚਿੱਟੇ ਫੁੱਲਾਂ ਵਾਲਾ ਪੌਦਾ ਕਦੇ
ਨਾ ਛਾਂਗਣ ਦਾ ਹੁਕਮ ਮਿਲਿਆ

ਬਲਕਿ ਜਾਦੂਈ ਖਾਦ ਦਾ
ਸਭ ਤੋਂ ਵੱਡਾ ਡੱਬਾ
ਸਾਥਣ ਨੇ ਘਰ ਲਿਆ ਧਰਿਆ

ਜਿਸਦੇ ਨਾਲ ਨੇੜੇ-ਤੇੜੇ ਦੇ
ਮਰੇ ਹੋਏ ਰੁੱਖ ਵੀ 'ਸੁਰਜੀਤ' ਹੋ ਗਏ
ਪਰ ਚਿੱਟੇ ਫ਼ੁੱਲਾਂ ਵਾਲੇ ਪੌਦੇ ਤਾਂ
ਹਮੇਸ਼ਾ ਲਈ ਵੱਧਕੇ
ਸਾਡੇ ਤੇ ਲਾਂਘਿਆਂ ਵਿਚਕਾਰ
ਸਾਊਂਡ-ਪ੍ਰੂਫ਼ ਭੀਤ ਹੋ ਗਏ।

ਜਦ ਬੰਦੇ ਨੂੰ ਜ਼ਿੰਦਗੀ ਦੇ ਅਸਲ ਮਨੋਰਥ ਦੀ ਸਮਝ ਆਉਣ ਲੱਗਦੀ ਹੈ ਤਾਂ ਉਸਨੂੰ ਅਹਿਸਾਸ ਹੁੰਦਾ ਹੈ ਕਿ ਜੀਵਨ ਵਿੱਚ ਕੀ ਕਮਾਇਆ ਤੇ ਕੀ ਗਵਾਇਆ ਹੈ। ਜੱਦ ਤੱਕ ਉਸਨੂੰ 'ਰੱਬੀ ਹੁਕਮ' ਦੀ ਹੋਂਦ ਦਾ ਅਹਿਸਾਸ ਹੁੰਦਾ ਹੈ, ਤਦ ਤਕ ਜਵਾਨੀ ਖੁਰ ਚੁਕੀ ਹੁੰਦੀ ਹੈ। ਇਥੋਂ ਅੰਤਲੀ ਮੰਜ਼ਿਲ ਉਸ ਦੇ ਬਹੁਤ ਨੇੜੇ ਹੁੰਦੀ ਹੈ। ਹੁਣ ਬੜਾ ਪਛਤਾਵਾ ਹੁੰਦਾ ਹੈ ਕਿ ਸਾਰਾ ਜੀਵਨ ਉਨ੍ਹਾਂ ਚੀਜ਼ਾਂ ਪਿੱਛੇ ਵਿਅਰਥ ਗਵਾ ਦਿੱਤਾ ਜਿਨ੍ਹਾਂ ਦਾ ਰੱਬ ਦੇ ਘਰ ਵਿਚ ਰੱਤੀ ਭਰ ਵੀ ਮੁੱਲ ਨਹੀਂ।

ਆਹੂਤੀ

ਜਿਗਰ ਚਿਰੋਕੇ ਸਾਂਭ ਕੇ ਰੱਖੇ
ਬਤੀਤ ਵਿਗੋਚੇ, ਚੀਸਾਂ, ਲੋਚਾਂ

ਮੇਟ ਸਕਾਂ ਨਾ ਉਹ ਧੁੰਦਲਾਵਣ
ਅਤੀਤ ਦੀ ਕਿਸ ਬਿਧ ਫੱਟੀ ਪੋਚਾਂ

ਕੰਧ ਤਕਦੀਰ ਦੀ ਪੀਡੀ ਖਰ੍ਹਵੀ
ਢਾਹ ਨਾ ਸਕਿਆ ਯਤਨ ਹਥੌੜਾ

ਪਛਤਾਵੇ ਦੀ ਨਿੱਤ ਥੁੱਕ ਨਿਗਲੀ
ਮੂੰਹ-ਸੰਘ ਰੱਖਦੀਆਂ ਯਾਦਾਂ ਕੌੜਾ

ਸੋਨ-ਭਵਿੱਖ ਦੇ ਬਿੰਬ ਹੋਏ ਮੈਲ਼ੇ
ਮੁਕੀ ਊਰਜਾ, ਘਸੇ ਵਸੀਲੇ

ਘਟਦੀ ਅਉਧ ਤੇ ਸੁਕਦੀ ਸੱਤਿਆ
ਨੇਸਤ-ਪਸਤ ਗਏ ਸਭ ਹੀਲੇ

ਜੀਵਨ ਸੁੰਡੀ, ਤਿਤਲੀ ਜਿਹੇ ਸੁਪਨੇ
ਜੱਗ ਸ਼ਿਕਾਰੀ, ਗਿਰਗਿਟ ਸਭ ਅਪਣੇ

ਬਣ ਆਹੂਤੀ, ਇਸ ਮਹਾਯੱਗ ਦੀ
'ਸੁਰਜੀਤ' ਜਿਹੇ ਇੱਥੇ ਲੱਖਾਂ ਖਪਣੇ

੩ ੩ ੩

ਜਦੋਂ ਮਿੱਤਰਾਂ ਦੀ ਸੰਗਤ ਵਿਚ ਬਹਿ ਕਿਸੇ ਸੰਸਥਾ ਬਾਰੇ ਗੱਪ-ਸ਼ੱਪ ਚਲਦੀ ਹੈ ਤਾਂ ਕਿਸੇ ਨਾ ਕਿਸੇ ਮਿੱਤਰ ਦੇ ਮੂੰਹੋਂ ਸਹਿਜ ਸੁਭਾਏ ਨਿਕਲ ਆਉਂਦਾ ਹੈ ਕਿ ਮੈਂ ਫਲਾਣੀ-ਫਲਾਣੀ ਸੰਸਥਾ ਦਾ 'ਫਾਊਂਡਰ ਮੈਂਬਰ' ਹਾਂ, ਯਾਨੀ 'ਜੜ੍ਹ' ਮੈਂ ਲਾਈ ਸੀ।

ਪਰਿਵਾਰ ਵਿਚੋਂ ਸਭ ਤੋਂ ਪਹਿਲੇ ਹੋਇਆ ਪਰਵਾਸੀ, ਜਿੰਨੀ ਵਾਰ ਪੁੱਤਰ, ਪੋਤਰਿਆਂ ਨੂੰ ਮਿਲਦਾ ਹੈ ਇਹ ਦਸਣਾ ਨਹੀਂ ਭੁੱਲ ਦਾ ਕਿ ਪਰਦੇਸ ਵਿਚ ਪਰਿਵਾਰ ਦੀ 'ਜੜ੍ਹ' ਲਗਾਣ ਵਾਲਾ ਮੈਂ ਹੀ ਹਾਂ।

ਪਰ ਜੜ੍ਹ ਤਾਂ ਉਹ ਹੁੰਦੀ ਹੈ ਜੋ...

ਜੜ੍ਹ

ਫੁੱਲਾਂ ਲੱਦੇ ਸੰਘਣੇ ਰੁੱਖ ਹੇਠਾਂ
ਮੈਨੂੰ ਬੈਠਿਆ ਤਕ
ਪੰਛੀਆਂ ਨੇ ਚਹਿਕ
ਫੁੱਲਾਂ ਨੂੰ ਆਖਿਆ

"ਇਹ ਜੋ ਤੁਹਾਡੀ ਛਾਂ ਥਲੇ
ਕਾਗਜ਼ ਕਲਮ ਲੈ ਬੈਠਾ ਹੈ,
ਕੋਈ ਮਾੜਕੂ ਜਿਹਾ ਲਿਖਾਰੀ ਲਗਦੈ"

ਝੂਮਦੀ ਡਾਲ ਤੇ ਅਡੋਲ ਮੁਸਕਰਾਂਉਦੇ
ਫੁੱਲ-ਕਲੀਆਂ ਨੇ ਸ਼ਾਇਦ
ਮੇਰੀਆਂ ਅੱਖਾਂ 'ਚ
ਆਪਣੇ ਹੁਸਨ ਦੀ
ਤਾਰੀਫ਼ ਪੜ੍ਹ ਲਈ ਸੀ

ਤਾਹੀਓਂ ਟਹਿਕਣ ਲੱਗੇ ਕਿ –
"ਸਾਡੀ ਖੁਸ਼ਬੂ ਦਾ ਆਸ਼ਿਕ
ਤਾਂ ਹਰ ਕੋਈ,

ਸਾਡੇ ਰੰਗਾਂ, ਸੁਗੰਧਾਂ ਵੱਲ
ਖਿੱਚੀ ਆਵੇ ਕੁਲ ਲੋਈ”

ਸੁਣਿਆ ਟਹਿਣੀ ਨੇ ਤਾਂ
ਐਸਾ ਹੁਲਾਰਾ ਮਾਰਿਆ
ਕੱਚੀ-ਪੱਕੀ ਉਮਰ ਦੇ
ਕਿੰਨੇ ਹੀ ਫੁੱਲਾਂ ਨੂੰ
ਜ਼ਮੀਨ ਤੇ ਲਿਆ ਖਿਲਾਰਿਆ,

ਕਹਿੰਦੀ –
“ਆਉਂਦੀ ਰੁੱਤੇ ਮੈਂ ਇਹਨਾਂ ਤੋਂ ਵੀ
ਸੋਹਣੇ ਫੁੱਲ ਲਿਆਵਾਂਗੀ
ਮੁੱਢਾਂ ਤੋਂ ਖਿੱਚ
ਸੱਜਰਾ ਜੀਵਨ-ਰਸ
ਓਹਨਾਂ ਨੂੰ ਪਿਆਵਾਂਗੀ”

ਹੁਣ ਮੁੱਢ ਨੇ ਚੁੱਪ ਤੋੜੀ, ਕਹਿੰਦਾ –
“ਟਹਿਣੀਆਂ ਕੋਲੋਂ ਚੁੱਕਿਆ ਨਾ ਜਾਏ
ਇਕ ਹੌਲਾ ਜਿਹਾ ਆਲ੍ਹਣਾ

ਇਹਨਾਂ ਨੇ ਅੱਥਰੇ ਬਾਲਾਂ
ਤੇ ਜੋਬਨਮੱਤੀਆਂ ਪੀਂਘਾਂ ਨੂੰ
ਕਿਵੇਂ ਹੈ ਸੰਭਾਲਣਾ

ਇਹ ਸੁਣਕੇ ਤਣਾ ਤਾਂ
ਜਵਾਂ ਹੀ ਤਣ ਗਿਆ
ਖੁਰਦਰੇ ਲਿਬਾਸ ‘ਚ
ਆਕੜ ਕੇ ਖੜ੍ਹ ਗਿਆ

ਅਖੇ -
ਬਿਜਲੀ, ਝੱਖੜ, ਮੀਂਹ, ਹਨ੍ਹੇਰੀ
ਟਾਹਣ ਤਾਂ ਬਸ ਨੱਚਦੇ ਰਹਿੰਦੇ
ਜਿਵੇਂ ਨਸ਼ੇੜੀ

ਸਭ ਚਿੰਤਾ ਰਹਿਤ
ਮੇਰੇ ਅਸਵਾਰ
ਮੈਂ ਹੀ ਤਾਂ ਚੁੱਕਦਾਂ
ਸਾਰੇ ਰੁੱਖ ਦਾ ਭਾਰ

ਛਿੱਲੇ ਹੀ ਰਹਿੰਦੇ
ਮੇਰੇ ਗੁੱਟ ਤੇ ਮੋਢੇ

ਹੋਰ ਵੀ ਵਿੰਗੇ ਹੁੰਦੇ ਜਾਵਣ
ਮੈਂ ਬੁੱਢੜੇ ਦੇ
ਨਿਤ ਹੱਡ-ਗੋਡੇ

ਤੈਸ਼ 'ਚ ਆਈ ਜੜ੍ਹ ਦਾ ਵੀ
ਕੁਝ ਕਹਿਣ ਨੂੰ
ਜੀਅ ਤਾਂ ਕੀਤਾ, ਪਰ ਰੁਕੀ

ਬਸ ਇਕ ਹੌਕੇ ਨੇ
ਠਾਰ ਭੰਨੀ ਤੇ
ਸਮਝਾ ਦਿੱਤਾ ਮੇਰੇ ਕੰਨੀਂ
ਕਿ -

'ਸੁਰਜੀਤ' ਜੇ
ਅਖਵਾਉਣਾ ਏ ਜੜ੍ਹ
ਤਾਂ ਬੁੱਲ੍ਹ ਸੀਅ ਲੈ
ਸਬਰ ਕਰ!

ਜੜ੍ਹ ਉਹ,
ਜੋ ਨਾ ਤਾਂ
ਕਿਸੇ ਨੂੰ ਕੁਝ ਦਸਦੀ ਹੈ
ਤੇ ਨਾ ਹੀ ਕਿਸੇ ਨੂੰ ਦਿਸਦੀ ਹੈ

ਇਸ ਤੇਜ਼ ਰਫਤਾਰ ਮਸ਼ੀਨੀ ਯੁਗ ਵਿਚ ਸਾਡੇ ਹੱਥਾਂ ਨੂੰ ਸੈਲ-ਫ਼ੋਨ ਨਾਂ ਦੀ ਚਾਮਚੜਿੱਕ ਚੰਬੜ ਗਈ ਹੈ। ਜੇ ਸਾਡੇ ਕੋਲ ਨਿੱਕੇ ਬੱਚੇ ਦਾ ਕੂਲਾ ਜਿਹਾ ਹੱਥ ਫੜਕੇ ਕੁਝ ਟਪੂਸੀਆਂ ਮਾਰਨ ਦਾ ਵੀ ਵਕਤ ਨਹੀਂ, ਬਿਰਛ ਤੇ ਲਟਕੇ ਹੋਏ ਫਲ ਨੂੰ ਟੁਕਦੀ ਸੋਨ ਚਿੜੀ ਨੂੰ ਨਿਹਾਰਨ ਦਾ ਸਬਰ ਨਹੀਂ, ਆਪਣੇ ਵੱਲ ਨੂੰ ਉੱਛਲ-ਉੱਛਲ ਪੈਂਦੀਆਂ ਸਮੁੰਦਰੀ ਲਹਿਰਾਂ ਨਾਲ ਗੱਲ ਕਰਨ ਦੀ ਫ਼ੁਰਸਤ ਨਹੀਂ ਤਾਂ ਜ਼ਿੰਦਗੀ, ਬਸ, ਲੰਘਾ ਹੀ ਰਹੇ ਹਾਂ।

ਰੂਹ ਪਿਆਸੀ

ਬਾਹਾਂ ਦਾ ਤਰਸੇਵਾਂ
ਉਡੀਕ ਦਾ ਥਕੇਵਾਂ

ਢਲ਼ਦੇ ਸੂਰਜ ਦਾ ਉਦਰੇਵਾਂ
ਕਿ ਕੋਈ ਪਲ ਹੈ ਅਕੇਵਾਂ

ਸ਼ਾਇਦ ਰੂਹ ਪਿਆਸੀ ਹੈ
ਨਹੀਂ, ਸਿਰਫ਼ ਉਦਾਸੀ ਹੈ

ਜ਼ਿੰਦਗੀ ਦੀ ਅੰਨ੍ਹੀ ਹੋੜ ਵਿਚ
ਮੈਂ ਹਫਦਾ, ਤੇਜ਼ ਭਜਦਾ ਹਾਂ
ਰਾਹ 'ਚ ਖਿੜੇ ਰੰਗੀਨ ਫੁੱਲ
ਲਹਿਰਾਉਂਦੀਆਂ ਤਿਤਲੀਆਂ
ਅਣਦੇਖੀਆਂ ਕਰਦਾ ਹਾਂ

ਇਹ ਵੀ ਕੋਈ ਜ਼ਿੰਦਗੀ ਹੈ
ਨਿਰੀ ਬਦਹਵਾਸੀ ਹੈ
ਸ਼ਾਇਦ ਰੂਹ ਪਿਆਸੀ ਹੈ
ਨਹੀਂ, ਸਿਰਫ਼ ਉਦਾਸੀ ਹੈ

ਤੜਫਦੇ ਜਿਸਮਾਂ ਕੋਲੋਂ
ਪਾਸਾ ਵੱਟ ਲੰਘ ਜਾਂਦਾ ਹਾਂ
ਗਵਾਹੀਆਂ ਭੁਗਤਣੋਂ ਜਾਂ
ਪੁਲਿਸ ਤੋਂ ਡਰ ਜਾਂਦਾ ਹਾਂ
ਹਨ੍ਹੇਰੇ ਤੋਂ ਪਹਿਲਾਂ ਹੀ ਆਪਣੇ
ਘੁਰਨੇ ਚ ਵੜ ਜਾਂਦਾ ਹਾਂ

ਭਾਵੇਂ ਸ਼ਹਿਰ 'ਚ ਪਸਰਿਆ ਖ਼ੌਫ਼
ਨਿਰਾ ਸਿਆਸੀ ਹੈ
ਸ਼ਾਇਦ ਰੂਹ ਪਿਆਸੀ ਹੈ
ਨਹੀਂ, ਸਿਰਫ਼ ਉਦਾਸੀ ਹੈ

ਬਾਲਾਂ ਦੀਆਂ ਉਲ੍ਹਰੀਆਂ
ਬਾਹਾਂ ਛੱਡ, ਨਿਗਾਹ
ਸੁਪਨੀਲੇ ਮੰਜ਼ਰਾਂ
ਵੱਲ ਗੱਡਦਾ ਹਾਂ

ਬੁਲਾਵੇ ਲਹਿਰਾਂ ਦੇ
ਅਣਸੁਣਿਆਂ ਕਰ
ਰੋਜ਼ ਧੂਏਂ ਭਰੇ
ਸ਼ਹਿਰ ਨੂੰ ਭੱਜਦਾ ਹਾਂ

ਕਿਉਂ ਓਦਾਂ ਜੀਅ ਨਹੀਂ ਸਕਦਾ
ਜਿਵੇਂ ਸੰਨ ਤਰਿਆਸੀ ਹੈ
ਸ਼ਾਇਦ ਰੂਹ ਪਿਆਸੀ ਹੈ
ਨਹੀਂ, ਸਿਰਫ਼ ਉਦਾਸੀ ਹੈ

ਤੂੰ ਹੌਕੇ ਇੰਜ ਛੁਪਾ ਲੈਨੈਂ
ਜਿਵੇਂ ਉਬਾਸੀ ਹੈ
ਉਪਰਾਮ ਨਜ਼ਰ ਨਾਲ ਇੰਜ ਤੱਕਦੈਂ
ਜਿਵੇਂ ਸੰਨਿਆਸੀ ਹੈ

ਪਲਕਾਂ ਵਿਚ ਕਤਰੇ ਡੱਕ ਲੈਨੈ
ਲਗਦੈ ਅਭਿਆਸੀ ਹੈ
ਕੀ ਇਹ ਨਿਰੀ ਉਦਾਸੀ ਹੈ
ਹੁਣ ਛੱਡ ਜ਼ਿਦਾਂ
'ਸੁਰਜੀਤ', ਮੰਨ ਲੈ!
ਤੇਰੀ ਰੂਹ ਪਿਆਸੀ ਹੈ

❧ ❧ ❧

ਉਧੇੜ-ਬੁਣ ਦੇ ਚਕ੍ਰਵਿਊ ਵਿਚ ਫਸੀ ਕਲਮ ਦੀ ਛਟਪਟਾਹਟ ...

ਚੁੱਪ ਦਾ ਪਲ

ਦੁਬਿਧਾ ਮੇਰੀਆਂ ਦੇ ਉੱਠ ਪੈਂਣੇ
ਦਿਲ-ਡੋਬੂ ਸੋਚਾਂ ਦੇ ਬਵੰਡਰ,

ਕਸ਼ਮਕਸ਼ ਦੀਆਂ ਲਹਿਰਾਂ ਉਫ਼ਨਣ
ਸ਼ੂਕਦੇ ਸੰਸਿਆਂ ਦੇ ਸਮੰਦਰ

ਦਿਲਗੀਰੀ ਦੀ ਬਦਹਵਾਸੀ
ਕਾਹਲੇ ਸਾਹ ਦੀਆਂ ਕਾਂਗਾਂ ਅੰਦਰ

ਦਿਲ-ਦਿਮਾਗ ਸੁਰੰਗ 'ਚ ਰੌਲੇ
ਡਰ, ਝੋਰਿਆਂ ਦੇ ਘੀਚ-ਮਚੋਲੇ

ਵਲਵਲਿਆਂ ਦੀ ਪੋਣੀ ਪੁਣਕੇ
ਨਿੱਤਰੇ ਪਲ ਜਾਂ ਆ ਗਏ ਧੌਲੇ

ਹੁਣੇ ਬੋਚਿਆ ਚੁੱਪ ਦਾ ਇਕ ਪਲ
ਕਾਸ਼, ਜ਼ਰਾ ਹੋਰ ਲੰਮੇਰਾ ਹੋ ਜਾਏ

ਪਸਰਿਆ ਇਸ ਬਿੰਦ ਨੂਰੀ ਚਾਨਣ
ਵਿਸਮਾਦੀ ਖਿਣ, ਬਸ ਮੇਰਾ ਹੋ ਜਾਏ

ਨਮੋਸ਼ੀਆਂ ਦੇ ਹਨ੍ਹੇਰੇ ਤੇ ਔਕੜਾਂ ਦੀ ਭੁੱਲ-ਭੁੱਲਈਆਂ ਵਿਚ ਫਸੇ ਇਨਸਾਨ ਵੱਲੋਂ ਜਦੋਂ ਬਹੁਤ ਕਰੀਬੀ ਵੀ ਮੂੰਹ ਮੋੜ ਲੈਂਦੇ ਹਨ ਉਸ ਵਕਤ ਨਿਰਾਸਤਾ ਤੇ ਲਾਚਾਰਗੀ ਦੀ ਜਿੱਲ੍ਹਣ ਵਿਚ ਫਸਿਆ ਮਨੁੱਖ ਕਈ ਵਾਰ ਇਹ ਕਹਿਣ ਨੂੰ ਮਜਬੂਰ ਹੋ ਜਾਂਦਾ ਹੈ

ਦੁਪਹਿਰ

ਮੈਂ ਜ਼ਿੰਦਗੀ ਦੇ ਸਫ਼ਰ ਤੋਂ
ਥੱਕ ਚੁੱਕਾ ਹਾਂ

ਔਕੜਾਂ ਦੇ ਅਸਹਿ ਸੇਕ ਵਿਚ
ਮੇਰਾ ਅੰਗ-ਅੰਗ ਝੁਲਸ ਗਿਐ

ਮੈਂ ਜ਼ਿੰਦਗੀ ਦੀ ਦੁਪਹਿਰ ਤੋਂ
ਅੱਕ ਚੁੱਕਾ ਹਾਂ

ਕਿਤੇ ਮੌਤ ਦੀ ਛਾਂ ਮਿਲ ਜਾਏ

ਤਬਦੀਲੀ ਜ਼ਿੰਦਗੀ ਦਾ ਸੁਖਾਵਾਂ ਸੱਚ ਜ਼ਰੂਰ ਹੈ ਪਰ ਇਸ ਦੀ ਬੇਕਾਬੂ ਗਤੀ ਇਨਸਾਨੀਅਤ ਲਈ ਅਤਿ ਖਤਰਨਾਕ ਸਾਬਤ ਹੋ ਰਹੀ ਹੈ। ਨਵੀਆਂ ਤੋਂ ਨਵੀਆਂ ਤਕਨੀਕਾਂ ਦਾ ਈਜਾਦ ਜ਼ਿੰਦਗੀ ਦੇ ਹਰ ਪਹਿਲੂ ਨੂੰ, ਹਰ ਪਲ ਅਣਕਿਆਸੀ ਗਤੀ ਨਾਲ ਬਦਲ ਰਿਹਾ ਹੈ। ਦਾਨਿਸ਼ਮੰਦ ਸਾਨੂੰ ਆਗਾਹ ਕਰਦੇ ਰਹੇ ਹਨ ਕਿ ਵਰਤਮਾਨ ਵਿਚ ਜਿਊਣਾ ਸਿੱਖੋ। ਬਤੀਤ ਜਾਂ ਆਉਣ ਵਾਲੇ ਕੱਲ੍ਹ ਬਾਰੇ ਸੋਚ ਕੇ ਆਪਣਾ ਅੱਜ ਖਰਾਬ ਨਾ ਕਰੋ।

ਪਰ ਅਸੀਂ ਸੋਚਦੇ ਹਾਂ ਕਿ ਜ਼ਿੰਦਗੀ ਦੀ ਦੌੜ ਵਿਚ ਕਿਤੇ ਪਿੱਛੇ ਨਾ ਰਹਿ ਜਾਈਏ, ਇਸਲਈ ਕਈ ਫੈਸਲੇ ਸਾਨੂੰ ਤੱਤ-ਭੜੱਥ ਹੀ ਲੈਣੇ ਪੈਂਦੇ ਹਨ। ਸਫਲਤਾ ਦੀਆਂ ਕਈ ਹੋਰ ਸੰਭਾਵਨਾਵਾਂ ਸਾਡੇ ਆਸ-ਪਾਸ ਹੁੰਦੀਆਂ ਹਨ ਪਰ ਕਾਹਲੀ ਵਿਚ ਦਿਸਦੀਆਂ ਨਹੀਂ। ਹਾਲਾਂਕਿ ਜੀਣ ਦੀ ਸਭ ਤੋਂ ਚੰਗੀ ਅਦਾ ਸਾਨੂੰ ਕੁਦਰਤ ਹੀ ਸਿਖਾਉਂਦੀ ਹੈ।

ਕੀ ਅੱਜ ਕੱਲ੍ਹ ਹੈ ਕਿਸੇ ਕੋਲ ਵਿਹਲ, ਰਾਹ ਵਿਚ ਛੋਟੇ ਬੱਚੇ ਦੀ ਨਿਰਛੱਲ ਮੁਸਕਰਾਹਟ ਨਿਹਾਰਨ ਲਈ, ਕੁਝ ਘੜੀ ਮੁਸਕ੍ਰਾਂਦੇ ਫੁੱਲ ਕੋਲ ਰੁਕ ਕੇ ਨਜ਼ਰ ਭਰਕੇ ਦੇਖਣ ਲਈ ਜਾਂ ਕਲੋਲਾਂ ਕਰਦੇ ਪੰਛੀਆਂ ਦਾ ਸੁਰੀਲਾ ਅਲਾਪ ਸੁਣਨ ਦੀ? ਇਹਨਾਂ ਪੰਕਤੀਆਂ ਦਾ ਲੇਖਕ ਇਕ ਬੀਤੇ ਪਲ ਲਈ ਕਿੰਨਾ ਵੱਡਾ ਮੁੱਲ ਤਾਰਨ ਲਈ ਤਿਆਰ ਹੈ। ਵਰਤਮਾਨ ਵਿਚ ਜੀਣ ਲਈ ਜੋ ਠਹਿਰਾਉ ਚਾਹੀਦਾ ਹੈ, ਉਹ ਲਿਆਈਏ ਕਿਥੋਂ...?

ਠਹਿਰਾਉ

ਖੁਲ੍ਹਦੇ ਜਾਂਦੇ ਤੇਜ਼ ਗਤੀ
ਘਟਨਾਵਾਂ ਦੇ ਜਿੰਦੇ
ਅੱਖ-ਫੋਰ ਤੋਂ ਪਹਿਲਾਂ ਉੱਡਣ
ਸੁਰਤੀ ਦੇ ਪਰਿੰਦੇ

ਟਿਕਣ, ਨਾ ਦੇਣ ਟਿਕਾ
ਸੱਧਰਾਂ ਦੇ ਪੁਲੰਦੇ
ਛਿਣ ਸੁਖਦਾਈ ਬੋਚ ਲੈ ਗਏ
ਕਰਤਾ ਦੇ ਕਰਿੰਦੇ

ਖੌਫ-ਗੁਫ਼ਾਵਾਂ ਅੰਦਰ ਭਟਕੇ
ਸੰਸੇ ਡੁਬੇ ਬਾਸ਼ਿੰਦੇ
ਮਾਣੇ ਕੋਈ ਵਰਤਮਾਨ ਕਿਵੇਂ
ਬੇਈਮਾਨ ਝੱਟ ਛਿੰਦੇ

ਹੱਥੋਂ ਛੁੱਟਕੇ, ਖੁੰਝੇ ਪਲ-ਛਿਣ
ਕੋਈ ਕਿਤੋਂ ਲਿਆਓ
ਬੀਤੇ-ਛਿਣ ਮੋੜੇ ਜੋ ਯੰਤ੍ਰ
ਈਜਾਦ ਜੇ ਕਰ ਵਿਖਾਉ

ਚਿੰਤ-ਛਾਨਣੀ ਵਿਚੋਂ ਪੁਣ ਗਏ
ਸਹਿਜ, ਸਬਰ, ਟਿਕਾਉ
ਅੰਤਰ ਰਿੱਝਦੀਆਂ ਖੋਹਾਂ ਘੇਰਾਂ
ਕਿਵ ਲੱਭੀਏ ਠਹਿਰਾਉ

ਕੁੱਜੇ ਯਾਦਾਂ ਦੇ ਸਾਰੇ ਖੋਲ੍ਹੋ
ਅਤੀਤ ਦੇ ਖੱਖਰ ਹਿਲਾਉ
'ਸੁਰਜੀਤ' ਨੂੰ ਹੈ ਇਕ ਬੀਤੇ ਪਲ ਤੋਂ
ਭਵਿਖ ਵਾਰਨ ਦਾ ਚਾਉ

ਅਚਰਜੁ ਤੇਰੀ ਕੁਦਰਤਿ

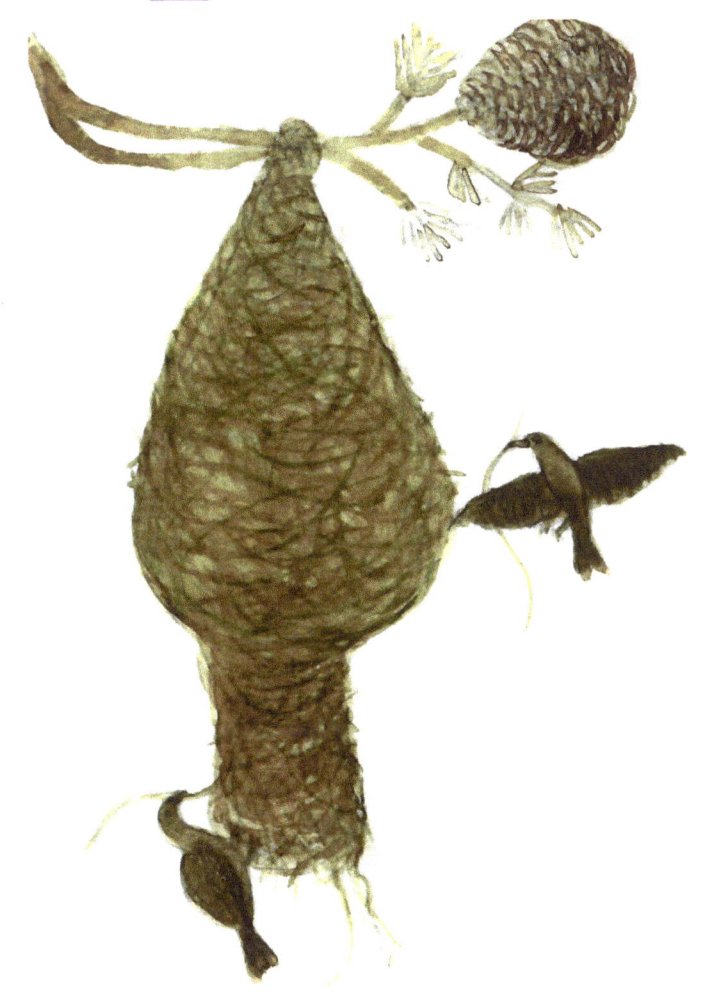

ਜ਼ਿੰਦਗੀ ਦੀ ਪਹਿਲੀ ਬਰਫਬਾਰੀ ਦੇਖਣ ਦੇ ਉਹ ਵਿਲੱਖਣ ਤੇ ਵਿਸਮਾਦੀ ਪਲ ਅੱਜ ਵੀ ਯਾਦਾਂ ਦੀ ਪੋਟਲੀ ਵਿਚ ਸਮੇਟੇ ਪਏ ਹਨ। ਬਰਫਬਾਰੀ ਦੇਖਣ ਦੀ ਬੇਤਾਬੀ ਏਨੀ ਸੀ ਕਿ 1989 ਵਿਚ ਜਦੋਂ ਕੈਨੇਡਾ ਦੀ ਠੰਢੀ-ਯੱਖ ਧਰਤੀ ਤੇ ਪਹਿਲੀ ਵਾਰ ਇੱਕਲੇ ਪੈਰ ਰੱਖਿਆ ਤਾਂ ਬਰਫ਼ ਪੈਣ ਦੀ ਇੰਤਜ਼ਾਰ ਵਿਚ ਤੜਕੇ ਤੱਕ ਜਾਗਦਾ ਰਿਹਾ ਸਾਂ।

ਦਿੱਲੀ ਦੀਆਂ ਸਰਦੀਆਂ ਵਿਚ ਹਰ ਆਥਣ ਨੂੰ ਦਾਦੀ ਦੀ ਝੋਲ਼ੀ ਵਿਚ ਨਿੱਕੇ ਹੁੰਦਿਆਂ ਸਿਮਟ ਕੇ 'ਤਾਤੀ ਵਾਉ ਨਾ ਲਾਗਈ' ਸੁਣਨਾ ਬਹੁਤ ਯਾਦ ਆਂਦਾ ਰਿਹਾ... ਮੌਂਟਰੀਅਲ ਵਿਚ ਹੱਥਾਂ ਪੈਰਾਂ ਦੇ ਪੋਟੇ ਕਈ-ਕਈ ਘੰਟੇ ਸੁੰਨ ਰਹਿਣ ਲੱਗੇ ਤਾਂ ਇੰਜ ਲਗਿਆ ਜਿਵੇਂ ਦਾਦੀ ਜੀ ਦੀਆਂ ਅਸੀਸਾਂ ਵਾਕਈ ਲੱਗ ਰਹੀਆਂ ਹਨ।

ਅਰਸ਼ੀ ਸੁਨੇਹਾ

ਲੰਘ ਰਿਹੈ ਰਾਤ ਦਾ ਤੀਜਾ ਪਹਿਰ
ਤਾਰਕੋਲੀ ਸੜਕ ਲਿਸ਼ਕ ਰਹੀ
ਵਗ ਰਹੀ ਜਿਵੇਂ ਚਾਂਦੀ ਦੀ ਨਹਿਰ

ਗਗਨ ਥਾਲ ਦੇ ਚਾਨਣ ਵਿਚ
ਮਖ਼ਮਲੀ ਚੁੱਪ ਰਹੀ ਪਸਰ

ਘਸਮੈਲੇ ਅੰਬਰੋਂ ਉਤਰਦੇ
ਕਪਾਹ ਦੇ ਫੁੱਲ ਮਲਕੜੇ ਨਿਡਰ

ਪੰਖੀਲੀ ਫੁਹਾਰ ਦੀ ਜਿਵੇਂ ਹੋ ਰਹੀ
ਅੱਧਸੁੱਤੇ ਪੱਤਿਆਂ ਨਾਲ ਘੁਸਰ-ਮੁਸਰ

ਪਲ-ਪਲ ਮੁਟੇਰੀ ਹੋ ਰਹੀ,
ਧੁੰਦ 'ਚ ਵਿਛਦੀ ਚਿੱਟੀ ਚਾਦਰ

ਹਿਮ ਗੋਹੜੇ ਝੀਲ 'ਚ ਲਿਖ ਰਹੇ
ਇਲਾਹੀ ਗਜ਼ਲ ਦੀ ਅਗਲੀ ਸਤਰ

ਅਣਚਾਹੇ ਲਿਫਦੀਆਂ ਘਾਹ ਤਿੜਾਂ
ਪਲ-ਪਲ ਹਿਲਦੀਆਂ ਬੇਸਬਰ

ਅਰਸ਼ੋਂ ਸ੍ਰਿਸ਼ਟੀ 'ਚ ਉਤਰ ਰਿਹਾ
ਕੋਈ ਅਨਹਦ ਨਾਦ ਬੇਹਰਫ

ਰਿਮ-ਝਿਮ ਧਾਰਾ ਵਰਸ ਰਹੀ
'ਸੁਰਜੀਤ' ਤਾਂ ਸੁੱਤਾ ਬੇਖਬਰ

ਬਾਹਰ ਸੜਕਾਂ ਦੀਆਂ ਵਿਰਲਾਂ ਵਿਚ, ਕੱਚੀਆਂ ਕੰਧਾਂ ਉੱਪਰ ਤੇ ਜੰਗਲਾਂ ਵਿਚ ਬਿਨਾਂ ਮਿਹਨਤ, ਖਾਦ ਤੇ ਪਾਣੀ ਦਿੱਤਿਆਂ ਵੀ ਕਿੰਨੇ ਉੱਚੇ ਤੇ ਤੰਦਰੁਸਤ ਬੂਟੇ ਉੱਗ ਪੈਂਦੇ ਹਨ।

ਸਾਡੇ ਘਰ ਪਿਛਲੀਆਂ ਕਿਆਰੀਆਂ ਵਿਚ ਨਵੀਂ ਮਿੱਟੀ ਤੇ ਕੀਮਤੀ ਖਾਦ ਪਾ ਕੇ, ਦੋਹਾਂ ਪ੍ਰਾਣੀਆਂ ਵੱਲੋਂ ਜੀ-ਜਾਨ ਨਾਲ ਹਰ ਤਰ੍ਹਾਂ ਦੀ ਸੇਵਾ ਕਰਨ ਦੇ ਬਾਵਜੂਦ ਵੀ ਫੁੱਲ-ਸਬਜ਼ੀ ਦੇ ਬੂਟੇ ਕਈ ਵਾਰ ਨਹੀਂ ਉੱਗਦੇ। ਕੀ ਤੁਹਾਡੇ ਨਾਲ ਵੀ ਅਜਿਹਾ ਹੁੰਦਾ ਹੈ?

ਜੰਗਲੀ ਫੁੱਲ

ਐਤਕੀ ਦੀ ਗਰਮ ਰੁਤੇ ਪੀਲੇ ਗੁਲਾਬ ਦਾ ਫੁੱਲ
ਲਾਉਣ ਦੇ ਸਾਰੇ ਯਤਨ ਨਕਾਰਾ ਹੋ ਗਏ ਜਾਪਦੇ ਹਨ

ਰੂੜੀ, ਪਾਣੀ, ਗੋਡੀ ਕੀ ਕੁਝ ਨਹੀਂ ਕੀਤਾ
ਪੱਤੇ ਵੀ ਪਲੋਸਦਾ ਰਿਹਾਂ, ਸੋਟੀ ਦਾ ਸਹਾਰਾ ਵੀ ਦਿੱਤਾ ਹੈ

ਨਾਲ ਸੜਕ ਤਰੇੜ ਚੋਂ ਨਿਕਲੀਆਂ ਅੱਖੜ ਘਾਹ ਦੀਆਂ ਤਿੜਾਂ ਨੇ
ਮੈਨੂੰ ਹਰ ਰੋਜ਼ ਮੁਸ਼ੱਕਤ ਕਰਦੇ ਜ਼ਰੂਰ ਤਕਿਆ ਹੋਵੇਗਾ

ਸਾਈਡਵਾਕ ਦੀਆਂ ਵਿਰਲਾਂ ਚੋਂ ਪੀਲੀ ਛਤਰੀ ਵਰਗੇ ਫੁੱਲ ਵਾਲਾ
ਆਪੇ ਨਿਕਲਿਆ ਜੰਗਲੀ ਪੌਦਾ ਮੇਰੀ ਸੇਵਾ ਦੀ ਗਵਾਹੀ ਭਰਦਾ ਹੈ

ਅਜੇ ਪਰਸੋਂ ਹੀ ਕਾਰ ਥੱਲੇ ਮਿੱਧੇ ਗਏ ਪੀਲੀ ਛੱਤਰੀ ਫੁੱਲ ਤੇ
ਲਿਫਦੀਆਂ ਘਾਹ ਦੀਆਂ ਤਿੜਾਂ ਮੈਂ ਆਪ ਤੱਕੇ ਸਨ

ਫਿਰ ਕਲ੍ਹ ਝੁਕੀ ਜਿਹੀ ਕਮਰ ਸਿੱਧੀ ਕਰ ਮਸਾਂ ਕੁਝ ਹਿੱਲੇ ਸਨ
ਪਰ ਅੱਜ ਮਟਕ ਲਹਿਰਾ ਕੇ ਜਿਵੇਂ ਮੇਰੀ ਮਰ ਰਹੀ
ਫੁੱਲ-ਕਿਆਰੀ ਨੂੰ ਸ਼ਰਮਸਾਰ ਕਰ ਰਹੀਆਂ ਹਨ

ਦਿਲ ਤਾਂ ਕਰਦਾ ਹੈ ਹੌਲ਼ੀ-ਹੌਲ਼ੀ ਮਰ ਰਹੇ
ਗੁਲਾਬ ਨੂੰ ਪੁੱਟ ਵਗਾਹ ਮਾਰਾਂ ਤੇ
ਉਸਦੀ ਜਗਾਹ ਤੇ ਪੀਲ਼ੀ ਛੱਤਰੀ ਵਾਲੇ
ਜੰਗਲੀ ਫ਼ੁੱਲਾਂ ਦਾ ਪੌਦਾ ਹੀ ਲਗਾ ਦਿਆਂ
ਪਰ ਅੱਖੜ ਘਾਹ ਦੀਆਂ ਤਿੜਾਂ ਤੇ
ਸਾਥਣ ਦੇ ਮੇਹਣਿਆਂ ਤੋਂ
'ਸੁਰਜੀਤ' ਨੂੰ ਡਰ ਲੱਗਦਾ ਹੈ

ਮਾਂਟਰੀਅਲ ਵਿਚ ਗਰਮੀਆਂ ਦੇ ਪੰਜ ਮਹੀਨੇ ਘਰ ਪਿਛਲੀ ਰਸੋਈ-ਬਗੀਚੀ ਵਿਚ ਬਰਫ਼ ਪਿਘਲ਼ਣ ਦੇ ਬਾਦ ਫਲਾਂ-ਸਬਜ਼ੀਆਂ ਉਗਾਣ ਵਾਸਤੇ ਜ਼ਮੀਨ ਤਿਆਰ ਕਰਨ, ਘਰੇਲੂ ਕੁਦਰਤੀ ਖਾਦ ਪਾ ਕੇ ਕੋਮਲ ਕਰੂੰਬਲਾਂ ਨੂੰ ਹੌਲ਼ੀ-ਹੌਲ਼ੀ ਸਿਰ ਕੱਢਦੇ ਵੇਖਣ ਦਾ ਜੋ ਆਨੰਦ-ਰਸ ਮਿਲਦਾ ਹੈ ਉਹ ਗੁਜ਼ਰੀ ਸਰਦੀ ਦੇ ਸਾਰੇ ਨੀਲੇ ਬਰਫੀਲੇ ਜ਼ਖ਼ਮ ਭਰ ਦਿੰਦਾ ਹੈ।

ਫਿਰ ਗਰਮੀਆਂ ਦੇ ਅੰਤ ਵਿਚ ਆਰਗੈਨਿਕ ਜੀਵੰਤ ਫੱਲ-ਸਬਜ਼ੀਆਂ ਦੀ ਆਮਦ ਆਉਣ ਵਾਲੀਆਂ ਸਰਦੀਆਂ ਲਈ ਜਿਸਮ ਤੇ ਆਤਮਾ ਨੂੰ ਤਿਆਰ ਕਰਦੀ ਰਹਿੰਦੀ ਹੈ...

ਚੈਰੀ ਟਮਾਟਰ

ਚੈਰੀ ਟਮਾਟਰ ਦੀਆਂ ਕੋਮਲ ਸ਼ਾਖ਼ਾਂ
ਇਕ ਦੂਜੇ ਤੋਂ ਹੋਰ ਉੱਪਰ ਉੱਠਣ ਲਈ
ਕਾਹਲੀਆਂ ਲੱਗ ਰਹੀਆਂ ਹਨ
ਭੰਵਰਾ ਕੁਝ ਗੁਣਗੁਣਾਂਦਾ ਹੋਇਆ
ਚੁਣਿੰਦੇ ਫੁੱਲਾਂ ਦੀ ਤਲਾਸ਼ ਵਿਚ ਹੈ

ਛੱਤ ਦੀ ਚਿਮਨੀ ਤੇ ਬੇਤਾਬ ਦਿੱਸਦਾ
ਪੰਛੀ ਲਗਾਤਾਰ ਗਰਦਨ ਘੁਮਾਉਂਦਾ
ਮੇਰੀ ਗੁਡਾਈ ਵਿਚੋਂ ਨਿਕਲ਼ਣ ਵਾਲੇ
ਗੰਡੋਏ ਲਈ ਤਰਲੋ-ਮੱਛੀ ਹੋ ਰਿਹਾ ਹੈ

ਲਾਲ-ਸੂਹਾ ਚੈਰੀ ਟਮਾਟਰ ਦਾ
ਪਹਿਲਾ ਗੁੱਛਾ ਹਵਾ ਦੇ ਬੁੱਲਿਆਂ ਨਾਲ
ਹਿਲ-ਹਿਲ ਕੇ ਸੱਦਾ ਦੇ ਰਿਹਾ ਹੈ ਕਿ
ਬਸ ਹੁਣ ਮੁਸ਼ੱਕਤ ਬਹੁਤ ਹੋ ਗਈ,
ਆ ਜਾ ਮੇਰੇ ਕੋਲ ਬਹਿ, ਫੱਲ ਚੱਖ਼

ਨੇੜੇ ਖੇਲਦੀ ਨਿੱਕੀ ਦਾ ਪੋਲਾ ਜਿਹਾ ਹੱਥ
ਮੇਰੇ ਮੋਢੇ ਨੂੰ ਹਲੂਣਦਾ ਹੈ
ਉਸਦੀ ਦੂਸਰੇ ਹੱਥ ਦੀ ਉਂਗਲੀ
ਉਸੇ ਲਾਲ ਗੁੱਛੇ ਵੱਲ
ਕਦੋਂ ਦਾ ਇਸ਼ਾਰਾ ਕਰ ਰਹੀ ਹੈ

ਲਾਲ ਅੰਗੂਰਾਂ ਵਰਗੇ ਦੋ ਦਾਣੇ ਤੋੜ
ਮੈਂ ਉਸਦੇ ਮੂੰਹ ਵਿਚ ਪਾਉਂਦਾ ਹਾਂ
ਹੁਣ ਨਿੱਕੀ ਦੀਆਂ ਅੱਖਾਂ ਥਾਣੀਂ
ਫ਼ਲ ਦਾ ਸਵਾਦ ਚੱਖ਼ ਰਿਹਾ ਹਾਂ

ਗੁਲਾਬੀ ਬੁੱਲੀਆਂ ਚੋਂ ਤਿਲਕ
ਕੁਝ ਬੀਜ ਭੌਂ ਤੇ ਆ ਡਿੱਗੇ ਹਨ
ਤੇਜ਼ ਤੁਰਦੀ ਕੀੜੀ ਰੁਕ ਗਈ ਹੈ

ਰਸੋਈ 'ਚ ਰੁੱਝੀ ਸਾਥਣ ਨੂੰ
ਹੈਰਾਨੀ ਭਰੀ ਖੁਸ਼ੀ ਦੇਣ ਲਈ
ਬਿਨਾਂ ਕੁਛ ਕਹੇ ਹੱਥ ਫ਼ੜ ਮੈਂ
ਸਬਜ਼ੀ ਦੀ ਬਗੀਚੀ ਵਿਚ
ਪਹਿਲਾ ਗੁੱਛਾ ਦਿਖਾਉਣ
ਖਿੱਚ ਕੇ ਲੈ ਆਉਂਦਾ ਹਾਂ

'ਨਾਨਾ ਜੀ-ਗਲਿਹਿਰੀ!
ਕਹਿੰਦੀ ਡਰੀ ਹੋਈ ਨਿੱਕੀ
ਮੇਰੇ ਵੱਲ ਨੂੰ ਦੌੜੀ ਆ ਰਹੀ ਹੈ
ਸਾਹਮਣੇ ਵਾੜ ਦੀ ਚੁਗਾਠ ਉੱਪਰ
ਗਾਹਲੜ ਚੈਰੀ ਟਮਾਟਰਾਂ ਦਾ

ਅੱਧ-ਖਾਧਾ ਗੁੱਛਾ ਘਸੀਟ ਕੇ
ਬਗੀਚੀ ਦੀ ਵਾੜ ਟੱਪਣ ਵਿਚ
ਸਫਲ ਹੋ ਗਈ ਹੈ

ਨੇੜਿਓਂ ਪੰਛੀ ਉੱਡਣ ਦੀ
ਸਰਸਰਾਹਟ ਸੁਣਦੀ ਹੈ
ਜ਼ਮੀਨ ਤੇ ਡਿੱਗੇ ਬੀਜ ਅਤੇ ਕੀੜੀ
ਦੋਵੇਂ ਕਿਤੇ ਨਜ਼ਰ ਨਹੀਂ ਆ ਰਹੇ
ਸਾਥਣ 'ਸੁਰਜੀਤ' ਦਾ ਹੱਥ ਝਟਕ ਕੇ
ਰਸੋਈ ਵੱਲ ਵਾਪਸ ਜਾ ਰਹੀ ਹੈ

ਬਰਫ਼ਬਾਰੀ

ਅਰਸ਼ੋਂ ਫਟਕ ਖਿੰਡਰੇ
ਕਣ-ਕਣ ਜਗਮਗਾਹਟ
ਬਰਫ਼ੀਲੀ ਹਵਾ ਸ਼ੂਕੇ
ਪਾਰੇ ਦੀ ਗਿਰਾਵਟ

ਕੱਕਰੀਲੀ ਸੁੰਨ ਪਾੜੇ
ਬੇਲਚੇ ਦੀ ਛੁੰਡਲਾਹਟ
ਹਠੀਲੇ ਜਿਹੇ ਬੂਟਾਂ ਦੀ,
ਕਿੜਕਿੜਾਂਦੀ ਆਹਟ

ਸ਼ਰਾਰਤੀ ਤੇਰੀ ਤਕਣੀ ਚੋਂ
ਛਲਕਦੀ ਮੁਸਕਰਾਹਟ
ਨਿੱਘੀ ਜਿਹੀ ਬੁੱਕਲ ਵਿਚ
ਪਿਘਲ਼ਦੀ ਸਰਸਰਾਹਟ

ਮਹਿਕੀ ਉਬਾਸੀ ਸੰਗ
ਜਿਸਮਾਂ ਦੀ ਤਰਾਵਟ
ਕੋਸੇ ਜਿਹੇ ਬੁੱਲਾਂ ਤੋਂ
ਅਤਰੀ ਫੁਸਫੁਸਾਹਟ

ਠਰਦੇ ਕੰਨ ਉਡੀਕਣ
ਇਕ ਰੇਸ਼ਮੀ ਤਰਾਵਟ
ਸੁਪਨੀਂਦਰੀਆਂ ਅੱਖਾਂ ਵਿਚ
ਸੁਫ਼ਨੇ ਦੀ ਸਜਾਵਟ
ਪਹਿਲਾਂ ਤਾਂ ਪਿਲਾ ਕਾਹਵਾ
'ਸੁਰਜੀਤ', ਉਤਰੇ ਥਕਾਵਟ

ਅਲਾਸਕਾ ਦੇ ਉੱਚੇ ਪਹਾੜਾਂ ਦੀਆਂ ਚੋਟੀਆਂ ਨੂੰ ਛੋਹੰਦੇ ਬੱਦਲ ਵੇਖਕੇ ਇੰਜ ਮਹਿਸੂਸ ਹੁੰਦਾ ਹੈ ਜਿਵੇਂ ਕੁਦਰਤ ਦੇ ਕਾਸਿਦ ਬੱਦਲ, ਚੋਟੀਆਂ ਨੂੰ ਚੁੰਮਣ ਤੇ ਕੋਈ ਰੱਬੀ ਇਲਹਾਮ ਦੇਣ ਅਸਮਾਨ ਤੋਂ ਹੇਠਾਂ ਉਤਰ ਆਏ ਹੋਣ...

ਅਲਾਸਕਾ

ਲੱਖਾਂ ਹੀ ਨੀਲ ਝੀਲਾਂ
ਹਰੀਆਂ ਨੇ ਸੈਰ-ਗਾਹਾਂ

ਸੈਲਾਨੀਆਂ ਦੇ ਸਿਜਦੇ 'ਚ;
ਵਿਛੀਆਂ ਪਈਆਂ ਨੇ ਰਾਹਾਂ

ਤੁਰਦੇ ਗਲੇਸ਼ੀਅਰ ਨੇ
ਕਿਰਦੇ ਗਲੇਸ਼ੀਅਰ ਨੇ

ਸਦੀਆਂ ਦੇ ਭਾਰ ਹੇਠਾਂ
ਖ਼ੁਰਦੇ ਗਲੇਸ਼ੀਅਰ ਨੇ

ਚਿਰ-ਜੰਮੀ ਬਰਫ ਦੀ ਖੁਰਚਣ
ਪਿਘਲੇ ਪਲਾਂ ਦੀ ਤਿਲਕਣ

ਕਿਵੇਂ ਪੰਡ ਬੰਨ੍ਹ ਕੇ ਤੁਰੀਏ
ਮਦੀਲੀ ਹਵਾ ਦੀ ਰੁਣਝੁਣ

ਉਭਾਰ ਸਿਖ਼ਰ ਹਸਤੀ
ਕਰ ਜਪੁ ਸੁਰਤ ਉਚੇਰੀ

ਕਿ ਚੋਟੀਆਂ ਨੂੰ ਚੁੰਮਣ
ਗਗਨ ਉਤਰੇ ਲਾਏ ਫੇਰੀ

ਮਕੜਾ

ਬਗੀਚੀ ਲਾਗੇ ਜਾਲ਼ੇ ਵਿਚ ਫਸੇ
ਸ਼ਿਕਾਰ ਹੜ੍ਹਪਦੇ ਮਕੜੇ ਨੂੰ
ਗਵਾਂਢੀ ਨੀਝ ਲਾ ਕੇ ਵੇਖਦਾ ਹੈ

ਜਾਲ਼ੇ ਨੂੰ ਸਾਫ਼ ਕਰਨ ਲਈ
ਬਾਂਸ-ਬੱਝਾ ਝਾੜੂ ਲਿਆਂਦਾ ਹੈ

ਮਕੜਾ ਜਾਲ਼ੇ ਵਿਚ ਫਸੇ
ਸ਼ਿਕਾਰਾਂ ਦੀ ਤਰਤੀਬ ਨੂੰ
ਇਕ ਇਕ ਕਰਕੇ ਹੜੱਪਦਾ
ਅੱਗੇ ਵਧਿਆ ਆ ਰਿਹਾ ਹੈ

ਗਵਾਂਢੀ ਦੇ ਨੇੜੇ ਪਹੁੰਚਦਿਆਂ
ਅਚਾਨਕ ਹਵਾ ਦਾ ਤੇਜ਼ ਬੁੱਲ੍ਹਾ
ਜਾਲ਼ੇ ਦੀ ਪੀਂਘ ਨੂੰ ਹੁਲਾਰ ਕੇ
ਬਾਕੀ ਬਚੇ ਸਾਰੇ ਸ਼ਿਕਾਰਾਂ ਨੂੰ
ਜਾਲ਼ੇ ਤੋਂ ਆਜ਼ਾਦ ਕਰ ਦੇਂਦਾ ਹੈ

ਪੀਂਘ ਝੂਟਦਾ ਮਕੜਾ ਠੀਕ
ਉਸੇ ਥਾਂ ਆ ਡਿੱਗਾ
ਜਿੱਥੇ ਹੁਣੇ ਉਸਦਾ ਬੂਟ
ਆਪਣੀ ਜ਼ਮੀਨ ਤਲਾਸ਼ ਰਿਹਾ ਸੀ

'ਸੁਰਜੀਤ' ਨੂੰ ਸਮਝ ਨਹੀਂ ਆ ਰਹੀ ਕਿ
ਕੁਦਰਤ ਨੇ ਹੁਣੇ ਕੁਝ ਜਾਨਾਂ ਬਚਾਈਆਂ
ਜਾਂ ਮਕੜੇ ਦਾ ਜੀਵਨ ਤੇ ਭੋਜਨ ਖੋਹਿਆ ਹੈ

ਪਤਝੜ ਦੇ ਅਵਾਰਾ ਪੱਤੇ ਉਡਦੇ-ਭਟਕਦੇ ਹਰ ਸਾਲ ਚਾਰ ਪੌੜੀਆਂ ਚੜ੍ਹਕੇ ਸਾਡੇ ਦਰਵਾਜ਼ੇ ਆ ਦਸਤਕ ਦੇਂਦੇ ਹਨ। ਸਾਹਮਣੀ ਸੜਕ ਤੇ ਘੁੰਮਣਘੇਰੀਆਂ ਵਿਚ ਫਸੇ ਪੱਤਿਆਂ ਨੂੰ ਵੇਖ ਇਕ ਤਰਸ ਜਿਹਾ ਮਹਿਸੂਸ ਕਰ ਰਿਹਾ ਸਾਂ ਕਿ ਅਜਮੇਰ ਰੋਡੇ ਹੁਰਾਂ ਦੀ ਇਕ ਕਵਿਤਾ 'ਪ੍ਰੇਰਨਾ ਸਹਿਤ ਯਾ ਪ੍ਰੇਰਨਾ ਰਹਿਤ' ਮੇਰੇ ਸਾਹਮਣੇ ਆ ਗਈ, ਜਿਸ ਦੀਆਂ ਸਤਰਾਂ ਕੁਝ ਇਸਤਰਾਂ ਹਨ - ਦਰਿਆ ਵਿਚ ਵਹਿ ਰਹੇ ਪਿੱਪਲ ਦੇ ਸੁੱਕੇ ਪੱਤੇ ਨੂੰ ਕੀ ਪਤਾ ਪਾਣੀ ਦੇ ਵਹਾ ਦਾ! ...ਤੇ ਬਸ ਮੇਰੀਆਂ ਸੋਚਾਂ ਦਾ ਵਹਿਣ ਉਸ ਪਾਣੀ ਦੇ ਵਹਾ ਨਾਲੋਂ ਤੇਜ਼ ਵਗ ਤੁਰਿਆ ਸੀ।

ਪੱਤੇ

ਜੋ ਬਹਾਰਾਂ ਵਿਚ ਹੱਸੇ ਪੱਤੇ
ਟਹਿਣੀਉਂ ਟੁੱਟਦੇ ਦਿੱਸੇ ਪੱਤੇ
ਅਰਸ਼ੀਂ ਉੱਠਣ ਨਾ ਡਿਗਣ ਥੱਲੇ
ਘੁੰਮਘੇਰੀਆਂ ਫੱਸੇ ਪੱਤੇ

ਝਾੜੀਆਂ ਦੇ ਵਿਚ ਅੜ ਗਏ ਪੱਤੇ
ਛੱਤਾਂ ਤੇ ਕੁਝ ਚੜ੍ਹ ਗਏ ਪੱਤੇ
ਏਧਰ ਉਧਰ ਭਟਕ ਭਟਕ ਕੇ
ਰਾਹਾਂ ਭੁੱਲ ਕੇ ਖੜ੍ਹ ਗਏ ਪੱਤੇ

ਗਟਰਾਂ ਦੇ ਵਿਚ ਵੜ ਗਏ ਪੱਤੇ
ਢੇਰ ਕੂੜੇ ਵਿਚ ਸੜ ਗਏ ਪੱਤੇ
ਬੰਦ ਦਰਾਂ ਤੇ ਦਸਤਕ ਦੇਂਦੇ
ਪੈਰ, ਖੁਰਾਂ ਵਿਚ ਝੜ ਗਏ ਪੱਤੇ

ਜੋ ਪੱਖੇ ਬਣ ਸੀ ਝੁੱਲਦੇ ਪੱਤੇ
ਅੱਜ ਗਲ਼ੀਆਂ ਵਿਚ ਰੁੱਲ਼ਦੇ ਪੱਤੇ
ਆਲ੍ਹਣਿਆਂ ਦਾ ਜੋ ਬਣੇ ਸਹਾਰਾ
ਆਪਣਾ ਹੀ ਘਰ ਭੁੱਲਦੇ ਪੱਤੇ

ਕੰਡਿਆਂ ਦੇ ਸੰਗ ਹਸਦੇ ਪੱਤੇ
ਫਾਹਿਆ ਬਣ ਫੱਟ ਕਜਦੇ ਪੱਤੇ
ਸਿਰਾਂ ਦੇ ਉੱਪਰ ਝਾਗ ਕੇ ਧੁੱਪਾਂ
ਛਾਂਵਾਂ ਕਰ- ਕਰ ਰਜਦੇ ਪੱਤੇ

ਬਸਤਰ ਤਨ ਸ਼ਿੰਗਾਰੇ ਪੱਤੇ
ਜੋਬਨ ਕਈ ਨਿਖਾਰੇ ਪੱਤੇ
ਮਰ ਕੇ ਵੀ ਕੰਮ ਆਉਣਾ ਚਾਹੁੰਦੇ
ਬਣ ਗਏ ਖਾਦ ਵਿਚਾਰੇ ਪੱਤੇ

ਲਾਲ ਪੱਤੇ ਕੁਝ ਸਾਵੇ ਪੱਤੇ
ਮੰਡਪ ਦਵਾਰ ਸਜਾਵੇ ਪੱਤੇ
ਫੁੱਲਾਂ ਤੋਂ ਕਈ ਸੋਹਣੇ ਦਿਸਦੇ
ਸੜੇ ਇੱਟਾਂ ਦੇ ਆਵੇ ਪੱਤੇ

ਭਾਂਵੇਂ ਹਰ ਪੱਤੇ ਨੇ ਮਰਨਾ
ਖਿੜ ਬਹਾਰ ਪਤਝੜ ਹੈ ਤੁਰਨਾ
ਟੋਕਰੀ, ਬਟੂਆ ਯਾ ਚੱਟਾਈ
ਕਿਸ ਪੱਤੇ ਨੇ ਕੀ ਹੈ ਬਣਨਾ

ਕਿਹੜੇ ਪੱਤੇ ਨੇ ਕੀ ਜਰਨਾ
ਕਿਸ ਪੱਤੇ ਤੇ ਕੀ ਹੈ ਵਰ੍ਹਨਾ
ਕਿਸ ਨੂੰ ਹੜ੍ਹ ਨੇ ਰੋਹੜ ਲਿਜਾਣਾ
ਕਿਸ ਜੰਗਲ ਦੀ ਅੱਗ ਵਿਚ ਸੜਨਾ

ਵਾਂਗ ਗੰਡੋਏ ਰੇਂਗਣ ਸੋਚਾਂ
ਲਗੀਆਂ ਮੱਥਾ ਸੇਕਣ ਸੋਚਾਂ
ਲੱਭੇ ਤਰ੍ਹਾਂ - ਤਰ੍ਹਾਂ ਦੇ ਪੱਤੇ
ਸਾਹਵੇਂ ਰੱਖ ਜਾਂ ਗਹੁ ਨਾਲ ਤੱਕੇ

ਹਰ ਪੱਤੇ ਵਿਚ ਨਾੜਾਂ ਜਿਹੀਆਂ
ਬਰੀਕ ਪਤਲੀਆਂ ਤਾਰਾਂ ਜਿਹੀਆਂ
ਜਿਉਂ ਸੁਰਜੀਤ' ਦੇ ਹੱਥ ਲਕੀਰਾਂ
ਕੀ ਪੱਤਿਆਂ ਤੇ ਲਿਖੀਆਂ ਤਕਦੀਰਾਂ?

ਇਕ ਪੱਤਾ ਦੂਜੇ ਨਾਲ ਨਾ ਰਲ਼ਦਾ
ਕੀ ਲਿਖਿਆ ਧੁਰੋਂ ਮੁਕੱਦਰ ਸਭਦਾ?

ਸੱਤ ਮਹੀਨੇ ਕੈਨੇਡਾ ਵਿਚ ਹਰ ਸ਼ੈ ਦੇ ਨਾਲ ਜਿਵੇਂ ਵਕਤ ਵੀ ਜੰਮ ਜਾਂਦਾ ਹੈ। ਬਹਾਰ ਆਣ ਤੇ ਚਮਤਕਾਰੀ ਕੁਦਰਤ ਹਰਿਆਲੀ ਤੇ ਪੱਤਿਆਂ ਰਹਿਤ ਬਨਸਪਤੀ ਨੂੰ ਪੁੰਗਰਾ ਕੇ ਆਪਣੇ ਆਉਣ ਦੀ ਅਲੌਕਿਕ ਘੋਸ਼ਣਾ ਕਰਦੀ ਹੈ। ਕਹਿੰਦੇ ਹਨ ਕਦੀ ਕਦਾਈਂ ਬਹਾਰ ਐਸਾ ਅਰਸ਼ੀ ਵਰ ਲੈ ਕੇ ਆਉਂਦੀ ਹੈ ਕਿ ਵਰ੍ਹਿਆਂ ਤੋਂ ਬਾਂਝ ਪਏ ਰੁੱਖ ਵੀ ਜੀਅ ਉੱਠਦੇ ਹਨ

ਆਸ-ਕਿਰਨਾਂ

ਵਰ੍ਹਿਆਂ ਤੋਂ ਸੁੱਕੇ ਹੋਏ ਰੁੱਖ ਚੋਂ
ਕਰੂੰਬਲਾਂ ਫੁੱਟ ਪਈਆਂ ਨੇ

ਮਾਯੂਸੀ ਦੀ ਗੂੜ੍ਹੀ ਧੁੰਦ ਵਿਚੋਂ
ਆਸ-ਕਿਰਨਾਂ ਲਿਸ਼ਕ ਪਈਆਂ ਨੇ

ਅਲਾਸਕਾ ਦੇ ਉੱਚੇ ਪਹਾੜਾਂ ਦੀਆਂ ਚੋਟੀਆਂ ਉੱਪਰ ਬੱਦਲ ਮੰਡਰਾਉਂਦੇ ਵੇਖਕੇ ਇੰਜ ਮਹਿਸੂਸ ਹੋਇਆ ਜਿਵੇਂ ਅਵਾਰਾ ਬੱਦਲਾਂ ਦਾ ਇਕ ਕਾਫਲਾ ਚੋਟੀਆਂ ਨੂੰ ਚੁੰਮਣ ਅਸਮਾਨੋਂ ਉਤਰ ਆਇਆ ਹੋਵੇ...

ਸਿਖਰ

ਉਭਾਰ ਸਿਖਰ ਹਸਤੀ
ਕਰ ਜਪੁ ਸੁਰਤ ਉਚੇਰੀ

ਕਿ ਚੋਟੀਆਂ ਨੂੰ ਚੁੰਮਣ
ਅਸਮਾਨ ਵੀ ਉਤਰਦਾ

ਹਮ ਐਸੇ
ਤੂ ਐਸਾ

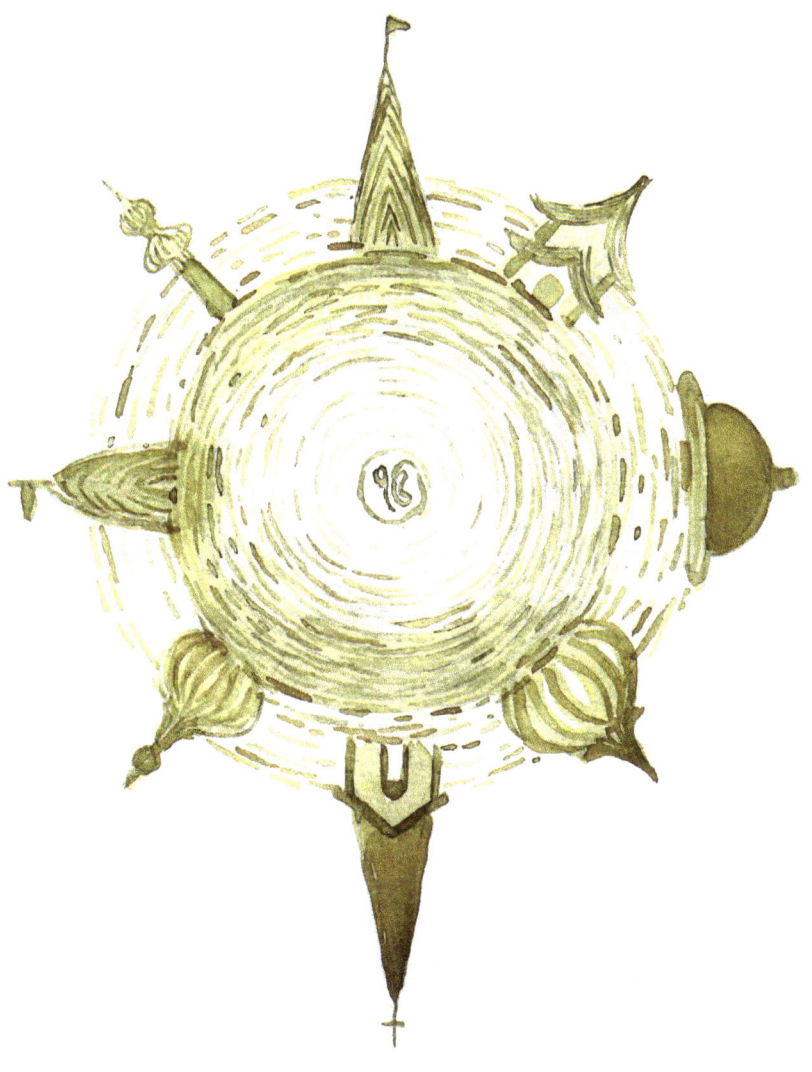

'ਜਪੁ' ਬਾਣੀ ਨੂੰ ਗੁਰੂ ਗਰੰਥ ਜੀ ਦੀ ਕੁੰਜੀ ਜਾਂ ਨਿਚੋੜ ਕਿਹਾ ਜਾਂਦਾ ਹੈ। ਕਈ ਵਿਚਾਰਕਾਂ ਨੇ ਇਸਦੀ ਤੁਲਨਾ 'ਸਮੁੰਦਰ ਨੂੰ ਕੁੱਜੇ ਵਿਚ ਬੰਦ ਕਰਨਾ' ਨਾਲ ਕੀਤੀ ਹੈ। ਗੁਰੂ ਨਾਨਕ ਜੀ ਦੀ ਇਸ ਇਲਾਹੀ ਰਚਨਾ ਵਿਚ ਸਾਰੇ ਸੰਸਾਰ ਦਾ ਬ੍ਰਹਮ-ਗਿਆਨ ਹੈ। ਉਚੇਰੇ ਆਤਮਕ ਮੰਡਲਾਂ ਵਿਚ ਉਡਾਰੀਆਂ ਮਾਰਨਾ ਯਾ ਐਸੀ ਦਿਬ ਅਵਸਥਾ ਦਾ ਕਿਆਸ ਵੀ ਕਰ ਸਕਣਾ, ਮੇਰੇ ਵਰਗੇ ਸਿੱਖ ਲਈ ਅਸੰਭਵ ਹੈ।

ਫਿਰ ਵੀ ਲੇਖਕ ਨੇ ਬ੍ਰਹਿਮੰਡ ਦੀ ਉਤਪਤੀ ਤੋਂ ਲੈ ਕੇ ਗੁਰੂ ਨਾਨਕ ਜੀ ਦੀ 'ਜਪੁਜੀ' ਤੱਕ ਦੇ ਸਫ਼ਰ ਤੇ ਰੋਸ਼ਨੀ ਪਾਉਣ ਦੀ ਨਿਮਾਣੀ ਜਿਹੀ ਕੋਸ਼ਿਸ਼ ਕੀਤੀ ਹੈ।

ਪਪੀਹਾ

ਸ਼ਮਸ਼ਾਨਾਂ ਦੀ ਚੁੱਪ ਚੀਰ-ਚੀਰ
ਪਪੀਹਾ ਰਾਤ ਸਾਰੀ ਬੋਲਦਾ ਰਿਹਾ

ਭਰ-ਭਰ ਬੁਕ ਹਨੇਰਿਆਂ ਦੇ
ਚਾਨਣ ਰਾਤ ਸਾਰੀ ਡੋਲ੍ਹਦਾ ਰਿਹਾ

ਹੰਭ-ਹਾਰ ਕੇ ਸੁੱਤਾ ਸੰਸਾਰ ਸਾਰਾ
ਨਾਨਕ ਪਿਆਰੇ ਦੀ ਕਰਨੀ ਗੌਲਦਾ ਰਿਹਾ

ਨਾ ਸੀ ਕੋਈ ਧਰਤ ਅਕਾਸ਼ ਪਸਾਰਾ
ਖਲਾਅ ਧੁੰਧਕਾਰ ਤੇ ਸਿਰਜਣਹਾਰਾ

ਉਹ ਮੁਸਕਾਇਆ ਜਿਉਂ ਵਿਚ ਵਿਸਮਾਦ
ਗੂੰਜਿਆ ਇਕ ਇਲਹਾਮੀ ਨਾਦ

ਅਨੰਤ ਪ੍ਰਕਾਸ਼ ਜਾਂ ਗੋਲਾ ਤਿੜਕਿਆ
ਅੱਗ ਦੇ ਗੋਲਿਆਂ ਅੰਬਰ ਛਿੜਕਿਆ

ਜਿਉਂ ਕਾਲ ਚੱਕਰ ਰਚਿਆ ਆਕਾਸ਼
ਫਿਰ ਧਰਣ ਅਨੰਤ ਆਕਾਸ਼ ਪਾਤਾਲ

ਉਪਜੀ ਮੇਦਣੀ ਠੰਢਿਆਇਆ ਸੇਕ
ਖਰਬਾਂ ਚੰਨ ਤਾਰੇ ਗ੍ਰਹਿ ਅਨੇਕ

ਸੈਲ ਪੱਥਰ ਖਾਣੀ ਅਰ ਖੰਡ
ਕਰਵਟ ਲਈ ਪੂਰਨ ਬ੍ਰਹਮੰਡ

ਫੁੱਟੇ ਝਰਨੇ ਕਲ-ਕਲ ਪਾਣੀ
ਅਰਸ਼ ਚਲਾਈ ਪੌਣ ਮਧਾਣੀ

ਬਨਸਪਤ ਫੈਲੀ ਰੁੱਖ ਅਨੇਕ
ਭਾਫ ਤੇ ਵਾਯੂ ਲਿਆ ਲਪੇਟ

ਭਾਂਤ-ਭਾਂਤ ਦੇ ਜੀਅ ਉਪਜਾਏ
ਉਸੇ ਦਾ ਚਾਨਣ ਰਿਹਾ ਸਮਾਏ

ਕਰਣੇਹਾਰ ਕੌਤਕ ਵਰਤਾਇਆ
ਸੇਕਾ ਪਾਣੀ ਧਰਤ ਸਮਾਇਆ

ਬਾਹਰੋਂ ਠੰਢੀ, ਅੰਦਰੋਂ ਤੱਤੀ
ਕਈ ਆਖਣ ਇਹ ਧਰਤ ਕੁਪੱਤੀ

ਹਿੱਕ ਦਾ ਸੇਕਾ ਜੱਗ ਵਰਤਾਵੇ
ਕੋਈ ਉਤਾਂਹ ਨਾ ਉੱਠਣਾ ਭਾਵੇ

ਆਦਮ ਅਰਸ਼ੀਂ ਉਡਣਾ ਚਾਹੇ
ਖਿੱਚ ਧਰਤੀ ਦੀ ਮਾਰ ਗਿਰਾਏ

ਸੂਰਜ ਘੁੰਮਦਾ, ਧਰਤੀ ਘੁੰਮਦੀ
ਸੂਰਜ ਦੀ ਪਰਿਕਰਮਾ ਕਰਦੀ

ਧੁਰੇ ਬੱਧੀ ਆਕਾਸ਼ ਨੂੰ ਚੁੰਮਦੀ
ਧਰਾ ਅੰਬਰ ਸੀਨੇ ਅੱਗ ਬਲਦੀ

ਇਕ ਰਾਮਕਾਰ ਹੁਕਮੀ ਨੇ ਵਾਹੀ
ਯੁਗਾਂ ਤੋਂ ਚਲਿਆ ਹੁਕਮ ਇਲਾਹੀ

ਫਿਰ ਦਾਤੇ ਐਸਾ ਖੇਲ ਰਚਾਇਆ
ਪ੍ਰਾਣੀ ਦੇ ਕਿਛ ਸਮਝ ਨਾ ਆਇਆ

ਅਕਲ ਬੁੱਧ ਆਦਮ ਦੀ ਡੋਲੀ
ਮਾਇਆ ਆਦਮ ਸਿਰ ਚੜ੍ਹਕੇ ਬੋਲੀ

ਵਿਸ ਘੋਲਦੀ ਪੌਣ ਜਾਂ ਵੱਗੀ
ਹਰ ਮੂੰਹ ਮਾਇਆ ਨਾਗਣੀ ਲੱਗੀ

ਜਦ ਮਾਨਵਤਾ ਸੁਮੱਤੀ ਵਿਸਾਰੀ
ਜੰਜ ਪਾਪ ਦੀ ਜ਼ਾਲਮਾਂ ਚਾੜ੍ਹੀ

ਪਾਪ ਪੁੰਨ ਤੋਂ ਹੋਇਆ ਭਾਰੀ
ਤਾਂ ਅਰਸ਼ੀ ਆਤਮਾ ਇਕ ਉਤਾਰੀ

ਨੂਰ 'ਚ ਭਿੱਜਿਆ, ਨੂਰੀ ਟੁਕੜਾ
ਰੱਬੀ ਆਲਮ, ਆਦਮ ਮੁਖੜਾ

ਆਦਮ ਬਣਕੇ ਆਉਣਾ ਸੌਖਾ
ਆਦਮ ਤਾਈਂ ਸਮਝਾਣਾ ਔਖਾ

ਲੈ ਕੇ ਆਇਆ ਹੁਕਮ ਇਲਾਹੀ
ਸੰਜਮ ਸਹਿਜ ਦੀ ਕਰਦਾ ਵਾਹੀ

ਅਮ੍ਰਿਤ ਧੁਰੋਂ ਲਿਆਇਆ ਵੰਡੇ
ਉਹ ਦੇਂਵਦਾ ਫੁੱਲ, ਸਹੇੜੇ ਕੰਡੇ

ਬਾਣੀ ਧੁਰੋਂ ਲਿਆਈ ਜਾਵੇ,
ਆਤਮ-ਰਸ ਵਰਤਾਈ ਜਾਵੇ

ਗਿਆ ਡੂੰਘੇ ਵਿਚਕਾਰ ਯਾ ਪਾਰ
ਵਿਚ ਵੇਈਂ ਨਦੀ ਮੇਰਾ ਦਾਤਾਰ

ਮੈਲਿਆਂ ਊਜਲ ਕਰਨ ਖ਼ਾਤਰ
ਪਿਰਮ-ਰਸ ਘੋਲਦਾ ਰਿਹਾ
ਮੁੜ ਆਦਮ ਜਿਉਂ ਸਾਰਾ
'ਸੁਰਜੀਤ' ਹੋ ਕੇ,
ਜਪੁਜੀ ਬੋਲਦਾ ਰਿਹਾ
ਜਪੁਜੀ ਗੌਲਦਾ ਰਿਹਾ

ਸ਼ਮਸ਼ਾਨਾਂ ਦੀ ਚੁੱਪ ਚੀਰ-ਚੀਰ
ਪਪੀਹਾ ਰਾਤ ਸਾਰੀ ਬੋਲਦਾ ਰਿਹਾ
ਭਰ-ਭਰ ਬੁਕ ਹਨੇਰਿਆਂ ਦੇ
ਚਾਨਣ ਰਾਤ ਸਾਰੀ ਡੋਲ੍ਹਦਾ ਰਿਹਾ
ਹੰਭ-ਹਾਰ ਕੇ ਸੁੱਤਾ ਸੰਸਾਰ ਸਾਰਾ
ਨਾਨਕ ਪਿਆਰੇ ਦੀ ਕਰਨੀ ਗੌਲਦਾ ਰਿਹਾ

ਨਿਸ਼ਾਨੇ-ਖ਼ਾਲਸਾ ਲੁਧਿਆਣੇ ਵਾਲੇ ਡਾ ਰੁਪਿੰਦਰ ਸਿੰਘ ਖ਼ਾਲਸਾ ਜੀ ਨੇ ਇਕ ਹਫ਼ਤੇ ਦਾ ਸਮਾਂ ਦਿੱਤਾ ਸੀ ਇਕ ਕਵਿਤਾ ਲਿਖਣ ਲਈ। ਜੇ ਤੁਸੀਂ ਉਨ੍ਹਾਂ ਦੀ ਬਣਾਈ 'ਪ੍ਰਾਊਡ ਟੂ ਬੀ ਸਿੱਖ - 2' ਦੇਖੀ ਹੈ ਤਾਂ ਤੁਹਾਨੂੰ ਕਸ਼ਮੀਰ ਤੋਂ ਚੰਡੀਗੜ੍ਹ ਪੜ੍ਹਨ ਆਇਆ 'ਜੀਤਨ ਵਰਮਾ' ਦਾ ਰੋਲ ਜ਼ਰੂਰ ਯਾਦ ਹੋਏਗਾ ਜੋ ਹਮੇਸ਼ਾ ਲਾਲ ਤਿਲਕ ਲਗਾ ਕੇ ਕਾਲਜ ਆਇਆ ਕਰਦਾ ਹੈ ਤੇ ਸਾਰੇ ਸਾਥੀ ਉਸਦਾ ਮਜ਼ਾਕ ਉਡਾਇਆ ਕਰਦੇ ਹਨ...ਕਾਲਜ ਦੇ ਸਾਲਾਨਾ ਸਮਾਗਮ ਵਿਚ ਉਹ ਮੇਰੀ ਇਕ ਹਿੰਦੀ ਕਵਿਤਾ 'ਲਾਲ ਤਿਲਕ' ਦੁਆਰਾ ਸਰੋਤਿਆਂ ਨਾਲ ਆਪਣੇ 'ਤਿਲਕ' ਦਾ ਇਤਿਹਾਸਿਕ ਪੱਖ ਇੰਜ ਸਾਂਝਾ ਕਰਦਾ ਨਜ਼ਰ ਆਂਦਾ ਹੈ

ਲਾਲ ਤਿਲਕ

ਜੀਤਨ ਵਰਮਾ ਹੈ, ਮੇਰਾ ਨਾਮ ਦੋਸਤੋ
ਦੇਨਾ ਚਾਹੂੰ ਆਜ ਇਕ ਪੈਗਾਮ ਦੋਸਤੋ
ਦੇਖ ਮੇਰਾ ਲਾਲ ਤਿਲਕ
ਸਬ ਸਾਥੀ ਮੁਝ ਪਰ ਹੰਸਤੇ ਹੈਂ
ਕੋਈ ਔਰਤ ਕਹਿਕੇ ਚਿੜ੍ਹਾਤੇ ਹੈ
ਕੋਈ ਮੰਦ ਆਵਾਜ਼ੇਂ ਕਸਤੇ ਹੈਂ
ਰੁਕ ਪਾਊਂਗਾ ਔਰ ਨਾ ਮੈਂ
ਜੋ ਮਨ ਮੈਂ ਹੈ ਕਹਿ ਡਾਲੂੰਗਾ
ਉਫਨਤੇ ਹੈਂ ਅਰਮਾਨ ਕਈ
ਮੈਂ ਕੈਸੇ ਉਸੇ ਸੰਭਾਲੂੰਗਾ

ਯੇ ਉਸ ਗੁਰੂ
ਤੇਗ਼ ਬਹਾਦਰ ਕੀ ਦਾਸਤਾਨ ਹੈ
ਜਿਸਕਾ ਕਿ ਕਰਜ਼ਦਾਰ
ਸਾਰਾ ਹਿੰਦੁਸਤਾਨ ਹੈ
ਡੂਬ ਰਹੀ ਥੀ ਬੇੜੀ

ਕਹੀਂ ਡੂਬਤਾ ਜਹਾਜ਼ ਥਾ
ਸੁਨੇਗਾ ਵੋ ਪੁਕਾਰ
ਮਖਨ ਸ਼ਾਹ ਸੌਦਾਗਰ ਕੋ
ਯੇ ਵਿਸ਼ਵਾਸ ਥਾ
ਦਿਲ ਸੇ ਨਿਕਲੀ ਐਸੀ ਚੀਖ਼
ਕਿ ਪੋਤ ਕੋ ਸਹਾਰਾ ਮਿਲ ਗਿਆ
ਕਹਿਤੇ ਹੈਂ ਬਕਾਲੇ ਗੁਰੂ ਕਾ ਬਦਨ
ਔਰ ਕੰਧਾ ਸਾਰਾ ਛਿੱਲ ਗਿਆ

ਪੰਚ ਸੌ ਮੋਹਰੇਂ ਥੀ ਮੰਨਤ
ਪਰ ਪਾਂਚ ਲੇ ਕੇ ਆਯਾ ਵੋ
ਹੋਸ਼ਿਯਾਰੀ ਸੇ ਢੂੰਢ ਗੁਰੂ ਅਸਲ
ਫਿਰ ਛੱਤ ਸੇ ਚਿੱਲਾਇਆ ਵੋ
'ਗੁਰੂ ਲਾਧੋ ਰੇ' ਗੁਰੂ ਮਿਲ ਗਿਆ
ਨਾਨਕ ਕਾ ਨੌਵਾਂ ਰੂਪ ਕੌਨ
ਯੇ ਸਬ ਕੋ ਪਤਾ ਚਲ ਗਿਆ

ਉਸ ਸਮੇਂ ਕਰੂਰ ਸ਼ਾਸਕ
ਅਤਿ ਨਿਰਦਯ ਔਰੰਗਜ਼ੇਬ ਥਾ
ਸੁੰਨਤ ਹੋ ਹਿੰਦੋਸਤਾਨ ਕੀ
ਯਹੀ ਏਕ ਮਾਤਰ ਧਏਯ ਥਾ
ਐਸਾ ਵੋ ਦੁਸ਼ਟ ਕਠੋਰ ਕੁਟਿਲ
ਜੱਲਾਦ ਮੁਗ਼ਲ ਰਾਜਾ ਥਾ
ਹਜ਼ਾਰੋਂ ਸਰ ਯਾ ਜਨੇਊ ਉਤਾਰ
ਵੋ ਅਪਨਾ ਖਾਨਾ ਖਾਤਾ ਥਾ
ਜ਼ੁਲਮ ਦੇਖ ਇਕ ਕਾਫ਼ਿਲਾ
ਮੇਰੇ ਕਸ਼ਮੀਰ ਸੇ ਚਲਾ
ਵੋ ਆਕੇ ਉਸ ਬਲੀ ਗੁਰੂ ਕੇ

ਚਰਨੋਂ ਮੈਂ ਗਿਰ ਪੜਾ
ਰੁੰਧੇ ਗਲੇ ਸੇ ਸਾਰੀ
ਵਿਅਥਾ ਸੁਨਾਈ ਜਬ
ਨੌ ਵਰਸ਼ੀਏ ਬਾਲ-ਗੋਬਿੰਦ
ਖੇਲਤੇ ਹੁਏ ਆਏ ਤਬ

ਚਿੰਤਿਤ ਥਾ ਕੁਲ ਦਰਬਾਰ
ਸਕਤੇ ਮੇਂ ਥਾ ਹਿੰਦੁਸਤਾਨ
ਖਤਰੇ ਮੇਂ ਥੇ ਸਭੀ ਧਰਮ
ਜਨੇਊ, ਤਿਲਕ ਔਰ ਈਮਾਨ
ਉਸ ਗੁਰੂ ਨੇ ਕੁਛ ਠਾਨ ਲੀ
ਦੇਖ ਗੋਬਿੰਦ ਕੀ ਮੁਸਕਾਨ
'ਠੀਕਰ ਫੋਰ ਦਿੱਲੀਸ ਸਰ'
ਬਸ ਦੇ ਦੀਆ ਬਲੀਦਾਨ

ਖੁਦ ਅੰਤੜੀਓਂ ਕਾ ਹਾਰ ਪਹਿਨ
ਤਿਲਕ ਜਨੇਊ ਬਚਾਇਆ ਥਾ
ਵਰਨਾ ਸੁੰਨਤ ਸਬਕੀ ਹੋ ਜਾਤੀ
ਬੁੱਲ੍ਹੇ ਸ਼ਾਹ ਨੇ ਸਹੀ ਫਰਮਾਇਆ ਥਾ
ਸਰ ਕਟਾ ਜੋ ਧਰਤੀ ਲਾਲ ਹੁਈ
ਤੋ ਤਿਲਕ ਕਾ ਰੰਗ ਗਹਿਰਾਇਆ ਥਾ

ਦੋਸਤੋ ਆਪ ਅਕਸਰ ਕਹਤੇ ਹੋ
ਔਰ ਮੈਂ ਭੀ ਮਾਨਤਾ ਹੂੰ ਕਿ...
ਚਿੱਠੀ ਸਿੰਘ ਪੁਰਾ ਕਸ਼ਮੀਰ ਪਰ
ਵਰਸ਼ 2000 ਹਮੇਸ਼ਾ ਸ਼ਰਮਸਾਰ ਹੈ
ਕਲਿੰਟਨ ਔਰ ਅਮਰੀਕਾ ਜਾਨਤੇ ਹੈਂ
ਮਗਰ ਮਾਨਤੀ ਨਾ ਭਾਰਤ ਸਰਕਾਰ ਹੈ

ਭੇਜੇ ਜੱਲਾਦ ਜੋ ਹਿੰਦ ਵਰਦੀ ਮੇਂ ਵੋ
ਬਹਾਦਰ, ਭਾਨ ਔਰ ਪਵਨ ਲਾਲ ਥੇ
36 ਸਿੱਖ ਨਿਹੱਥੇ ਜੋ ਭੂਨ ਡਾਲੇ
ਵੋ ਭੀ ਤੋ ਉਸੀ ਗੁਰੂ ਕੇ ਲਾਲ ਥੇ

ਹਿੰਦ ਕੀ ਚਾਦਰ ਤੇਗ਼ ਬਹਾਦਰ ਕੋ
ਮੈਂ ਹਰ ਦਿਨ ਸ਼ੀਸ਼ ਝੁਕਾਤਾ ਹੂੰ
ਕੁਰਬਾਨੀ ਗੁਰੂ ਕੀ ਭਾਰਤ ਨਾ ਭੂਲੇ
ਮੈਂ ਇਸ ਲੀਏ ਤਿਲਕ ਲਗਾਤਾ ਹੂੰ

ਗੁਰਦਵਾਰਾ ਸਾਹਿਬ ਕਿਊਬੈਕ ਦੀ ਸਟੇਜ ਤੋਂ 'ਮੈਂ ਸਿੱਖੀ ਹਾਂ' ਸੁਣਨ ਤੋਂ ਬਾਦ ਕੋਨਕੋਰਡੀਆ ਯੂਨੀਵਰਸਿਟੀ ਵਿਚ ਨਵੇਂ ਆਏ ਪ੍ਰੋਫੈਸਰ ਹਰਜੀਤ ਸਿੰਘ ਭਮਰਾ ਹੋਰਾਂ ਦੀ ਅਜਬ ਫਰਮਾਇਸ਼ ਨੇ ਮੇਰੇ ਅੰਦਰ ਨੂੰ ਹਲੂਣਾ ਜਿਹਾ ਦੇ ਦਿਤਾ। ਇਹ ਕਵਿਤਾ ਸੁਣਨ ਤੋਂ ਬਾਦ ਉਨ੍ਹਾਂ ਨੇ ਮੇਰੇ ਕੋਲ ਆਕੇ ਕਿਹਾ ਕਿ ਮੈਂ ਇਹ ਕਵਿਤਾ ਇਕ ਅੱਛੇ ਜਿਹੇ ਲੈਟਰ-ਪੈਡ ਤੇ ਲਿਖ ਕੇ ਉਨ੍ਹਾਂ ਨੂੰ ਦਿਆਂ ਕਿਉਂਕਿ ਉਹ ਇਸਨੂੰ ਫਰੇਮ ਕਰਵਾ ਕੇ ਆਪਣੀ ਮੇਜ਼ ਤੇ ਰੱਖ ਸਕਣ, ਮੈਨੂੰ ਅੱਜ ਤੱਕ ਐਸਾ ਥਾਪੜਾ ਤੇ ਪ੍ਰੇਰਣਾ ਦੇਣ ਵਾਲਾ ਦਾਰਸ਼ਨਿਕ ਤੇ ਬੁਧੀਜੀਵੀ ਸਰੋਤਾ ਪਹਿਲੀ ਵਾਰ ਮਿਲਿਆ ਸੀ।

ਮੈਂ ਸਿੱਖੀ ਹਾਂ

ਨਾ ਮੈਂ ਹਿੰਦੂ ਨਾ ਮੁਸਲਮਾਨ ਹਾਂ
ਨਾ ਸਿਰਫ ਸਿੱਖਾਂ ਦੀ ਹੀ ਪਛਾਣ ਹਾਂ
ਰਹਿੰਦੀ ਹਾਂ ਉਸੇ ਵਿਚ ਘਰ ਕਰਕੇ
ਜੋ ਕਹਿ ਸਕੇ ਮੈਂ ਸਹੀ ਇਨਸਾਨ ਹਾਂ

ਵਿਗਿਆਨੀਆਂ ਦੀ ਮੰਜਿਲ ਹਾਂ ਮੈਂ
ਭਾਵੇਂ ਉਮਰ ਵਿਚ ਜ਼ਰਾ ਨਿੱਕੀ ਹਾਂ ...

ਬਚਪਨ ਨਾਨਕ ਦੀ ਝੋਲ਼ੀ ਵਿਚ ਖੇਲੀ ਹਾਂ
ਭਾਈ ਲਹਿਣੇ ਵਰਗੀ ਸੇਵਾ ਦੀ ਬੇਲੀ ਹਾਂ
ਅਮਰਦਾਸ ਦੀ ਬਾਣੀ ਦਾ ਰਸ ਲੈ ਕੇ
ਰਾਮਦਾਸ ਦੀ ਬਿਰਤੀ ਨਾਲ ਮੇਲੀ ਹਾਂ

ਵਿਛੜਿਆਂ ਨੂੰ ਕਦੇ ਵਿਸਾਰਦੀ ਨਾ
ਰਾਹ ਭੁਲਿਆਂ ਦੇ ਵੇਖ ਨਾ ਥੱਕੀ ਹਾਂ ...

ਅਰਜਨ ਨਾਲ ਤਵੀ ਤੇ ਪਕਾਈ ਗਈ ਹਾਂ
ਛੇਵੇਂ ਦੀ ਮੀਰੀ ਪੀਰੀ ਤੇ ਅਜਮਾਈ ਗਈ ਹਾਂ
ਮਿੱਠਾ ਸਮਝ ਕੇ ਮੰਨਿਆ ਹਰ ਭਾਣਾ
ਸਣੇ ਖੋਪਰੀ ਰੰਬੇ ਨਾਲ ਲਾਹੀ ਗਈ ਹਾਂ

ਹਰਰਾਇ ਦੀ ਰਹਿਮਤ ਤੇ ਭਾਵਨਾ ਮੈਂ
ਹਰਕ੍ਰਿਸ਼ਨ ਦੇ ਸੁਖ ਸਰੋਵਰ 'ਚ ਭਿੱਜੀ ਹਾਂ ...

ਤੇਗਾਂ ਦੇ ਵਾਰ ਤਾਂ ਝੱਲਦੀ ਰਹੀ ਹਾਂ
ਦਸਮ ਦਰਬਾਰ ਵੀ ਗੱਜਦੀ ਰਹੀ ਹਾਂ
ਬੈਰਾਗੀਆਂ ਬੰਦਾ ਬਣਾਉਣ ਦੀ ਖਾਤਿਰ
ਨਾਲ ਵੈਰੀ ਲਹੂ ਹੱਥ ਰੰਗਦੀ ਰਹੀ ਹਾਂ

ਦੋ ਮਾਸੂਮਾਂ ਦੇ ਕਤਲਾਂ ਦੀ ਕਹਾਣੀ ਹਾਂ ਮੈਂ
ਇਤਿਹਾਸੇ ਸਰਹੰਦ ਵਿਚ ਗਈ ਲਿਖੀ ਹਾਂ ...

ਮੈਨੂੰ ਸੋਹਣੇ ਰੁਮਾਲਾਂ 'ਚ ਲਪੇਟ ਨਾ ਰੱਖਣਾ
ਅਡੰਬਰਾਂ ਕੁਰੀਤਾਂ ਨੂੰ ਸਮੇਟ ਨਾ ਰੱਖਣਾ
ਕੁਲ ਜਹਾਂ ਨੂੰ 'ਸੁਰਜੀਤ' ਕਰਨ ਆਈ ਮੈਂ
ਮਤਲਬੀ ਕੁਰਸੀਆਂ ਦੇ ਹੇਠ ਨਾ ਰੱਖਣਾ

ਲੋਭ ਗੁਮਾਨ ਤੋਂ ਸਦਾ ਰਹਿੰਦੀ ਦੂਰ ਮੈਂ
ਸੱਚੀ ਸ਼ਰਧਾ ਅੱਗੇ ਅਮੁੱਲ ਵਿਕੀ ਹਾਂ

ਪਪੀਹਾ, ਅਰਦਾਸ, ਮੈਂ ਸਿੱਖੀ ਹਾਂ ਤੇ ਹੇਠਲੀ ਅਵਤਾਰ ਆਦਿ ਇਹ ਸਾਰੀਆਂ ਧਾਰਮਕ ਕਵਿਤਾਵਾਂ ਹਮੇਸ਼ਾ ਐਤਵਾਰ ਅੰਮ੍ਰਿਤ ਵੇਲੇ ਗੁਰਦਵਾਰਾ ਸਾਹਿਬ ਜਾਣ ਤੋਂ ਪਹਿਲਾਂ ਹੀ ਬਹੁੜੀਆਂ ਸਨ। ਆਉਣ ਵਾਲੇ ਗੁਰਪੁਰਬ ਦੀ ਤਿਆਰੀ ਵਾਸਤੇ ਖ਼ਾਸ ਤੌਰ ਤੇ ਕੁਝ ਨਵਾਂ ਲਿਖਣ ਦਾ ਅੰਮ੍ਰਿਤ ਵੇਲੇ ਆਪੇ ਮਾਹੌਲ ਬਣ ਜਾਂਦਾ ਸੀ। ਸੰਗਤਾਂ ਦੇ ਅਥਾਹ ਪਿਆਰ ਕਾਰਨ ਅੱਠ ਸਾਲ ਗੁਰਦਵਾਰਾ ਸਾਹਿਬ ਕਿਊਬਿਕ ਮੌਂਟਰੀਅਲ ਦੀ ਸਟੇਜ ਸੈਕਟਰੀ ਦੀ ਡਿਊਟੀ ਨਿਭਾਣ ਦਾ ਯਾਦਗਾਰੀ ਮੌਕਾ ਮਿਲਿਆ ਰਿਹਾ।

ਅਵਤਾਰ

ਪਹਿਲੇ-ਪਹਿਲ ਸੁੰਨ, ਖਲਾਅ ਜਾਂ ਸਿਰਫ਼ ਗੁਬਾਰ ਹੁੰਦਾ ਹੈ
ਕਹਿੰਦੇ ਹਨ ਜਦੋਂ ਕੁਛ ਵੀ ਨਹੀਂ ਹੁੰਦਾ, ਤਾਂ ਨਿਰੰਕਾਰ ਹੁੰਦਾ ਹੈ

ਇਕ ਜ਼ੋਰਦਾਰ ਕਵਾਉ ਨਾਲ ਸ਼ਬਦ ਕਾਇਆ ਪਲਟਦਾ
ਫਿਰ ਵੇਖੋ ਬ੍ਰਹਮੰਡ, ਬਨਸਪਤੀ ਦਾ ਕਿਵੇਂ ਪਾਸਾਰ ਹੁੰਦਾ ਹੈ

ਜੰਤ-ਪ੍ਰਾਣੀ, ਪਉਣ-ਪਾਣੀ ਰਲ਼-ਮਿਲ ਕਾਇਨਾਤ ਉਪਜਦੇ
ਫਿਰ ਅਹਿਸਤਾ-ਅਹਿਸਤਾ ਸ੍ਰਿਸ਼ਟੀ ਦਾ ਅਕਾਰ ਹੁੰਦਾ ਹੈ

ਜਿਉਂ-ਜਿਉਂ ਹੁੰਦੇ ਪ੍ਰਾਣੀ ਨਿਯਮਾਂ, ਅਸੂਲਾਂ ਤੋਂ ਪਰ੍ਹਾਂ
ਕੁਦਰਤ ਨਾਲ ਜਿਵੇਂ ਕੋਈ ਬਲਾਤਕਾਰ ਹੁੰਦਾ ਹੈ

ਹਲ਼ਕਦੀ ਇਨਸਾਨੀਅਤ ਤੇ ਪਨਪਦੀ ਹੈਵਾਨੀਅਤ
ਨੇਕੀਆਂ ਅਲੋਪ, ਬਦਨੀਅਤਾਂ ਦਾ ਬੜਾ ਸ਼ੁਮਾਰ ਹੁੰਦਾ ਹੈ

ਗਾਉਂਦੀ ਫਿਰਦੀ ਹੈ ਸੋਹਿਲੇ ਖ਼ੂਨ ਦੀ ਸ਼ੈਤਾਨੀਅਤ
ਪਾਪ-ਪੁੰਨ ਦਾ ਨਾ ਕਿਧਰੇ ਕੋਈ ਸਰੋਕਾਰ ਹੁੰਦਾ ਹੈ

ਤੇਤੀ ਕਰੋੜ ਦੇਵਤਿਆਂ ਚੋਂ, ਕੋਈ ਇਕ ਵੀ ਨਾ ਬਹੁੜਦਾ
ਖ਼ੁਦਾ ਦੇ ਬੰਦਿਆਂ ਤੇ 'ਸੁਰਜੀਤ' ਜਦ ਖ਼ੂਨ ਸਵਾਰ ਹੁੰਦਾ ਹੈ

ਕਹਿਣਾ ਔਖਾ, ਸੁਣਨਾ ਕਰੜਾ, ਅਤਿ ਕਠਨ ਸੱਚ ਜੀਵਣਾ
ਜੋ ਭਰ ਜੀਵਨ ਕਰ ਜਾਏ, ਉਹੀ ਤਾਂ ਅਵਤਾਰ ਹੁੰਦਾ ਹੈ

ਸੁੰਞੇ ਬਾਜ਼ਾਰ
ਸ਼ਮਸ਼ਾਨ 'ਚ
ਮੇਲੇ

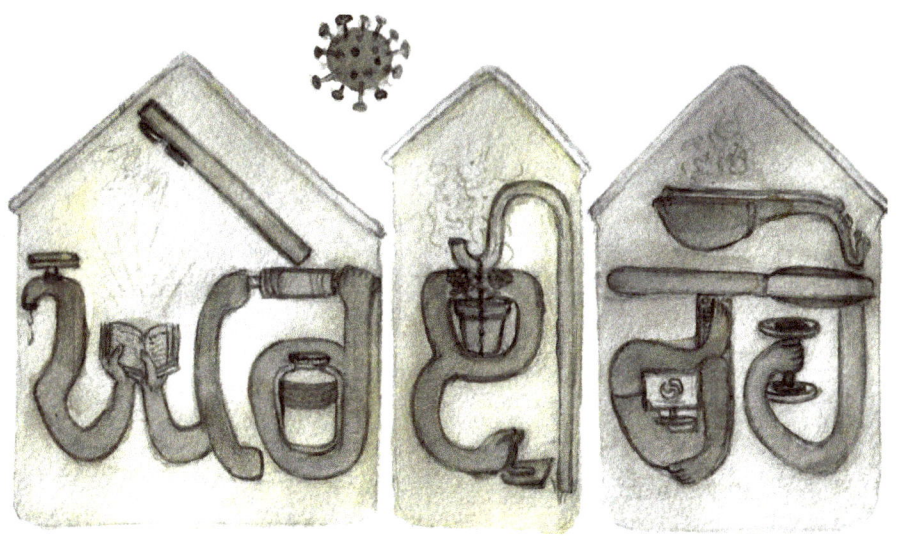

ਕੋਵਿਡ ਦੇ ਲੰਬੇ ਲਾਕਡਾਊਨ ਦੌਰਾਨ ਆਵਾਜਾਈ ਤੇ ਕਾਰਖਾਨੇ ਬੰਦ ਹੋ ਜਾਣ ਕਾਰਨ ਸ਼ਹਿਰਾਂ ਦੀ ਹਵਾ ਤੇ ਨਦੀਆਂ ਬਹੁਤ ਸਾਫ਼ ਸੁਥਰੇ ਹੋ ਗਏ ਸਨ। ਸ਼ਹਿਰਾਂ ਵਿਚੋਂ ਲੋਕਾਂ ਨੇ ਪਹਿਲੀ ਵਾਰ ਨੀਲਾ ਅਸਮਾਨ ਦੇਖਿਆ ਤੇ ਚਮਕਦੇ ਤਾਰੇ ਦੇਖੇ। ਬਰਫ ਕੱਜੀਆਂ ਉੱਚੀਆਂ ਪਹਾੜੀ ਚੋਟੀਆਂ ਨਜ਼ਰ ਆਣ ਲੱਗ ਪਈਆਂ ਸਨ। ਸੜਕਾਂ ਸੁੰਞੀਆਂ ਹੋਣ ਕਾਰਨ ਜਾਨਵਰ ਸੜਕਾਂ ਤੇ ਸੈਰ ਕਰਨ ਨਿਕਲ ਪਏ ਤੇ ਇਨਸਾਨ ਆਪਣੇ ਬੂਹੇ-ਖਿੜਕੀਆਂ ਪਿੱਛੇ ਬੰਦ ਹੋ ਗਏ

ਗ਼ੈਬੀ ਤਾਕਤ

ਬੁੱਧਜੀਵੀ ਡੱਕੇ ਸਣੇ ਧੁਰੰਧਰ
ਅਕਲਾਂ ਬੰਦ ਨੇ ਬੂਹਿਆਂ ਅੰਦਰ

ਨਾ ਕੋਈ ਤੋੜ ਸੁੱਝੇ ਨਾ ਮੰਤਰ
ਗੋਡਿਆਂ ਪਰਨੇ ਝੁਕੇ ਸਿਕੰਦਰ

ਸੁੰਞੇ ਰਸਤੇ ਬਾਜ਼ਾਰ ਤੇ ਗਲ਼ੀਆਂ
ਹਵਾ ਸਾਫ਼ ਤੇ ਨਦੀਆਂ ਉੱਜਲੀਆਂ

ਚਿੜੀਆ-ਘਰ ਬੰਦੇ ਕਿਉਂ ਨਹੀਂ ਆਉਂਦੇ
ਲੂੰਬੜੀਆਂ ਦੇਖਣ ਸ਼ਹਿਰ ਨੂੰ ਚਲੀਆਂ

ਅੰਤ-ਲੋਕਾਈ ਭਾਸਦਾ ਨੇੜੇ
ਭੁੱਲ ਗਏ ਸਭ ਸਾੜੇ ਤੇ ਝੇੜੇ

ਬਲਾ ਆਖੇ, ਕੋਈ ਮਹਾਂਮਾਰੀ
ਚੰਗੇ-ਚੰਗਿਆਂ ਦੀ ਮੱਤ ਮਾਰੀ

ਅਰਥੀਆਂ ਲੋਥਾਂ ਖੱਫਣ ਜਨਾਜ਼ੇ
ਭਰਦੇ ਕੁਦਰਤ ਦੇ ਖਮਿਆਜ਼ੇ

ਮੁਰਦਾ-ਸੰਭਾਲ਼ ਦੇ ਢੰਗ ਨਿਰਾਲੇ
ਜਿਨ ਦੱਬਣੇ ਸੀ ਉਨ੍ਹਾਂ ਵੀ ਬਾਲ਼ੇ

ਕੋਈ ਨਾ ਸਮਝਿਆ ਦੌਰ ਸੀ ਕੇਹਾ
ਕਿਸੇ ਗ਼ੈਬੀ ਤਾਕਤ ਭੇਜਿਆ ਸੁਨੇਹਾ

ਪਵਣੁ ਗੁਰੂ ਪਾਣੀ ਪਿਤਾ ਜੇ ਮੰਨਦੇ
ਮਾਂ-ਧਰਤ ਨਾ ਝੱਲਦੀ ਦੁੱਖ ਅਜਿਹਾ

ਮੌਂਟਰੀਅਲ ਸਾਡੇ ਘਰ ਦੇ ਸਾਹਮਣੇ ਵਾਲੇ ਲਾਅਨ ਵਿਚਲੇ ਘਾਹ ਵਿਚ ਕੀੜੀਆਂ ਨੇ ਮਿੱਟੀ ਦੇ ਕਈ ਕਿਲ੍ਹੇਨੁਮਾ ਟਿੱਲੇ ਉਸਾਰ ਲਏ ਤਾਂ ਕੀਟਨਾਸ਼ਕ ਕੰਪਨੀ ਦੀਆਂ ਸੇਵਾਵਾਂ ਲੈਣੀਆਂ ਪਈਆਂ। ਜੋ ਦਵਾਈ ਛਿੜਕੀ ਗਈ ਉਸਦਾ ਕਈ ਹਫਤਿਆਂ ਤਕ ਕੋਈ ਅਸਰ ਦਿਖਾਈ ਨਹੀਂ ਦਿਤਾ, ਨਾਰਥ ਅਮਰੀਕਾ ਵਿਚ ਕੋਵਿਡ ਦਾ ਉਹ ਦੌਰ ਚਲ ਰਿਹਾ ਸੀ ਜਦੋਂ ਲੋਕ ਕੀੜੀਆਂ ਦੀ ਤਰ੍ਹਾਂ ਮਰ ਰਹੇ ਸਨ। ਪਰ ਫਿਰ ਇਕ ਦਿਨ ਅਚਾਨਕ ਬਾਰਿਸ਼ ਦੇ ਬਾਅਦ ਅਣਗਿਣਤ ਕੀੜੀਆਂ ਦਾ ਲਸ਼ਕਰ ਹਿਜਰਤ ਕਰਨ ਲਈ ਲਾਅਨ ਦੇ ਗਿਰਦ ਬਣੀ ਸੀਮੈਂਟ ਦੀ ਪਟਰੀ ਤੇ ਇੱਕਠਾ ਹੋ ਗਿਆ

ਕੀੜੀਆਂ

ਮਹਾਂਮਾਰੀ ਦੌਰਾਨ ਸਰਕਾਰੀ ਹੁਕਮਾਂ ਤੇ
ਕਈ ਮਹੀਨਿਆਂ ਦਾ ਏਕਾਂਤਵਾਸ ਕੱਟਕੇ ਅਸੀਂ
ਜੂਨ ਦੇ ਪਹਿਲੇ ਹਫ਼ਤੇ ਖੁੱਲੀਆਂ ਦੁਕਾਨਾਂ ਤੇ ਪਰਤੇ ਹਾਂ
ਚਿਰੋਕਣੇ ਡੱਕੇ ਖ੍ਰੀਦਾਰਾਂ ਦੀਆਂ ਭੀੜਾਂ
ਕੀੜੀਆਂ ਦੇ ਝੁੰਡ ਵਾਂਗ ਦੁਕਾਨਾਂ ਤੇ ਟੁੱਟ ਪਈਆਂ ਹਨ

ਸਬਜ਼ੀਆਂ ਦੀ ਬਗੀਚੀ ਨੂੰ
ਕੀੜਿਆਂ ਤੋਂ ਬਚਾਉਣ ਦੀ ਤਿਆਰੀ ਵਿੱਚ
ਅਸੀਂ ਕੀੜੇ-ਮਾਰ ਦਵਾਈਆਂ ਦੇ ਸਟੋਰ ਵਿਚ ਖੜ੍ਹੇ ਹਾਂ
ਮੇਰੀ ਪਤਨੀ ਜ਼ਹਿਰੀਲੀ ਗੈਸ ਦੇ ਕਈ ਪੰਪ
ਟਰਾਲੀ ਵਿਚ ਰੱਖਦੀ ਹੈ
ਮੈਂ ਵੀ ਆਦਤਨ ਕੀੜੀਆਂ ਦੀ ਕਾਲੋਨੀ ਨੂੰ ਭਜਾਣ
ਜਾਂ ਖਤਮ ਕਰਨ ਵਾਲਾ
ਤਿੰਨ ਗੋਲ ਡੱਬੀਆਂ ਦਾ ਪੈਕ ਚੁੱਕ ਲੈਂਦਾ ਹਾਂ

ਘਾਹ ਤੇ ਕਿਆਰੀਆਂ ਵਿਚ ਉਭਰ ਚੁੱਕੇ ਕਈ ਭੂਰੇ ਟਿੱਲੇ
ਕੀੜੀ-ਕਾਲੋਨੀ ਦੇ ਵਿਸਤਾਰ ਦੀਆਂ ਗਵਾਹੀਆਂ ਭਰਦੇ ਹਨ
ਬਿਲਕੁਲ ਉਸੇ ਤਰ੍ਹਾਂ ਜਿਵੇਂ ਤੀਹ ਸਾਲ ਪਹਿਲਾਂ

ਸਾਡੀ ਰਿਹਾਇਸ਼ੀ ਕਾਲੋਨੀ ਵਿਚ
ਇਨਸਾਨਾਂ ਦੇ ਇਕ-ਦੁੱਕਾ ਘਰ ਸਨ
ਹਿਰਨ, ਖਰਗੋਸ਼ ਤੇ ਕਦੇ-ਕਦੇ ਭਾਲੂ
ਸਾਡੇ ਕੂੜੇਦਾਨਾਂ ਵਿਚੋਂ ਰਹਿੰਦ-ਖੂੰਦ ਅਕਸਰ
ਫਰੋਲ ਕੇ ਖਾਂਦੇ ਸਨ
ਹੁਣ ਇਨਸਾਨਾਂ ਦੇ ਝੁੰਡ ਫਿਰਦੇ ਹਨ
ਜਾਨਵਰ ਇਕਾ-ਦੁੱਕਾ ਨਜ਼ਰ ਆਉਂਦੇ ਹਨ

ਭੂਰੇ ਟਿੱਲਿਆਂ ਤੇ ਛਿੜਕੀ
ਕੀਟਨਾਸ਼ਕ ਦਵਾਈ ਦਾ ਅਸਰ
ਪਹਿਲੀ ਬਾਰਿਸ਼ ਵੇਲੇ ਦਿਸਿਆ ਹੈ
ਲੱਖਾਂ ਕੀੜੀਆਂ ਦਾ ਝੁੰਡ
ਕਿਆਰੀਓਂ ਬਾਹਰ ਆਕੇ
ਵੱਡੇ ਕਾਲ਼ੇ ਧੱਬੇ ਵਾਂਗੂੰ
ਸੀਮੈਂਟ ਦੀ ਪਟਰੀ ਤੇ ਲਿਸ਼ਕਿਆ ਹੈ
ਸਾਥਣ ਦੀ ਜੁਸ਼ੀਲੀ ਆਵਾਜ਼ ਤੇ ਮੈਂ
ਜ਼ਹਿਰੀਲੀ ਦੁਆਈ ਦਾ ਸਾਰਾ ਡੱਬਾ
ਉਸ ਕਾਲ਼ੇ ਧੱਬੇ ਤੇ ਛਿੜਕ ਦਿੱਤਾ ਹੈ
ਧੱਬਾ ਰੇਂਗਣਾ ਬੰਦ, ਕੋਈ ਹਰਕਤ ਨਹੀਂ

ਮੇਰੀ ਸੋਚ-ਮਧਾਣੀ ਚਲ ਪੈਂਦੀ ਹੈ
ਖ਼ੌਰੇ ਰੱਬ ਨੂੰ ਵੀ ਕੁਰਲ-ਕੁਰਲ ਕਰਦੇ
ਇਨਸਾਨੀ ਝੁੰਡ ਕੀੜੀਆਂ ਵਾਂਗੂੰ
ਜਾਪੇ ਹੋਣ 'ਸੁਰਜੀਤ'
ਇਸੇ ਕਰਕੇ ਮਹਾਮਾਰੀ ਦਾ ਛਿੜਕਾਉ
ਅਗੋਚਰ ਨੇ ਸਾਡੇ ਵੱਲੇ ਕੀਤਾ ਹੋਵੇ

ਕੋਵਿਡ-19 ਦੀ ਦੂਜੀ ਲਹਿਰ ਨੇ ਭਾਰਤ ਵਿਚ ਤਬਾਹੀ ਮਚਾਈ ਹੋਈ ਹੈ। ਹਰ ਰੋਜ਼ ਹਜ਼ਾਰਾਂ ਦੀ ਗਿਣਤੀ ਵਿਚ ਮੌਤਾਂ ਹੋ ਰਹੀਆਂ ਹਨ। ਸਿਵਿਆਂ ਦੀ ਅੱਗ ਠੰਡੀ ਨਹੀਂ ਹੋ ਰਹੀ। ਸ਼ਮਸ਼ਾਨ ਘਾਟਾਂ ਵਿਚ ਅੰਤਮ ਸਸਕਾਰ ਕਰਨ ਲਈ ਜਗ੍ਹਾ ਨਹੀਂ ਮਿਲ ਰਹੀ।

ਕੋਵਿਡ ਵੈਕਸੀਨ ਭਾਰਤ ਦੇ ਹਸਪਤਾਲਾਂ ਵਿਚ ਮਿਲ ਨਹੀਂ ਰਹੀ। ਹਾਲਾਂ ਕਿ ਸੰਸਾਰ ਵਿਚ ਸਭ ਤੋਂ ਵੱਧ ਵੈਕਸੀਨ ਭਾਰਤ ਵਿਚ ਬਣਦੀ ਹੈ। ਹਸਪਤਾਲ ਮਰੀਜਾਂ ਨਾਲ ਭਰੇ ਪਏ ਹਨ। ਕੋਵਿਡ ਦੇ ਮਰੀਜ ਹਸਪਤਾਲਾਂ ਦੇ ਬਾਹਰ ਰੁੱਲ਼ ਰਹੇ ਹਨ। ਆਕਸੀਜਨ ਖ਼ਤਮ ਹੋਈ ਪਈ ਹੈ, ਜਿਸ ਕਰਕੇ ਮਰੀਜ਼ ਹਸਪਤਾਲਾਂ ਵਿਚ ਮਰ ਰਹੇ ਹਨ। ਹਸਪਤਾਲਾਂ ਵਿਚ ਤਰਾਹ-ਤਰਾਹ ਹੋ ਰਹੀ ਹੈ।

ਵਿਦੇਸ਼ਾਂ ਤੋਂ ਭਾਰਤ ਨੂੰ ਸਹਾਇਤਾ ਦੇਣ ਦੇ ਐਲਾਨ ਹੋ ਰਹੇ ਹਨ ਪ੍ਰੰਤੂ ਭਾਰਤ ਦੀ ਕੇਂਦਰ ਸਰਕਾਰ ਸੰਜੀਦਗੀ ਤੋਂ ਕੰਮ ਨਹੀਂ ਲੈ ਰਹੀ ਸਗੋਂ ਦਵਾਈ ਅਤੇ ਆਕਸੀਜਨ ਵੰਡਣ ਵਿਚ ਵੀ ਸਿਆਸਤ ਕਰ ਰਹੀ ਹੈ।

ਭਾਰਤੀ ਜਨਤਾ ਪਾਰਟੀ ਦੀਆਂ ਸਰਕਾਰਾਂ ਵਾਲੇ ਰਾਜਾਂ ਨੂੰ ਵੈਕਸੀਨ ਅਤੇ ਆਕਸੀਜਨ ਵਧੇਰੇ ਮਾਤਰਾ ਵਿਚ ਦਿੱਤੀ ਜਾ ਰਹੀ ਹੈ। ਗ਼ੈਰ ਭਾਰਤੀ ਜਨਤਾ ਪਾਰਟੀਆਂ ਦੀਆਂ ਸਰਕਾਰਾਂ ਵਾਲੇ ਰਾਜਾਂ ਦੇ ਮੁੱਖ ਮੰਤਰੀਆਂ ਦੇ ਤਰਲੇ ਕੱਢਣ ਦੇ ਬਾਵਜੂਦ ਵੀ ਉਨ੍ਹਾਂ ਦੇ ਕੰਨਾਂ ਤੇ ਜੂੰ ਨਹੀਂ ਸਰਕ ਰਹੀ।

ਭਾਰਤ ਸੜ ਰਿਹਾ ਹੈ, ਨੀਰੂ ਬੰਸਰੀ ਵਜਾ ਰਿਹਾ ਹੈ

ਧੰਨਵਾਦ -ਇੰਟਰਨੈਟ ਸਾਈਟ ਨੂੰ ਉਪਰਲੇ ਵਿਸ਼ੇਸ਼ ਲੇਖ ਵਾਸਤੇ, 29/04/2021

ਦੂਸਰੀ ਲਹਿਰ

ਸਾਹਮਣੇ ਵਾਲੇ ਲਾਅਨ ਦਾ ਘਾਹ ਕੱਟ ਕੇ
ਕਾਬੂ ਆਏ ਬੀਟਲ ਕੀੜਿਆਂ ਦਾ ਭਰਿਆ
ਥੈਲਾਨੁਮਾ ਫੰਧਾ ਕੂੜੇਦਾਨ ਵਿਚ ਸੁੱਟਕੇ
ਅਸੀਂ ਆਪਣੇ ਘੁਰਨੇ ਵਿਚ ਵੜੇ ਹਾਂ

ਕੋਵਿਡ ਦੀ ਦੂਸਰੀ ਲਹਿਰ ਦੌਰਾਨ ਟੀਵੀ ਤੇ
ਨਿਊਯਾਰਕ ਅਤੇ ਬ੍ਰਾਜ਼ੀਲ ਦੀਆਂ
ਸਮੂਹਿਕ ਕਬਰਾਂ ਦੀ ਖੁਦਾਈ ਤੇ ਭਰਾਈ ਜਾਰੀ ਹੈ

ਗੰਗਾ ਮਾਈ ਅਣਪਛਾਤੀਆਂ ਲਾਸ਼ਾਂ ਦੇ ਅੰਬਾਰ
ਅੱਜ ਉਗਲ-ਉਗਲ ਕੇ ਬਾਹਰ ਸੁੱਟ ਰਹੀ ਹੈ
ਸ਼ਾਇਦ ਹੋਰ ਹਜ਼ਮ ਕਰਨ ਤੋਂ ਇਨਕਾਰੀ ਹੈ

ਰੇਤ ਵਿਚ ਦੱਬੀਆਂ ਲਾਸ਼ਾਂ ਉਤਲੀ ਪਰਤ ਸਮੇਤ
ਭਗਵੇ ਅੰਗੋਛੇ ਹਨ੍ਹੇਰੀ ਨੇ ਉਡਾ ਦਿੱਤੇ ਹਨ
ਔਲਾਦ ਨੂੰ ਮਾਪੇ ਦੇ ਅੰਤਿਮ ਦਰਸ਼ਨਾਂ ਦਾ
ਕੁਦਰਤ ਨੇ ਜਿਵੇਂ ਇਕ ਹੋਰ ਮੌਕਾ ਦਿੱਤਾ ਹੈ

ਦੋ ਕੁ ਸਿਸਕੀਆਂ ਭਰ ਸ਼ਾਂਤ ਹੈ
ਕੱਲ੍ਹ ਦਾ ਮੋਇਆ ਚੂੰਢਿਆ ਬੋਟ
ਅੱਜ ਧਰੀਕਿਆ ਜਾ ਰਿਹਾ ਹੈ

ਕੀੜੀਆਂ ਦੀ ਮੱਧਮ ਪੈ ਰਹੀ
ਆਵਾਜਾਈ ਤੋਂ ਲੱਗਦਾ ਹੈ
ਗੈਸ ਪਿਚਕਾਰੀ ਨਾਲ

ਕੀੜੀ-ਮਘੋਰਿਆਂ ਵਿਚ ਧੱਕੀ
ਜ਼ਹਿਰੀਲੀ ਦਵਾਈ ਆਪਣਾ
ਅਸਰ ਵਿਖਾ ਰਹੀ ਹੈ

ਸਾਥਣ ਕੋਲ ਆਕੇ ਦੱਸਦੀ ਹੈ -
ਗਲੈਹਿਰੀ, ਖਰਗੋਸ਼ ਤੇ ਹਿਰਨਾਂ ਲਈ ਵੀ
ਜ਼ਹਿਰ ਵਿਛਾ ਦਿੱਤਾ ਹੈ
ਬੜੇ ਸੋਹਣੇ ਦਿਸਣ ਵਾਲੇ ਤਾਂਬੇ ਰੰਗੇ

ਬੀਟਲ ਕੀੜੇ ਸੁੰਡੀਆਂ ਦਾ ਰੂਪ ਧਾਰ ਕੇ
ਸਬਜ਼ੀਆਂ ਤੇ ਸਾਵੇ ਪੱਤਿਆਂ ਨੂੰ ਟੁੱਕ-ਟੁੱਕ
ਪਲਾਂ ਵਿਚ ਹੀ ਛਾਨਣੀ ਬਣਾ ਦੇਂਦੇ ਹਨ

ਦਿੱਲੀ ਕਿਸੇ ਗੁਰਦਵਾਰਾ ਰੋਡ ਤੇ
ਔਕਸੀਜਨ ਦਾ ਲੰਗਰ ਲਗਿਆ ਹੈ
ਆਗਰੇ ਹਸਪਤਾਲ ਕਮੀ ਕਾਰਣ
ਹਰ ਚੈਨਲ ਦੀ ਬ੍ਰੇਕਿੰਗ ਨਿਊਜ਼ ਤੇ
ਦਰਜਨਾਂ ਮੌਤਾਂ ਦੀ ਖਬਰ ਹੈ
ਕੋਵਿਡ ਦੀਆਂ ਖਬਰਾਂ ਤੋਂ ਉਕਤਾ
ਅਸੀਂ ਦੋਵੇਂ ਹੁਣ ਘਰ ਪਿਛਲੇ
ਬਗੀਚੇ ਵੱਲ ਨਿਕਲ ਪੈਂਦੇ ਹਾਂ

ਘਰ ਦੇ ਪਿਛਲੇ ਪਾਸੇ
ਸੋਨ-ਚਿੜੀ ਬਾਰੀ ਦੇ ਕੱਚ ਨਾਲ
ਨੀਲੇ ਅਸਮਾਨ ਦੇ ਭੁਲੇਖੇ ਟਕਰਾ ਕੇ
ਮੇਰੇ ਬੂਟਾਂ ਕੋਲ ਆ ਡਿਗਦੀ ਹੈ
ਪਿੰਜਰਾ, ਫੰਧਾ ਤੇ ਜ਼ਹਿਰ ਵਿਛਾ ਦਿੱਤਾ ਹੈ
ਤਾਂਬੇ-ਰੰਗੀ ਪਿੱਠ ਤੇ ਧਾਰੀਆਂ ਵਾਲੇ
ਜਪਾਨੀ ਬੀਟਲ ਫੜਨ ਵਾਲੀ
ਕੁੜਿੱਕੀ ਹੇਠਲਾ ਥੈਲਾ
ਫਿਰ ਭਾਰੀ ਹੋਇਆ ਜਾਪਦਾ ਹੈ

ਇਹ ਸੋਹਣੇ ਮਾਸੂਮ ਦਿਸਦੇ ਕੀੜੇ
ਸਾਥਣ ਦੀ ਮੱਧਮ ਜਿਹੀ ਆਵਾਜ਼
ਕਿਸੇ ਸੋਚ-ਸੁਰੰਗ ਥਾਣੀ
ਬਹੁਤ ਦੂਰੋਂ ਆਉਂਦੀ ਜਾਪਦੀ ਹੈ

"ਪੰਛੀਆਂ ਵਾਸਤੇ ਕੋਈ ਡਰਨਾ ਜਾਂ
ਭੰਬੀਰੀ ਜਿਹੀ ਵੀ ਲੈ ਆਉਣਾ
ਕੀੜੇ ਚੁਗਣ ਦਾ ਬਹਾਨਾ ਕਰਕੇ
ਅੱਧੇ ਬੀਜ ਵੀ ਖਾ ਜਾਂਦੇ ਨੇ

ਬਾਹਰ ਚੂਹਿਆਂ ਦੀ ਕੋਈ ਚੰਗੀ
ਫਾਹੀ ਵੀ ਲਗਾਉਣੀ ਪੈਣੀ ਹੈ
ਵਾਹਿਗੁਰੂ ਦਾ ਸ਼ੁਕਰ ਕਰਾਂਗੇ ਜੇ
ਇਹਨਾਂ ਪਿੱਸੂਆਂ ਤੋਂ ਪਿੱਛਾ ਛੁਟਿਆ

ਦੂਜੀ ਕੋਵਿਡ ਲਹਿਰ ਤੋਂ ਬਾਬਾ ਬਚਾਏ
ਜੇ ਸੁਖ ਹੋਇਆ ਤਾਂ ਆਪਾਂ
ਇਹਨਾਂ ਗਰਮੀਆਂ ਵਿੱਚ
ਆਰਗੈਨਿਕ ਸਬਜ਼ੀਆਂ ਰੱਜ ਕੇ ਖਾਵਾਂਗੇ!
'ਮੀਟ-ਮੱਛੀ ਹੁਣ ਬੰਦ ਨਾ ਕਰ ਦਈਏ...
'ਸੁਰਜੀਤ' ਜੀ, ਕੀ ਕਹਿੰਦੇ ਹੋ?"

ਦਲਿੱਦਰੀ
ਬਚਪਨ
ਮਸਕੀਨ
ਜਵਾਨੀ

ਅਤੀਤ ਦੇ ਪਰਛਾਂਵੇਂ

1960 ਵਿਚ ਮੈਂ 10 ਕੁ ਸਾਲ ਦਾ ਸੀ ਜਦੋਂ ਦਿੱਲੀ ਵਿਚ ਅਜਮਲ ਖਾਨ ਰੋਡ ਦੇ ਨੇੜੇ ਗੁਰਦਵਾਰੇ ਸਾਹਮਣੇ ਬੈਠ ਕੇ 'ਜਥੇਦਾਰ' ਅਖਬਾਰ ਵੇਚਿਆ ਕਰਦਾ ਸੀ। ਉਸ ਵਕਤ ਗਰੀਬੀ ਰੇਖਾ ਤੋਂ ਥੱਲੇ ਭਾਰਤ ਦੀ 80 ਪ੍ਰਤੀਸ਼ਤ ਅਬਾਦੀ ਦਾ ਚੀਕ-ਚਿਹਾੜਾ, ਉਸ ਖਾਨਦਾਨੀ ਰਈਸ ਪ੍ਰਧਾਨ-ਮੰਤ੍ਰੀ ਦੇ ਕੰਨਾਂ ਤਕ ਨਹੀਂ ਸੀ ਅਪੜ ਰਿਹਾ, ਜਿਸਦੇ ਕਪੜੇ ਲੰਡਨ ਧੋਣ ਲਈ ਭੇਜੇ ਜਾਂਦੇ ਸਨ। ਸਰਗੋਧੇ ਪਾਕਿਸਤਾਨ ਤੋਂ ਲੁੱਟੇ-ਪੁੱਟੇ ਤੇ ਖ਼ਾਲ੍ਹੀ ਹੱਥ ਆਏ ਬਜਾਜੀ ਦੇ ਵਪਾਰੀ ਮੇਰੇ ਪਿਤਾ ਜੀ ਹੁਣ ਕੰਮ ਤੇ ਸਾਡੇ ਸਕੂਲੀ ਰਜਿਸਟਰ ਵਿਚ ਜਾਤ ਦੇ ਦਰਜ਼ੀ ਬਣ ਚੁੱਕੇ ਸਨ ਤਾਕਿ ਬੈਕਵਰਡ ਕਲਾਸ ਦੇ ਕਨੂੰਨ ਤਹਿਤ ਬੱਚਿਆਂ ਦੀਆਂ ਫੀਸਾਂ ਘੱਟ ਹੋ ਜਾਣ। ਘਰ ਵਿਚ ਛੇ ਪੜ੍ਹਨ ਵਾਲੇ ਜੀਅ ਸਨ।

ਦਿਨੋ-ਦਿਨ ਕਮਜ਼ੋਰ ਹੁੰਦੀ ਜਾ ਰਹੀ ਨਜ਼ਰ ਨਾਲ ਵੀ ਸਿਲਾਈ ਮਸ਼ੀਨ ਚਲਾ ਕੇ ਘਰ ਚਲਾਣ ਦੀ ਸਾਰੀ ਜ਼ਿੰਮੇਵਾਰੀ ਸਿਰਫ ਪਿਤਾ ਜੀ ਸਿਰ ਹੀ ਸੀ। ਪਿਤਾ ਜੀ ਦਾ ਅੱਧਾ ਦਿਨ ਆਪਣੀਆਂ ਚਾਰ ਧਰਮ ਭੈਣਾਂ ਦੇ ਕਪੜੇ ਮੁਫ਼ਤ ਸੀਣ ਵਿਚ ਲੰਘ ਜਾਂਦਾ ਸੀ ਜਿਨ੍ਹਾਂ ਨੂੰ ਉਹ ਪਾਕਿਸਤਾਨ ਦੀ ਵੱਢਾ-ਟੁੱਕੀ ਤੋਂ ਬਚਾਕੇ ਰੇਲਗੱਡੀ ਵਿਚ ਆਪਣੇ ਨਾਲ ਲਿਆਏ ਸਨ। ਸਾਡੇ ਮਾਤਾ ਜੀ ਤਾਂ ਸਰਗੋਧੇ ਵਿਚ ਵੰਡ ਵੇਲੇ ਕਿਸੇ ਹਾਦਸੇ ਦਾ ਸ਼ਿਕਾਰ ਹੋਏ ਆਪਣਾ ਦਿਮਾਗੀ ਤਵਾਜ਼ੁਨ ਗੁਆ ਚੁਕੇ ਸਨ ਤੇ ਘਰ ਦੀ ਸੰਭਾਲ਼ ਬਜ਼ੁਰਗ ਦਾਦੀ ਤੇ ਜਵਾਨੀ ਟੱਪਦੀ ਕੁਆਰੀ ਭੂਆ ਜੀ ਦੇ ਹੱਥ ਸੀ। ਪਿਤਾ ਜੀ ਦੇ ਨੇੜਲੇ ਪਰਵਾਰ ਸਮੇਤ ਅਸੀਂ ਚਾਰ ਭਰਾਵਾਂ ਸਮੇਤ ਕੁਲ 13 ਜੀਅ ਸਾਂ। ਅਸੀਂ ਦਿੱਲੀ ਕਰੋਲ ਬਾਗ਼ ਵਿੱਚ, ਪੁਰਾਣੀਆਂ ਲੱਕੜੀਆਂ ਦੇ ਬਣੇ ਇਕ ਕਮਰੇ ਵਾਲੇ ਖੋਖੇ ਦੀ ਬਾਹਰਲੀ ਜ਼ਮੀਨ ਤੇ ਹੀ 5-6 ਟੁੱਟੀਆਂ ਵਾਣ ਦੀਆਂ ਮੰਜੀਆਂ, ਤਖਤਪੋਸ਼ ਜਾਂ ਲੀਰਾਂ ਤੇ ਟਾਕੀਆਂ ਨਾਲ ਜੋੜੀਆਂ ਚਟਾਈਆਂ ਤੇ ਰੁੱਲ਼ਦੇ ਰਹਿੰਦੇ ਸਾਂ।

ਇਹੀ ਹਮਾਰਾ ਜੀਵਣਾ

ਗ਼ਮਾਂ ਦੀ ਖਾਣ ਜ਼ਿੰਦਗੀ ਚੋਂ
ਖੁਸ਼ੀਆਂ ਦੇ ਨਗੀਨੇ ਲੱਭਦੇ ਰਹੇ
ਨਾਮਿਹਰਬਾਨ ਦਿਲਾਂ ਚੋਂ
ਸੁੱਖ, ਆਸਰੇ ਲੱਭਦੇ ਰਹੇ

ਨਿਰਾਸ਼ਾ ਦੀ ਛੋਹ ਨਾਲ ਭੁਰ ਗਏ
ਉਮੀਦਾਂ ਦੇ ਪਰੋਏ ਹਾਰ ਜੋ
ਸੁਫ਼ਨਿਆਂ ਦੇ ਕੱਚੇ ਧਾਗੇ ਨੂੰ
ਤਸੱਲੀ ਦੀਆਂ ਗੰਢਾਂ ਬੰਨ੍ਹਦੇ ਰਹੇ

ਇਨਸਾਨੀਅਤ ਦੇ ਤਨ ਦੇ ਕੱਪੜੇ
ਖ਼ੁਦਗ਼ਰਜ਼ੀ ਨੇ ਲੀਰੋ-ਲੀਰ ਕੀਤੇ
ਬੇਸ਼ਰਮ ਇਨਸਾਨ ਤਾਂ ਬਸ
ਸ਼ੀਸ਼ਿਆਂ ਸਾਹਵੇਂ ਸਜਦੇ ਰਹੇ

ਬਹੁਤ ਰਹੇ ਇਸ ਦੁਨੀਆਂ ਵਿਚ
ਜੀ ਕੇ ਨਾ ਵੇਖਿਆ ਇਕ ਘੜੀ
ਉਮਰ ਤਮਾਮ ਨਿਕਲ ਗਈ
ਅਸੀਂ ਜੀਣ ਨੂੰ ਤਰਸਦੇ ਰਹੇ

ਵੇਖ ਮਸਰੂਫ ਗ਼ਮਾਂ ਦੀ ਮਹਿਫਲ 'ਚ
ਖ਼ੁਸ਼ੀ ਬੂਹੇ ਤੇ ਆ, ਮੁੜ ਜਾਂਦੀ ਰਹੀ
ਜ਼ਮਾਨੇ ਕਿਹਾ, 'ਸੁਰਜੀਤ' ਹੱਸਦੇ ਰਹੋ
ਭਾਵੇਂ ਅੰਦਰੋਂ ਤਿਲ-ਤਿਲ ਮਰਦੇ ਰਹੇ

ਮਈ 1964 ਗਰਮੀ ਦੀਆਂ ਛੁੱਟੀਆਂ ਦੀ ਗੱਲ ਹੈ ਜਦੋਂ ਮੈਂ 14 ਕੁ ਸਾਲ ਦਾ ਸੀ, ਸਾਡੇ ਘਰ ਦੇ ਨੇੜੇ ਹੀ ਇਕ ਕੱਟੀ ਹੋਈ 'ਗੁੱਡੀ' ਲੁੱਟਣ ਲਈ ਮੈਂ ਹਰਧਿਆਨ ਸਿੰਘ ਰੋਡ, ਕਰੋਲ ਬਾਗ਼ ਗੁਰਦਵਾਰੇ ਦੇ ਸਾਹਮਣੇ ਪੰਜਾਬ ਸਿੰਧ ਬੈਂਕ ਦੀ ਬਿਲਡਿੰਗ ਦੇ ਨਾਲ ਵਾਲੇ ਘਰ ਦੀਆਂ ਸੁਭਾਗੀਆਂ ਪੌੜੀਆਂ ਚੜ੍ਹਨ ਦੀ ਹਿੰਮਤ ਕਰ ਲਈ ਕਿਉਂਕਿ ਖੁਸ਼ਕਿਸਮਤੀ ਨਾਲ ਉਸ ਬੈਂਕ ਮੈਨੇਜਰ ਦਾ ਛੋਟਾ ਮੁੰਡਾ (ਹੁਣ ਮੇਰੇ ਸਾਲੇ ਸਾਹਬ) ਵੀ ਮੇਰੇ ਨਾਲ ਸੀ। ਉਨ੍ਹਾਂ ਦਿਨਾਂ ਵਿੱਚ ਕਈ ਸਕੂਲੀ ਮੁੰਡਿਆਂ ਦੀਆਂ ਪਤੰਗ ਲੁਟਦੇ ਹੋਏ ਹਾਦਸਿਆਂ ਦੀਆ ਖਬਰਾਂ ਗਰਮ ਸਨ।

ਅਸੀਂ ਉਸ ਗਵਾਂਢ ਦੀ ਛੱਤ ਤੋਂ ਬੈਂਕ ਉਪਰਲੇ ਮਕਾਨ ਨਾਲ ਲੱਗਦੀ ਟੀਨ ਵਾਲੀ ਬਰਸਾਤੀ ਤੇ ਟੱਪੇ ਹੀ ਸਾਂ ਕਿ ਖੜਾਕ ਸੁਣਕੇ ਇਕ ਬਹੁਤ ਸੋਹਣੀ ਉੱਚੀ ਲੰਮੀ ਤੇ ਗੋਰੇ ਰੰਗ ਦੀ ਮਾਤਾ ਤੇ ਉਨ੍ਹਾ ਦੇ ਮਗਰ-ਮਗਰ ਉਨ੍ਹਾਂ ਦੀ ਹਿਰਨੀ ਵਰਗੀਆਂ ਅੱਖਾਂ ਵਾਲੀ ਧੀ, ਜਿਸਦਾ ਨਾਮ ਮੈਂ ਮਨ ਹੀ ਮਨ ਵਿਚ 'ਹੀਰ' ਰੱਖ ਲਿਆ ਸੀ, ਸਾਨੂੰ ਦੋਹਾਂ ਨੂੰ ਡਾਂਟਦੇ- ਕੋਸਦੇ ਹੋਏ ਬਾਹਰ ਵੇਹੜੇ ਵਿਚ ਨਿਕਲ ਆਏ।

ਪਤੰਗ ਲੁੱਟ ਲੈਣ ਦੇ ਉਤਸ਼ਾਹ ਵਿਚ...ਕੀ ਉਨ੍ਹਾਂ ਦੀਆਂ ਝਿੜਕਾਂ ਸਾਨੂੰ ਸੁਣੀਆਂ! ਅਸੀਂ ਕਹਿ ਨਹੀਂ ਸਕਦੇ ਪਰ ਯਕੀਨਨ ਉਸ ਦਿਨ ਮੇਰੇ ਹੋਣ ਵਾਲੇ ਸਾਲੇ 'ਗੋਗੇ' ਨੂੰ ਪਤੰਗ ਲੁੱਟਣ ਦੀ ਖੁਸ਼ੀ ਤੋਂ ਕਿਤੇ ਜ਼ਿਆਦਾ ਖੇੜਾ ਮੈਨੂੰ 'ਹੀਰ' ਦੇ ਦੀਦਾਰ ਦਾ ਹੋਇਆ ਸੀ। ਹਿਰਨੀ ਵਰਗੀਆਂ ਅੱਖਾਂ ਵਾਲੀ 'ਹੀਰ'- ਮੇਰੀ ਹੋਣ ਵਾਲੀ ਜੀਵਨ ਸਾਥਣ ਦਾ ਨਾਮ 'ਹਰਿੰਦਰ ਕੌਰ ਖੇੜਾ' ਸੀ ਜੋ ਮੈਨੂੰ ਬਹੁਤ ਦਿਨਾਂ ਬਾਦ ਜਾ ਕੇ ਪਤਾ ਲੱਗਾ।

ਅੱਖਾਂ

(ਮੇਰੀ ਪਹਿਲੀ ਪ੍ਰੇਮ-ਕਵਿਤਾ)

ਲੋਕ ਕਹਿੰਦੇ ਨੇ ਅੱਖਾਂ ਰੂਹ ਦੀ ਤਸਵੀਰ ਹੁੰਦੀਆਂ ਨੇ
ਸੁਰਜੀਤ ਨੇ ਤੇਰੀਆਂ ਅੱਖਾਂ ਤੱਕੀਆਂ ਨੇ
ਤੇਰੀ ਰੂਹ ਕਿੰਨੀ ਸੋਹਣੀ ਹੋਏਗੀ

ਉਨ੍ਹਾਂ ਛੁੱਟੀਆਂ ਵਿਚ ਕਬਾੜੀ ਦੀ ਦੁਕਾਨ ਤੋਂ ਵਾਰਿਸ-ਸ਼ਾਹ ਦਾ ਲਿਖਿਆ 'ਹੀਰ-ਰਾਂਝਾ' ਦਾ ਕਿੱਸਾ ਮੇਰੇ ਹੱਥ ਲੱਗ ਗਿਆ ਸੀ ਜੋ ਮੈਂ ਕਈ ਮਹੀਨਿਆਂ ਤੋਂ ਰੱਦੀ, ਬੋਤਲਾਂ, ਡੱਬਿਆਂ ਅਤੇ ਅਖਬਾਰਾਂ ਵੇਚਕੇ ਇਕੱਠੀ ਕੀਤੀ ਕਮਾਈ ਦੇ ਬਦਲੇ ਖੁਸ਼ੀ-ਖੁਸ਼ੀ ਲੈ ਲਿਆ, ਭਾਵੇਂ ਮੈਨੂੰ ਕਿਰਾਏ ਦੀ ਛੋਟੀ ਸਾਈਕਲ ਚਲਾਣ ਦੇ ਸ਼ੌਕ ਨੂੰ ਕਈ ਮਹੀਨਿਆਂ ਤਕ ਮੁਲਤਵੀ ਕਰਨਾ ਪਿਆ ਸੀ।

ਜਦੋਂ ਪਹਿਲੀ ਵਾਰ ਉਸ ਖੇੜਿਆਂ ਦੀ 'ਹੀਰ' ਨਾਲ ਨਜ਼ਰ ਮਿਲੀ ਸੀ ਤਾਂ ਇਹ ਕਹਿਣ ਨੂੰ ਜੀਅ ਕਰਦਾ ਰਿਹਾ...

ਅਗਲੇ ਕਈ ਦਿਨ ਮੇਰੇ ਸਾਹਮਣੇ ਆਣ ਵਾਲੀ ਹਰ ਸ਼ੈ ਵਿੱਚ ਉਨ੍ਹਾਂ ਅੱਖਾਂ ਦਾ ਝਾਉਲਾ ਪੈਂਦਾ ਰਿਹਾ। ਇਤਫ਼ਾਕ ਨਾਲ ਕੁਝ ਹੀ ਦਿਨਾਂ ਵਿਚ ਮੈਨੂੰ ਬੈਂਕ ਵਾਲਿਆਂ ਦੇ ਘਰ ਜਾਣ ਦਾ ਬਹਾਨਾ ਵੀ ਲੱਭ ਗਿਆ। ਮੇਰੇ ਵੱਡੇ ਭਰਾ ਨੇ 'ਹੀਰ' ਦੇ ਵੱਡੇ ਭਰਾ ਕੋਲੋਂ ਉਧਾਰੀਆਂ ਲਈਆਂ ਕਿਤਾਬਾਂ ਵਾਪਿਸ ਕਰਨ ਲਈ ਮੈਨੂੰ ਭੇਜਿਆ ਸੀ। ਐਤਕੀ ਮਾਤਾ ਨੇ ਪਿਆਰ ਨਾਲ ਪਤਾ ਕੀਤਾ ਕਿ ਮੈਂ ਕਿਹੜੀ ਜਮਾਤ ਵਿਚ ਪੜ੍ਹਦਾ ਹਾਂ ਤੇ ਮੇਰੇ 'ਹਿਸਾਬ' ਵਿਸ਼ੇ ਵਿਚ ਕਿੰਨੇ ਨੰਬਰ ਆਏ ਹਨ। ਖੁਸ਼ਕਿਸਮਤੀ ਨਾਲ ਮੈਂ 'ਗਣਿਤ' ਵਿਚ ਬਹੁਤ ਚੰਗੇ ਨੰਬਰ ਲੈ ਕੇ ਦੱਸਵੀਂ ਕਲਾਸ ਚੜ੍ਹ ਗਿਆ ਸੀ। ਮਾਤਾ ਨੇ ਇਹ ਆਖਦੇ ਹੋਏ ਕਿ ਉਨ੍ਹਾਂ ਦੀ ਵੱਡੀ ਬੇਟੀ ਹਿਸਾਬ ਵਿਚ ਜ਼ਰਾ ਕਮਜ਼ੋਰ ਹੈ, ਮੈਨੂੰ ਆਪਣੇ ਘਰ ਆਕੇ ਪੜ੍ਹਨ ਤੇ ਪੜ੍ਹਾਉਣ ਦਾ ਸੱਦਾ ਦੇ ਦਿਤਾ।

ਬਰਸਾਤਾਂ ਤਾਂ ਪਹਿਲਾਂ ਵੀ ਕਈ ਆਈਆਂ ਸਨ। ਐਤਕੀ ਦੀ ਸਰੂਰ ਭਿਨੀ ਬਰਸਾਤ ਤਾਂ ਕਿਸੀ ਸੰਗੀਤਮਈ ਕਵਿਤਾ ਵਾਂਗ ਈ ਝੂਮਦੀ-ਲਹਿਰਾਂਦੀ ਆਈ ਸੀ। ਮੈਂ ਸੁਪਨੀਂਦਰੀਆਂ ਅੱਖਾਂ ਬੰਦ ਕਰਕੇ ਮਸਤੀ ਵਿਚ ਉਸਦਾ ਸਵਾਗਤ ਕੀਤਾ ਤਾਕਿ ਪਹਿਲੀ ਮਿਲਣੀ ਤੇ ਮੇਰੀਆਂ ਅੱਖਾਂ 'ਚ ਸਮਾਇਆ 'ਹੀਰ' ਦਾ ਤਸੱਵਰ ਕਿਤੇ ਪਾਣੀ ਦੀਆਂ ਤੇਜ਼ ਬੁਛਾਰਾਂ ਵਿਚ ਘੁਲਕੇ ਵੱਗ ਨਾ ਜਾਏ...

ਮਸਤੀ

ਲਹਿਰਾਉਂਦੀਆਂ ਬੱਦਲੀਆਂ ਆਈਆਂ ਨੇ
ਮੋਰਾਂ ਨੇ ਪੈਲਾਂ ਪਾਈਆਂ ਨੇ

ਫਿਰ ਪੌਣ ਰੁਮਕਦੀ ਆਈ ਏ
ਫੁੱਲਾਂ ਤੇ ਮਸਤੀ ਛਾਈ ਏ

ਰੀਝਾਂ ਦੀਆਂ ਪੀਂਘਾਂ ਬਝੀਆਂ ਨੇ
ਫੁੱਲਾਂ ਨੇ ਡਾਲੀਆਂ ਕੱਜੀਆਂ ਨੇ

ਫਿਰ ਗੂੰਜੇ ਗੀਤ ਬਹਾਰਾਂ ਦੇ
ਆਏ ਵੇਲੇ ਕੌਲ ਕਰਾਰਾਂ ਦੇ

ਕੁਝ ਹੀ ਦਿਨਾਂ ਬਾਦ ਮੈਂ ਪਹਿਲੀ ਵਾਰ ਕਿਸੇ ਪੱਕੇ ਘਰ ਦੇ ਮਹਿਮਾਨ ਕਮਰੇ ਵਿੱਚ ਬਿਜਲੀ ਦੇ ਬਲਬ ਤੇ ਪੱਖੇ ਥੱਲੇ ਬੈਠਾ ਪੜ੍ਹ ਤੇ ਪੜ੍ਹਾ ਰਿਹਾ ਸੀ। ਮਾਤਾ ਨੇ ਮੈਨੂੰ ਕਈ ਵਾਰ ਸਰਕਾਰੀ ਖੰਬਿਆਂ ਦੀ ਜਾਂ ਬੈਂਕ ਦੇ ਸਾਈਨ ਬੋਰਡ ਤੇ ਲੱਗੇ ਬਲਬਾਂ ਦੀ ਰੋਸ਼ਨੀ ਵਿਚ ਪੜ੍ਹਦੇ ਦੇਖਿਆ ਹੋਏਗਾ। ਉਨ੍ਹਾਂ ਨੇ ਜ਼ਰੂਰ ਮੈਨੂੰ ਬੈਂਕ ਸਾਹਮਣੇ ਗੁਰਦਵਾਰੇ ਗੇਟ ਤੇ 9-10 ਸਾਲ ਦੀ ਉਮਰੇ ਪੰਜਾਬੀ ਅਖਬਾਰ 'ਜਥੇਦਾਰ' ਵੇਚਦੇ ਵੀ ਦੇਖਿਆ ਹੋਏਗਾ। 'ਹਿਰਨੀ' ਅੱਖਾਂ ਵਾਲੀ 'ਹੀਰ' ਜਿਸਨੂੰ ਘਰ ਵਿਚ 'ਗੁੱਡੀ' ਬੁਲਾਂਦੇ ਸਨ, ਗਣਿਤ ਪੜ੍ਹਾਉਣ ਦਾ ਮੌਕਾ ਜ਼ਿਆਦਾ ਦੇਰ ਨਾ ਰਿਹਾ। ਮਾਤਾ ਜੀ ਸੁਣੱਖੇ ਤੇ ਚੇਤੰਨ ਹੋਣ ਕਾਰਨ ਜਲਦੀ ਜਾਣ ਗਏ ਸਨ ਕਿ ਗਣਿਤ ਦੀ ਥਾਂ ਕੈਮਿਸਟਰੀ ਪੜ੍ਹਾਈ ਜਾ ਰਹੀ ਸੀ।

ਅਸੀਂ ਇਕ ਦੂਜੇ ਦੀਆਂ ਅੱਖਾਂ ਵਿੱਚ ਭਵਿੱਖ ਦੇ ਖਾਬ ਬੁਣਦੇ ਅਕਸਰ ਬੇਸੁੱਧ ਜਿਹੇ ਹੋ ਜਾਂਦੇ ਸਾਂ ਪਰ ਮਾਤਾ ਦੀਆਂ ਨੀਂਦਾਂ ਉੱਡਣ ਲਗੀਆਂ। ਉਨ੍ਹਾਂ ਨੇ ਸਾਡਾ ਤਬਾਦਲਾ ਦੂਰ ਬਣੇ ਮਹਿਮਾਨ-ਕਮਰੇ ਤੋਂ ਆਪਣੇ ਸੌਣ-ਕਮਰੇ ਦੇ ਨਾਲ ਵਾਲੇ ਸਟੋਰ ਵਿਚ ਕਰ ਦਿੱਤਾ ..ਜਿਸ ਕਾਰਨ ਅਸੀਂ ਛੇਤੀ ਹੀ 'ਇਕ ਦੂਜੇ ਦੀਆਂ ਅੱਖਾਂ ਦੀ ਮਸਤੀ ਵਿਚ ਗੁਆਚੇ' ਉਨ੍ਹਾਂ ਦੀ ਗਰਿਫ਼ਤ ਵਿਚ ਆ ਗਏ। "ਤੂੰ ਜਲਦੀ ਚਲਾ ਜਾ, ਹੁਣ ਮੈਨੂੰ ਬੜੀ ਮਾਰ ਪਵੇਗੀ" ਗੁੱਡੀ ਦੇ ਇਹ ਬੋਲ ਅੱਜ ਵੀ ਮੇਰੇ ਕੰਨਾਂ ਨੂੰ ਅੰਦਰ ਤਕ ਝੁਲਸਾ ਜਾਂਦੇ ਹਨ, ਹੇਠਲੇ ਬੂਹੇ ਤੋਂ ਬਾਹਰ ਨਿਕਲਦੇ ਮੈਂ ਮਾਤਾ ਦੀ ਚਿਥਵੀਂ ਤੇ ਰੋਣਹਾਕੀ ਆਵਾਜ਼ ਵਿਚ ਗਾਲ੍ਹਾਂ ਤੇ ਚਪੇੜਾਂ ਦੀ ਗੂੰਜ ਸੁਣੀ।

ਜੀਵਨ ਪੰਧ

ਜੀਵਨ ਪੰਧ ਅੱਜ ਮੁੱਕ ਗਿਆ ਲਗਦੈ
ਰੀਝਾਂ ਦਾ ਰੁੱਖ ਹੁਣ ਸੁੱਕ ਗਿਆ ਲਗਦੈ
ਗੁੰਝਲਾਂ ਹਜ਼ਾਰ ਨੇਂ, ਮੈਂ ਫਿਰ ਵੀ ਜੀ ਲਵਾਂਗਾ

ਹਿੱਕ ਚੋਂ ਕਿਉਂ ਉੱਠੀ ਏ ਅੱਜ ਪੀੜ ਡਾਢੀ
ਕੋਈ ਜ਼ਖ਼ਮ ਹੀ ਪੁਰਾਣਾ ਦੁਖ ਗਿਆ ਲਗਦੈ
ਉਫ਼ ਨਾ ਨਿਕਲੇ, ਮੈਂ ਬੁੱਲ੍ਹ ਸੀ ਲਵਾਂਗਾ

ਡੁੱਲ੍ਹ ਡੁੱਲ੍ਹ ਪੈਂਦਾ ਸੀ ਖੁਸ਼ੀਆਂ ਦਾ ਅੰਮ੍ਰਿਤ ਜੋ
ਜ਼ਿੰਦਗੀ ਮੇਰੀ ਚੋਂ ਅੱਜ, ਮੁੱਕ ਗਿਆ ਲਗਦੈ
ਅੰਮ੍ਰਿਤ ਨਾ ਸਹੀ, ਮੈਂ ਕੌੜ ਪੀ ਲਵਾਂਗਾ

ਮੇਰੇ ਚਮਨ 'ਚ ਪਤਝੜ ਆ ਕੇ ਠਹਿਰ ਗਈ
ਮੌਸਮਾਂ ਦਾ ਫੇਰ-ਬਦਲ ਹੁਣ ਰੁੱਕ ਗਿਆ ਲਗਦੈ
'ਸੁਰਜੀਤ' ਵੀਰਾਨੇ ਹੀ ਰਹਿਣ ਦਿਉ
ਬਹਾਰਾਂ ਨੂੰ ਕੀ ਕਰਾਂਗਾ

-ਪ੍ਰਕਾਸ਼ਿਤ 'ਕੰਵਲ' ਅਮ੍ਰਿਤਸਰ 1970

ਸਾਡੇ ਮੇਲ-ਮਿਲਾਪ ਦੇ ਸਾਰੇ ਰਸਤਿਆਂ ਤੇ ਛੇਤੀ ਹੀ ਡਾਢਾ ਪਹਿਰਾ ਲੱਗ ਗਿਆ। ਹੁਣ ਮਾਤਾ ਦੀ ਪੂਰੀ ਕੋਸ਼ਿਸ਼ ਸੀ ਕਿ ਮੈਂ ਬੈਂਕ ਦੇ ਸਾਹਮਣੇ ਵਾਲੀ ਸੜਕ ਜਾਂ ਘਰ ਦੀ ਪਿਛਲੀ ਬੀਡਨਪੁਰਾ ਗਲੀ ਨੰਬਰ 11 ਵਿੱਚੋਂ ਵੀ ਕਦੀ ਨਾ ਲੰਘ ਸਕਾਂ।

ਉਦਾਸੀ ਤੇ ਨਿੰਮੋਝੂਣਤਾ ਦੇ ਲਿਹਾਫ਼ ਵਿਚ ਲਿਪਟਿਆ ਮੈਂ ਦਿੱਲੀ ਦੀ ਸਰਦੀ ਵਿਚ ਅੱਧੀ-ਅੱਧੀ ਰਾਤ ਤਕ ਬੈਂਕ ਦੇ ਸਾਹਮਣੇ ਵਾਲੀ ਸੜਕ ਤੇ ਇਕ ਝੱਲਕ ਦੇਖਣ ਲਈ ਇਕ ਖਾਸ ਗਾਣੇ ਦੀ ਧੁੰਨ ਸੀਟੀ ਤੇ ਵਜਾਕੇ ਚੱਕਰ ਮਾਰਦਾ ਰਹਿੰਦਾ ਤੇ ਇਹੋ ਜਿਹੀਆਂ ਨਜ਼ਮਾਂ ਚਿਤਵਦਾ ਰਹਿੰਦਾ...

ਲੰਬੇ ਤੇ ਤੜਫਣੀ ਭਰੇ ਵਿਛੋੜੇ ਤੋਂ ਆਰੀ ਹੋਏ ਨੇ ਆਪਣੀ ਕਵਿਤਾਵਾਂ ਭਰੀ ਪ੍ਰੇਮ-ਕਹਾਣੀ ਜਦੋਂ ਡਾਇਰੀ ਵਿਚ ਲਿਖਣ ਦੀ ਕੋਸ਼ਿਸ਼ ਕੀਤੀ ਤਾਂ ਦਿਲ ਕਾਫੀ ਹਲਕਾ ਜਿਹਾ ਮਹਿਸੂਸ ਹੋਣ ਲੱਗਾ।

ਅਕਸਰ ਹੀ ਅੰਦਰੋਂ ਝੁਣਝੁਣੀ ਭਰੀਆਂ ਤਰੰਗਾਂ ਉੱਠਦੀਆਂ ਸਨ। ਹਰ ਵਕਤ ਇਹੀ ਸੋਚਦਾ ਰਹਿੰਦਾ ਸਾਂ ਕਿ ਕਿਸ ਬਿਧ ਕਵਿਤਾ ਦੀ ਸ਼ਕਲ ਵਿੱਚ ਉਤਰੀ ਆਪਣੇ ਦਿਲ ਦੀ ਛਟਪਟਾਹਟ, 'ਗੁੱਡੀ' ਤਕ ਪਹੁੰਚਾਈ ਜਾਏ।

ਇਕ ਦਿਨ ਅਚਾਨਕ ਇਹ ਖਤਰਨਾਕ ਤਰੀਕਾ ਸੁਝਿਆ ਕਿ ਖੱਤ ਵਿੱਚ ਪੱਥਰ ਲਪੇਟ ਕੇ ਉਪਰਲੀ ਮੰਜ਼ਿਲ ਤੇ ਉਨ੍ਹਾਂ ਦੇ ਵਿਹੜੇ ਵਿਚ ਸੁੱਟਾਂ ਤਾਂ ਸੁਲਗਦੇ ਦਿਲ ਦਾ ਪੀੜ-ਸੁਨੇਹਾ ਉਸ ਤੱਕ ਪਹੁੰਚਾਇਆ ਜਾ ਸਕਦਾ ਹੈ।

ਕਾਫੀ ਬਾਅਦ ਵਿਚ ਆਈਆਂ ਬੋਲੀਵੁਡ ਫ਼ਿਲਮਾਂ ਨੇ ਇਹ ਤਕਨੀਕ ਜ਼ਰੂਰ ਮੇਰੇ ਜਾਂ ਮੇਰੇ ਵਰਗੇ ਹਤਾਸ਼ ਪ੍ਰੇਮੀਆਂ ਦੇ ਉੱਦਮਾਂ ਤੋਂ ਨਕਲ ਕੀਤੀ ਹੈ।

ਮੇਰੇ ਲਈ ਬੜੀ ਹੈਰਾਨੀ ਦੀ ਗੱਲ ਸੀ ਕਿ ਅਮ੍ਰਿਤਸਰ ਚੋਂ ਛਪਦੇ ਇਕ ਰਿਸਾਲੇ 'ਕੰਵਲ' ਨੇ ਮੇਰੀਆਂ ਮਾਨਸਿਕ ਤੜਪ ਤੇ ਜਗਿਆਸਾ ਭਰੀਆਂ ਕੁਝ ਕਵਿਤਾਵਾਂ 1967-1971 ਦੌਰਾਨ ਪ੍ਰਕਾਸ਼ਿਤ ਵੀ ਕਰ ਦਿਤੀਆਂ ਸਨ...

ਤੇਰੀ ਦੇਣ

ਜੋ ਬੁਝ ਸਕੇ ਨਾ ਕਦੇ
ਤੂੰ ਉਹ ਪਿਆਸ ਦਿੱਤੀ ਹੈ
ਜੋ ਸਦਾ ਅਧੂਰੀ ਹੀ ਰਹੇ
ਤੂੰ ਉਹ ਆਸ ਦਿੱਤੀ ਹੈ

ਦਿੱਤਾ ਹੈ ਹੰਝੂਆਂ ਦਾ ਹੜ੍ਹ
ਜੋ ਰੁਕ ਸਕੇ ਨਾ ਕਦੇ
ਪਾਇਆ ਮਾਯੂਸੀ ਦੇ ਰਾਹ
ਜੋ ਮੁਕ ਸਕੇ ਨਾ ਕਦੇ

ਜੋ ਭਰ ਸਕੇ ਨਾ ਕਦੇ
ਤੂੰ ਐਸਾ ਜ਼ਖ਼ਮ ਦਿੱਤਾ ਹੈ
ਜੋ ਸੱਜਰਾ ਹੀ ਰੱਖੇ ਫੱਟ ਨੂੰ
ਉਹ ਮਰਹਮ ਦਿੱਤਾ ਹੈ

ਸੜ ਰਿਹਾਂ ਤੇਰੇ ਸਾਹਾਂ ਦੇ ਸੇਕ 'ਚ
ਜੋ ਤੂੰ ਮੇਰੇ ਸਾਹਾਂ ਚ ਰਲਾ ਦਿੱਤੇ ਨੇ
ਜਲਾ ਰਿਹਾਂ ਦਿਲ ਚਿਰਾਗ਼ਾਂ ਦੇ ਬਦਲੇ
ਜੋ ਤੇਰੀ ਜੁਦਾਈ ਨੇ ਬੁਝਾ ਦਿੱਤੇ ਨੇ

ਦਿੱਤੇ ਹਨ ਗ਼ਮ ਦੇ ਪਰਛਾਵੇਂ ਕਿ
ਮੈਂ ਹਨੇਰਿਆਂ ਦਾ ਸਾਥੀ ਹੋ ਗਿਆ
ਐਸੀ ਦਿੱਤੀ ਸੌਗਾਤ ਕਿ 'ਸੁਰਜੀਤ'
ਤਨਹਾਈਆਂ ਦਾ ਆਦੀ ਹੋ ਗਿਆ

੶ ੶ ੶

- ਪ੍ਰਕਾਸ਼ਿਤ 'ਕੰਵਲ' ਅਮ੍ਰਿਤਸਰ ਅਗਸਤ 1967

ਮਾਤਾ ਜੀ ਦੀ ਨਿਗਰਾਨੀ ਵਿਚ ਲਗਾਏ ਗਏ ਕਰਫਿਊ ਦੇ ਉਨ੍ਹਾਂ ਸਾਲਾਂ ਵਿਚ ਖੇੜਿਆਂ ਦੀ ਕੁੜੀ ਵੱਲ ਤਾਂ ਕੀ, ਉਸਦੇ ਘਰ ਵੱਲ ਵੀ ਵੇਖਣ ਦੀ ਮਨਾਹੀ ਸੀ। ਗੁੱਡੀ ਦੇ ਪਿਤਾ ਜੀ ਕਰੋਲ ਬਾਗ਼ ਬੈਂਕ ਮੈਨੇਜਰ ਸਨ ਜੋ ਕਿ ਬੈਂਕ ਦੀ ਬਿਲਡਿੰਗ ਦੇ ਉੱਪਰਲੇ ਮਕਾਨ ਵਿਚ ਹੀ ਰਹਿੰਦੇ ਸਨ।

ਬੈਂਕ ਦੇ ਬਾਹਰ ਉੱਚਾ ਲੰਮਾ ਤੇ ਭਾਰੀ-ਭਰਕਮ, ਕੁੰਡਲੀਆਂ ਮੁੱਛਾਂ ਵਾਲਾ ਚੌਕੀਦਾਰ ਵੀਰ ਸਿੰਘ ਜਾਂ ਨੇਪਾਲੀ ਗੋਰਖਾ ਬਹਾਦਰ ਅਪਣੀ ਦੁਨਾਲੀ ਬੰਦੂਕ ਤੇ ਖੁੱਕਰੀ ਕਟਾਰ ਸਮੇਤ ਬੈਂਕ ਖੁਲ੍ਹਣ ਤੋਂ ਬੰਦ ਹੋਣ ਤਕ ਪਹਿਰੇ ਤੇ ਰਹਿੰਦੇ ਸਨ।

ਉਨ੍ਹਾਂ ਚੌਕੀਦਾਰਾਂ ਨੂੰ ਜ਼ਮੀਨੀ ਮੰਜ਼ਿਲ ਤੇ ਬੈਂਕ ਦੇ ਪਿਛਲੇ ਪਾਸੇ ਘਰ ਦਰਵਾਜੇ ਨਾਲ ਲੱਗਦੇ ਰਹਿਣ ਦੇ ਕਮਰੇ ਮਿਲੇ ਹੋਏ ਸਨ। ਸ਼ੁਰੂਆਤ ਵਿਚ ਪੱਥਰਾਂ ਦੁਆਲੇ ਲਿਪਟੇ ਕਈ ਪ੍ਰੇਮ-ਸੁਨੇਹੇ ਉਪਰਲੀ ਮੰਜ਼ਿਲ ਤਕ ਪਹੁੰਚ ਨਾ ਸਕੇ ਤੇ ਬੈਂਕ ਦੇ ਸਾਈਨ-ਬੋਰਡ ਪਿੱਛੇ ਅਟਕਦੇ ਰਹੇ। ਮੁਹੱਲੇ ਦੇ ਚੌਕੀਦਾਰਾਂ ਨੂੰ ਮੂੰਗਫਲ਼ੀ ਖੁਆ ਕੇ ਦੋਸਤੀ ਕਰ ਲਈ ਸੀ ਪਰ ਬੈਂਕ ਦੇ ਚੌਕੀਦਾਰ ਜਦੋਂ ਕਦੇ ਘੂਰ ਕੇ ਵੀ ਦੇਖ ਲੈਂਦੇ ਤਾਂ ਬੜੀ ਮੁਸ਼ਕਿਲ ਨਾਲ ਪਿਸ਼ਾਬ ਰੁਕਦਾ ਸੀ।

ਮੇਰੇ ਸਾਲੇ ਦਾ ਹਾਸਾ ਹੁਣ ਵੀ ਕਾਬੂ 'ਚ ਨਹੀਂ ਆਉਂਦਾ ਜਦੋਂ ਉਹ ਦਸਦਾ ਹੈ ਕਿ ਉਸਨੇ ਕਿਵੇਂ ਮੇਰੀਆਂ 6-8 ਸਫ਼ੇ ਦੀਆਂ ਬਰੀਕ ਲਿਖਾਵਟ ਵਾਲੀਆਂ ਅਣਪਹੁੰਚੀਆਂ ਕਾਵਿਕ ਚਿਠੀਆਂ ਪੜ੍ਹੀਆਂ ਸਨ। ਥੋੜਾ ਲੰਬਾ ਤੇ ਟਪੂਸੀਬਾਜ ਹੋਣ ਕਾਰਨ ਉਹ ਬੈਂਕ ਦੇ ਸਾਈਨ-ਬੋਰਡ ਦੇ ਪਿੱਛੇ ਡਿਗੀ-ਅਟਕੀ ਪਤੰਗ ਲੁੱਟਣ ਦੇ ਬਹਾਨੇ ਵੇਹੜੇ ਦੇ ਜੰਗਲੇ ਥਾਣੀਂ ਹਰ ਐਤਵਾਰ ਥੱਲੇ ਉਤਰਦਾ ਸੀ।

ਤੜਪ

ਤੇਰੀ ਨੈਣ ਕਟਾਰੀ ਨੇ
ਇਕ ਜ਼ਖ਼ਮ ਚਾ
ਦਿਲ ਵਿਚ ਕੀਤਾ
ਪਰ ਤੇਰੀ ਇਕ ਮੁਸਕਾਣ ਨੇ
ਜਿਉਂ ਫਹਿਆ ਕੋਈ ਰੱਖ ਦਿਤਾ

ਜ਼ਖ਼ਮ ਭਰ ਗਿਆ
ਤੇ ਪੀੜ ਠੱਲ੍ਹ ਗਈ
ਤੇਰੀ ਪਿਆਰ-ਤੱਕਣੀ ਨਾਲ
ਜ਼ਿੰਦਗੀ ਬਦਲ ਗਈ

ਉਸੇ ਜ਼ਖ਼ਮ ਚੋਂ ਅੱਜ ਫਿਰ
ਇਕ ਪੀੜ ਉੱਠੀ ਹੈ
ਜੁਦਾਈ ਦੀ ਦੁੱਖ ਰਲਵੀਂ
ਇਕ ਚੀਸ ਉੱਠੀ ਹੈ

ਇਹ ਕੀ ਹੋਇਆ ਕਿ
ਜ਼ਖ਼ਮ ਪੁਰਾਣਾ ਹਰਾ
ਫੇਰ ਤੋਂ ਹੋ ਗਿਆ
ਕਿਸ ਗਲ਼ ਘੁੱਟਿਆ
ਮੇਰੇ ਪਿਆਰ ਦਾ
ਕਿ ਮੈਂ ਆਹ ਭਰ ਕੇ ਰੋ ਪਿਆ

ਫਿਰ ਤੜਪੇ ਦਿਲ ਸੁਰਜੀਤ ਦਾ
ਤੇਰੀ ਇਕ ਮੁਸਕਾਣ ਨੂੰ
ਆਖ਼ਰੀ ਸਾਹ ਲਗਦੈ ਰਹਿ ਗਿਆ
ਤੇਰਾ ਪਿਆਰ ਅਜਮਾਣ ਨੂੰ

- ਪ੍ਰਕਾਸ਼ਿਤ 'ਕੰਵਲ', ਅੰਮ੍ਰਿਤਸਰ, ਅਗੱਸਤ 1970

ਕਹਿੰਦੇ ਹਨ ਜਿਨ੍ਹਾਂ ਨੇ ਜ਼ਿੰਦਗੀ ਵਿਚ ਕਿਸੇ ਨੂੰ ਸੱਚੇ ਦਿਲੋਂ ਪਿਆਰ ਕੀਤਾ ਹੈ ਉਹ ਬੇਹਤਰ ਜਾਣ ਸਕਦੇ ਹਨ ਕਿ ਈਸ਼ਵਰ ਨਾਲ ਉਨ੍ਹਾਂ ਦਾ ਪਿਆਰ ਕਿਸ ਦਰਜੇ ਦਾ ਹੈ। ਯਾਰ ਨਾਲ ਵਿਛੜਨ ਦੀ ਖੋਹ ਜਾਂ ਬਿਰਹੇ ਦਾ ਤਜਰਬਾ ਬਹੁਤ ਕੀਮਤੀ ਹੁੰਦਾ ਹੈ ਤੇ ਜ਼ਿੰਦਗੀ ਵਿਚ ਬਹੁਤ ਸਹਾਈ ਬਣਦਾ ਹੈ। ਜਿਨ੍ਹਾਂ ਨੇ ਆਪਣੇ ਪ੍ਰੇਮੀ ਦਾ ਬਿਰਹਾ, ਵਿਛੋੜਾ ਜਾਂ ਸੰਤਾਪ ਹੰਢਾਇਆ ਹੁੰਦਾ ਹੈ ਉਹੀ ਜਾਣ ਸਕਦੇ ਹਨ ਕਿ ਜਦੋਂ ਤੁਹਾਡਾ ਦਿਲ ਆਪਣੇ ਰੂਹ ਦੇ ਹਾਣੀ ਦਾ ਦੀਦਾਰ ਤਾਂਘਦਾ ਹੈ ਤਾਂ ਕਿਸ ਕਿਸਮ ਦੀ ਤੜਫਣੀ, ਸੰਤਾਪ ਤੇ ਖੋਹ ਦੀ ਸੁਰੰਗ ਚੋਂ ਗੁਜ਼ਰਨਾ ਪੈਂਦਾ ਹੈ।

ਐਸੀਆਂ ਆਕੁਲ ਤੇ ਬੇਸਬਰ ਘੜੀਆਂ ਚੋਂ ਲੰਘਣ ਤੋਂ ਬਾਦ 'ਮੋਹੇ ਲਾਗਤੀ ਤਾਲਾਬੇਲੀ' ਵਰਗੇ ਇਲਾਹੀ ਸ਼ਬਦਾਂ ਦੇ ਅਰਥ ਆਪ-ਮੁਹਾਰੇ ਰੋਸ਼ਨ ਹੋ ਜਾਂਦੇ ਹਨ।

ਮਹਿਫ਼ਲ

ਮੈਂ ਭਰੀ ਮਹਿਫਲ ਚੋਂ ਉੱਠ ਆਇਆਂ
ਉਸ ਇਕੱਲ ਦੀ ਖ਼ਾਤਰ
ਜਿਸ ਵਿਚ ਤੇਰੀਆਂ ਯਾਦਾਂ ਦੀ ਰੌਣਕ ਏ

ਮੈਨੂੰ ਉਹ ਮਹਿਫਲਾਂ ਬੇਰੌਣਕ ਲਗਦੀਆਂ ਨੇ
ਜਿਸ ਵਿਚ ਤੇਰਾ ਜ਼ਿਕਰ ਨਹੀਂ ਹੁੰਦਾ

ਮੈਨੂੰ ਉਹ ਇਕੱਲ ਆਬਾਦ ਲੱਗਦੀ ਹੈ
ਜਿਸ ਵਿਚ ਤੇਰੇ ਸੁਪਨੇ ਵਸਦੇ ਨੇ

੶ ੶ ੶

ਫਿਰ ਕੁਝ ਕੋਸ਼ਿਸ਼ਾਂ ਬਾਦ ਮੇਰਾ ਕਾਸਿਦ ਪੱਥਰ ਵਿਹੜੇ ਵਿਚ ਸੁਨੇਹਾ ਪਹੁੰਚਾਣ ਵਿਚ ਕਾਮਯਾਬ ਹੋ ਗਿਆ। ਅਕਤੂਬਰ ਮਹੀਨੇ ਵਿਚ ਗੁੱਡੀ, ਜੋ ਹੁਣ ਮੇਰੀ ਸਾਥਣ ਹੈ, ਉਸਦਾ ਜਨਮ-ਦਿਨ ਹੁੰਦਾ ਹੈ। ਹੁਣ ਤੱਕ ਪਹਿਲੀ ਚਿਠੀ ਦੇ ਜ਼ਰੀਏ ਇਹ ਤੈਅ ਹੋ ਗਿਆ ਸੀ ਕਿ ਮੇਰਾ ਸੀਟੀ ਤੇ ਇਕ ਖਾਸ ਗਾਣਾ ਸੁਣ ਕੇ ਉਹ ਆਪਣੇ ਵੇਹੜੇ ਵਿਚ ਲੱਗੇ ਜੰਗਲੇ ਵਿਚ ਆ ਜਾਇਆ ਕਰੇਗੀ।

ਇਸੇ ਪ੍ਰਬੰਧ ਦੇ ਚਲਦੇ ਅਕਤੂਬਰ ਦੀ ਮਿਥੀ ਤਰੀਕ ਤੇ ਉਹ ਜੰਗਲੇ ਵੱਲ ਆਈ ਤਾਂ ਜ਼ਰੂਰ ਪਰ ਸਾਹਮਣਿਉਂ ਲੰਘ ਗਈ, ਰੁਕੀ ਨਹੀਂ। ਇਹ ਕੋਡ ਮੇਰੀ ਸਮਝ ਨਹੀਂ ਆਇਆ ਤੇ ਮੇਰਾ ਮੁੰਦਰੀ ਵਾਲਾ ਪਾਰਸਲ ਵੇਹੜੇ ਵਿਚ ਬੈਠੇ ਮਹਿਮਾਨਾਂ ਕੋਲ ਜਾ ਡਿਗਾ।

ਗੁੱਡੀ ਅਜੇ ਵੀ ਉਤਸ਼ਾਹ ਨਾਲ ਦੱਸਦੀ ਹੈ ਕੇ ਕਿਵੇਂ ਪੈਕੇਟ ਉੱਪਰ ਜਲਦੀ ਨਾਲ ਪੈਰ ਰੱਖ ਕੇ ਉਸਨੇ ਮੌਕਾ ਸੰਭਾਲ਼ ਲਿਆ ਸੀ ਵਰਨਾ ਘਰ ਵਿਚ ਛੋਟੇ ਭੈਣ-ਭਰਾ ਦੀ ਘੁਸਰ-ਮੁਸਰ ਵੱਧ ਜਾਣ ਤੇ ਮਾਤਾ ਦਾ ਸ਼ੱਕ ਵੱਧ ਗਿਆ ਸੀ।

'ਗੁੱਡੀ' ਨੂੰ ਮਿਲਣ-ਦੇਖਣ ਦੇ ਮੌਕੇ ਉੱਕਾ ਹੀ ਮੁੱਕ-ਸੁੱਕ ਚੱਲੇ ਸਨ, ਉਮੀਦ ਦੀ ਕੋਈ ਕਿਰਨ ਨਜ਼ਰ ਨਹੀਂ ਸੀ ਆਂਦੀ।

ਨਾ-ਉਮੀਦੀ ਤੇ ਬੇਵੱਸੀ ਨੇ ਮੈਨੂੰ ਲਾਚਾਰਗੀ ਦੇ ਵੇਹੜੇ ਲਿਆ ਸੁਟਿਆ ਜਿੱਥੇ ਉਦਾਸੀ ਦੀ ਗੂੜ੍ਹੀ ਧੂੰਦ ਦੇ ਪਾਰ ਕੋਈ ਰਾਹ ਨਹੀਂ ਸੀ ਦਿੱਸਦਾ। ਹੁਣ ਮੇਰੇ ਨਿਰਾਸ਼ ਤੇ ਬੁਝੇ-ਬੁਝੇ ਮਨ ਵਿਚੋਂ ਇਹੀ ਉਦਗਾਰ ਨਿਕਲਣੇ ਸਨ।

ਮੁਰਝਾਇਆ ਫੁੱਲ

ਜ਼ਿੰਦਗੀ ਦਾ ਫੁੱਲ ਖਿੜ ਕੇ ਮੁਰਝਾ ਗਿਆ
ਮੇਰੀ ਆਸ ਵਿਲਕਦੀ ਰਹਿ ਗਈ
ਤੈਨੂੰ ਇਕ ਨਜ਼ਰ ਵੇਖਣ ਲਈ
ਇਹ ਨਜ਼ਰ ਤਰਸਦੀ ਰਹਿ ਗਈ

ਤੇਰੀ ਪਿਆਰ-ਛੋਹ ਨੂੰ ਲੈਣ ਲਈ
ਮੇਰੇ ਬੁੱਲ੍ਹ ਤਰਸਦੇ ਰਹਿ ਗਏ
ਨਾਲ ਬੀਤੇ ਪਲਾਂ ਨੂੰ ਯਾਦ ਕਰ
'ਸੁਰਜੀਤ' ਦੇ ਕਿੰਨੇ ਹੰਝੂ ਵਹਿ ਗਏ

ਜੀਵਨ-ਬੂਟੇ ਦੀਆਂ ਜੜ੍ਹਾਂ ਨੂੰ
ਅੱਜ ਕੋਈ ਹੈ ਜ਼ਹਿਰ ਪਿਲਾ ਗਿਆ
ਜ਼ਿੰਦਗੀ ਦਾ ਫੁੱਲ ਖਿੜ ਕੇ ਮੁਰਝਾ ਗਿਆ

ੴ ੴ ੴ

-ਪ੍ਰਕਾਸ਼ਿਤ 'ਕੰਵਲ' ਅੰਮ੍ਰਿਤਸਰ ਅਗਸਤ 1971

ਗੁੱਡੀ ਨੂੰ ਸਕੂਲ ਜਾਣ-ਆਣ ਲਈ ਗੁਰਦਵਾਰਾ ਰੋਡ ਸਾਡੇ ਲੱਕੜੀ ਦੇ ਕੱਚੇ ਖੋਖੇ ਦੇ ਸਾਹਮਣਿਉਂ ਹੀ ਲੰਘਣਾ ਹੁੰਦਾ ਸੀ ਪਰ ਜ਼ਿਆਦਾਤਰ ਸਕੂਲ ਦੀਆਂ ਸਹੇਲੀਆਂ ਨਾਲ ਹੀ ਹੁੰਦੀਆਂ ਸਨ।

ਉਨ੍ਹਾਂ ਸਾਹਮਣੇ ਮੇਰੇ ਗਰੀਬ ਵੱਲ ਨਜ਼ਰ ਭਰ ਕੇ ਤੱਕਣਾ ਮਤਲਬ ਰਾਜ਼ ਫਾਸ਼ ਹੁੰਦਾ ਸੀ, ਉਹ ਹਮੇਸ਼ਾ ਸਾਥਣਾਂ ਨਾਲ ਗੱਲਾਂ ਕਰਦੇ ਮੈਨੂੰ ਨਜ਼ਰ-ਅੰਦਾਜ਼ ਕਰਕੇ ਲੰਘ ਜਾਂਦੀ ਸੀ, ਇਸ ਤਰ੍ਹਾਂ ਨਜ਼ਰ ਮਿਲਾਣ ਨੂੰ ਤਰਸਦੇ ਕਈ-ਕਈ ਮਹੀਨੇ ਲੰਘ ਜਾਂਦੇ ਸੀ...

ਹੈਰਾਨ ਹਾਂ

ਹੈਰਾਨ ਹਾਂ
ਤੈਨੂੰ ਅਜੇ ਤਕ ਵੀ
ਪਿਆਰ ਕਰਦਾ ਹਾਂ
ਤੇਰੀ ਰੁਸਵਾਈ ਦੇ ਬਦਲੇ
ਬੱਦ-ਦੁਆ ਨਹੀਂ
ਦੁਆ ਮੰਗਦਾ ਹਾਂ
ਤੈਨੂੰ ਅਜੇ ਤਕ ਵੀ
ਪਿਆਰ ਕਰਦਾ ਹਾਂ

ਪਵੇ ਤੇਰੀ ਝੋਲ਼ੀ
ਜ਼ਿੰਦਗੀ ਦੀ ਹਰ ਖੁਸ਼ੀ
ਪੀੜਾਂ ਆਪਣੇ ਲਈ
ਮੈਂ ਰੱਖਦਾ ਹਾਂ

ਹੈਰਾਨ ਹਾਂ
ਤੈਨੂੰ ਅਜੇ ਤਕ ਵੀ
ਪਿਆਰ ਕਰਦਾ ਹਾਂ

ਮੇਰਾ ਬਹੁਤ ਦਿਲ ਕਰਦਾ ਸੀ ਕਿ ਮੈਂ ਉੱਚੀ-ਉੱਚੀ ਬੋਲ ਕੇ ਸਾਰੀ ਦੁਨੀਆਂ ਨੂੰ ਦੱਸਾਂ ਕਿ ਗੁਰਦਵਾਰੇ ਦੇ ਸਾਹਮਣੇ ਵਾਲੇ ਬੈਂਕ ਮੈਨੇਜਰ ਦੀ ਬੇਟੀ ਮੇਰੀ ਅਤਿ ਦੀ ਗਰੀਬੀ ਨੂੰ ਜਾਣਦੇ ਹੋਏ ਵੀ ਮੈਨੂੰ ਪਸੰਦ ਕਰਦੀ ਹੈ, ਤੇ ਮੇਰੀ ਦੋਸਤ ਹੈ।

ਕਈ ਵਾਰ ਜਦੋਂ ਖੁਸ਼ੀ ਦੇ ਉਬਾਲ ਮੇਰੇ ਕੋਲੋਂ ਸੰਭਾਲੇ ਨਾ ਗਏ ਤਾਂ ਮੈਂ ਆਪਣੇ ਕਰੀਬੀ ਦੋਸਤਾਂ ਨੂੰ ਦਸਣ ਦੀ ਕੋਸ਼ਿਸ਼ ਕੀਤੀ ਪਰ ਉਹ ਤਾਂ ਯਕੀਨ ਹੀ ਨਹੀਂ ਸਨ ਕਰਦੇ ਕਿ ਸਾਡੇ ਮੁਹੱਲੇ ਦੀ 'ਹਿਰਨੀ ਵਰਗੀਆਂ ਅੱਖਾਂ' ਵਾਲੀ ਕੁੜੀ ਇਕ 'ਦਿਮਾਗੀ ਤੌਰ ਤੇ ਬਿਮਾਰ ਮਾਂ' ਤੇ ਸੜਕ-ਪਟੜੀ ਤੇ ਅੱਡਾ ਲਾ ਕੇ ਬੈਠੇ ਗਰੀਬ 'ਦਰਜ਼ੀ ਪਿਉ' ਦੇ ਪੁੱਤਰ ਨਾਲ ਦੋਸਤੀ ਕਰ ਸਕਦੀ ਹੈ।

ਉਹ ਵੀ ਤਾਂ ਜ਼ਰੂਰ ਕਦੇ-ਕਦੇ ਇੰਜ ਸੋਚਦੀ ਹੋਏਗੀ...

ਪਛਤਾਵਾ

ਜੇ ਸੱਚ ਪੁਛੇਂ ਪਛਤਾ ਰਹੀ ਹਾਂ
ਪਿਆਰ ਤੇਰੇ ਨਾਲ ਪਾ ਕੇ
ਮਸਤ ਲੰਘ ਰਹੀ ਜਵਾਨੀ ਵਿਚ
ਆਪੇ ਤੂਫ਼ਾਨ ਲਿਆ ਕੇ

ਕਦੇ-ਕਦੇ ਤੇਰੀ ਹੀਰ' ਸੋਚਦੀ
ਕਾਸ਼ ਤੇਰੇ ਨਜ਼ਦੀਕ ਨਾ ਹੁੰਦੀ
ਨਾ ਮੈਂ ਰੋਂਦੀ, ਨਾ ਮੈਂ ਤੜਪਦੀ
ਤੇ ਇੰਜ ਕਦੇ ਮਾਯੂਸ ਨਾ ਹੁੰਦੀ

ਅਸੀਂ ਅਪਣੀ ਦਾਦੀ ਤੇ ਭੂਆ ਤੋਂ ਸੁਣਦੇ ਰਹੇ ਕਿ ਸਾਡੇ ਪਿਤਾ ਜੀ ਸਾਡੀ ਬਿੱਲੀਆਂ ਅੱਖਾਂ ਵਾਲੀ ਬਹੁਤ ਗੋਰੀ ਤੇ ਅਤਿ ਸੋਹਣੀ ਮਾਤਾ ਨੂੰ ਇਤਨਾ ਪਿਆਰ ਕਰਦੇ ਸਨ ਕਿ ਸਰਗੋਧੇ ਵਿਚ ਉਨ੍ਹਾਂ ਨੂੰ ਘਰੋਂ ਬਾਹਰ ਇੱਕਲੇ ਜਾਣ ਦੀ ਮਨਾਹੀ ਸੀ। ਆਜ਼ਾਦੀ ਦੇ ਤਕਰੀਬਨ ਢਾਈ ਸਾਲਾਂ ਬਾਦ ਮੇਰਾ ਜਨਮ ਅੰਤਾਂ ਦੀ ਸੋਹਣੀ ਪਰ 'ਝੱਲੀ ਮਾਂ' ਦੀ ਕੁੱਖੋਂ ਨਕੋਦਰ ਨੇੜੇ ਬਲੰਦੇ ਪਿੰਡ ਵਿਚ ਹੋਇਆ।

ਮੇਰੀ ਮਾਂ ਦੀ ਦਿਮਾਗੀ ਹਾਲਤ ਵਿਗੜਨ ਦਾ ਕਾਰਨ ਪਾਕਿਸਤਾਨ ਦੀ ਵੰਡ ਵੇਲੇ ਵਾਪਰਿਆ ਕੋਈ ਐਸਾ ਵਹਿਸ਼ੀ ਹਾਦਸਾ ਸੀ ਜਿਸਦਾ ਨੂਰਾਂ ਨਾਂ ਦੀ ਕਿਸੇ ਔਰਤ ਨਾਲ ਵੀ ਸਬੰਧ ਜ਼ਰੂਰ ਸੀ। ਮਾਤਾ ਜੀ ਆਪਣੇ ਆਪ ਨਾਲ ਗੱਲਾਂ ਕਰਦੇ ਅਕਸਰ ਉਸਦਾ ਨਾਮ ਦੁਹਰਾਂਦੇ ਰਹਿੰਦੇ ਸਨ ਤੇ ਕਰੋਲ ਬਾਗ਼ ਦੀਆਂ ਗਲੀਆਂ ਵਿਚ ਉਸਨੂੰ ਤਲਾਸ਼ਦੇ ਰਹਿੰਦੇ।

ਮੇਰੀ 3-4 ਸਾਲ ਦੀ ਉਮਰ ਸੀ ਜਦੋਂ ਪਿਤਾ ਜੀ ਨੇ ਮੈਨੂੰ ਸਕੂਲ ਦਾਖਲ ਕਰਵਾਣ ਲਈ ਦਿੱਲੀ ਬੁਲਵਾ ਲਿਆ। ਬਚਪਨ ਵਿਚ ਗੋਰਾ ਰੰਗ, ਸੋਹਣੇ ਮਾਂ-ਪਿਉ ਦਾ ਮੁਹਾਂਦਰਾ, ਕੁੰਡਲੇ ਵਾਲ਼ ਤੇ ਬਿੱਲੀਆਂ ਅੱਖਾਂ ਮੈਨੂੰ ਵਿਰਾਸਤ ਵਿਚ ਮਿਲੀਆਂ ਸਨ। ਕਰੋਲ ਬਾਗ਼ ਸਾਡੇ ਖੋਖੇ ਦੇ ਨਾਲ ਦੀਆਂ ਗਲੀਆਂ, ਸਕੂਲ ਤੇ ਗੁਰਦਵਾਰਿਆਂ ਦੇ ਕਮਰਿਆਂ ਵਿਚ ਰਹਿੰਦੇ ਕਈ ਵਿਹਲੜਾਂ ਦੀਆਂ ਭੈੜੀਆਂ ਨਜ਼ਰਾਂ ਮੈਨੂੰ ਘੂਰਦੀਆਂ ਰਹਿੰਦੀਆਂ।

ਸੁਪਨੇ

ਸੁਪਨੇ ਸਕਾਰਨ ਦਾ ਮੁੱਲ ਹੈ
ਹਰ ਅਰਾਮ ਦੀ ਕੀਮਤ ਹੈ
ਐਸ਼ ਨਾਲ ਜੀਣ ਲਈ
ਹਰ ਸਾਮਾਨ ਦੀ ਕੀਮਤ ਹੈ

ਇਸ਼ਕ ਵੇਚੋ ਹੁਸਨ ਖਰੀਦੋ
ਈਮਾਨ ਦੀ ਕੀਮਤ ਹੈ
ਹਰ ਮਸੀਹੇ ਦਾ ਮੁੱਲ ਹੈ
ਹਰ ਇਨਸਾਨ ਦੀ ਕੀਮਤ ਹੈ

ਜ਼ਿੰਦਗੀ ਦੇ ਬਾਜ਼ਾਰ ਵਿਚ
ਪਰ ਮਹਿੰਗਾਈ ਬਹੁਤ ਹੈ
ਥੋੜ੍ਹੀ ਹਕੀਕਤ ਖਰੀਦਣ ਲਈ
ਮੈਂ ਬੜਾ ਆਰਾਮ ਵੇਚਿਆ ਹੈ

ਕੀਤੇ ਨੀਲਾਮ ਕੁੱਲ ਜਜ਼ਬਾਤ
ਬਹੁਤ ਈਮਾਨ ਵੇਚਿਆ ਹੈ
ਗਿਰਵੀ ਰੱਖੇ ਨੇ ਕੁਛ ਅਸੂਲ
ਕਾਫ਼ੀ ਇਖਲਾਕ ਵੇਚਿਆ ਹੈ

ਤਸੱਲੀਆਂ ਦਾ ਸੌਦਾ ਕਰਕੇ.
ਬਥੇਰੇ ਗ਼ਮ ਵਟਾਏ ਨੇ
ਕਈ ਖੁਸ਼ੀਆਂ ਦਾ ਮੁੱਲ ਵੱਟ
ਬੁੱਕ-ਭਰ ਹੰਝੂ ਖੀਸੇ ਪਾਏ ਨੇ

ਇੱਕ ਕੱਲ੍ਹ ਸਵਾਰਨ ਵਾਸਤੇ
ਕੀਮਤੀ ਸਰਮਾਇਆ ਲੁਟਾ ਕੇ
ਸੋਚਦੈ 'ਸੁਰਜੀਤ', ਕੀ ਹੋਏਗਾ
ਜੇ ਮੇਰੇ ਸੁਪਨੇ ਝੂਠੇ ਹੀ ਨਿਕਲੇ

ਇਉਂ ਜਾਪਦਾ ਸੀ ਕਿ ਪੰਜਾਬ ਸਿੰਧ ਬੈਂਕ ਦਾ ਇਕ ਨੌਜਵਾਨ ਕਲਰਕ ਤੇ ਗੁਰਦਵਾਰੇ ਸਾਹਮਣੇ ਖੋਖੇ ਵਿਚ ਬਣੀ ਪਿਉ-ਪੁੱਤਰ ਦੀ ਕਿਤਾਬਾਂ-ਗੁਟਕਿਆਂ ਦੀ ਦੁਕਾਨ 'ਲੱਧਾ ਸਿੰਘ ਕਿਰਪਾਲ ਸਿੰਘ' ਵਿਚੋਂ ਜਵਾਨ ਪੁੱਤਰ ਕਿਰਪਾਲ ਵੀ ਮੇਰੇ ਉੱਪਰ ਨਜ਼ਰ ਰੱਖਦਾ ਸੀ।

ਇਕ ਵਾਰ ਜਦ ਕਿਰਪਾਲ ਦੁਕਾਨ ਤੇ ਇੱਕਲਾ ਸੀ ਤਾਂ ਬਾਹਰ ਆ ਕੇ ਮੈਨੂੰ ਧਮਕਾਇਆ ਤੇ ਕਹਿਣ ਲੱਗਾ - "ਓਏ ਕਾਬਲੀ ਬਿੱਲੇ, ਮੈਨੂੰ ਪਤਾ ਹੈ ਕਿ ਤੂੰ ਬੈਂਕ ਸਾਹਮਣੇ ਇਤਨੇ ਚੱਕਰ ਕਿਉਂ ਲਗਾਂਦਾ ਹੈਂ, ਅੱਗੋਂ ਨਜ਼ਰ ਆਇਆ ਤਾਂ ਯਾਦ ਰੱਖੀਂ ਤੇਰੀਆਂ ਲੱਤਾਂ ਭੰਨ ਦਿਆਂਗੇ, ਆਇਆ ਵੱਡਾ ਆਸ਼ਿਕ"

ਬਾਦ ਵਿਚ ਖਾਲਸਾ ਸਕੂਲ ਦੇ ਇਕ ਚਪੜਾਸੀ ਕੋਲੋਂ ਪਤਾ ਲੱਗਾ ਕਿ ਕਿਰਪਾਲ ਤੇ ਉਸ ਬੈਂਕ ਕਲਰਕ ਦੀ ਨਜ਼ਰ ਵੀ ਬੈਂਕ ਮੈਨੇਜਰ ਦੀ ਕੁੜੀ 'ਗੁੱਡੀ' ਤੇ ਹੀ ਸੀ। ਉਹ ਦੁਕਾਨ ਵਿਚ ਬੈਠਾ ਹੀ ਲਾਈਨ ਮਾਰਨ ਦੀ ਕੋਸ਼ਿਸ਼ ਕਰਦਾ ਰਹਿੰਦਾ ਸੀ।

ਅਗਲੀ ਸਵੇਰ ਕਿਉਂਕਿ ਸਾਡੇ ਖੋਖੇ ਵਿਚ ਕੋਈ ਪ੍ਰਬੰਧ ਤਾਂ ਹੈ ਨਹੀਂ ਸੀ, ਦਿਲ ਤਾਂ ਕੀਤਾ ਕਿ ਮੈਂ ਮੂੰਹ-ਹਨ੍ਹੇਰੇ ਉਸਦੀ ਖੋਖੇਨੁਮਾ ਦੁਕਾਨ ਪਿੱਛੇ ਹੀ ਜੰਗਲ-ਪਾਣੀ ਹੋ ਆਵਾਂ। ਬੇਸ਼ੱਕ ਮੈਂ ਤੇ ਮੇਰੇ ਦੋਸਤਾਂ ਨੇ ਫਿਰ ਕਦੇ ਕੋਈ ਕਿਤਾਬ ਉਨ੍ਹਾਂ ਦੀ ਦੁਕਾਨ ਤੋਂ ਨਹੀਂ ਖ਼ਰੀਦੀ।

ਸਾਜ਼ਿਸ਼

ਮੇਰੇ ਗੀਤ ਗੁਆਚੇ ਨੇ
ਹੈ ਬਹਾਰਾਂ ਦੀ ਸਾਜ਼ਿਸ਼

ਮੈਂ ਪੱਤਝੜ ਦੇ
ਗੀਤ ਜੋ ਲਿਖਦਾ ਹਾਂ

ਕਰੋਲ ਬਾਗ਼ ਗਲੀ ਨੰਬਰ 67 ਨਾਈਵਾਲਾ ਵਿਚ ਮੇਰੀ ਕਲਾਸ ਵਿਚ ਪੜ੍ਹਦਾ ਇਕ ਮੁੰਡਾ, ਜੱਜੀ, ਰਹਿੰਦਾ ਸੀ। ਮੇਰੀ ਮਾਂ ਮਿੱਟੀ-ਘੱਟਾ ਹੋਈ ਖੁੱਲ੍ਹੇ ਝਾਟਿਆਂ ਨਾਲ ਉਨ੍ਹਾਂ ਗਲ਼ੀਆਂ ਵਿਚ ਕਿਸੇ ਨੂਰਾਂ ਨੂੰ ਲੱਭਦੀ ਰਹਿੰਦੀ ਸੀ।

ਇਸੇ ਗਲੀ ਵਿਚ ਡਾ. ਹਰਿਭਜਨ ਸਿੰਘ ਰਹਿੰਦੇ ਸਨ ਜਿਨ੍ਹਾਂ ਨੂੰ ਗਰਮੀਆਂ ਵਿਚ ਖਿੜਕੀ ਥਾਣੀ, ਸਿਰਫ ਕਛਹਿਰੇ ਵਿਚ, ਕਈ-ਕਈ ਘੰਟੇ ਢਿੱਡ ਪਰਨੇ ਲੇਟੇ, ਸਾਹਿਤ ਦੀਆਂ ਅਪਹੁੰਚ ਉਚਾਈਆਂ ਛੋਹੰਦੀਆਂ ਕਵਿਤਾਵਾਂ ਤੇ ਲੇਖ ਲਿਖਦਿਆਂ ਦੇਖਿਆ ਜਾ ਸਕਦਾ ਸੀ। ਮੈਂ ਜਦੋਂ ਵੀ ਜੱਜੀ ਦੇ ਘਰ ਜਾਂਦਾ, ਮੈਨੂੰ ਬਾਹਰ ਦਰਵਾਜੇ ਤੇ ਦੇਖਦਿਆਂ ਹੀ ਉਸਦੀ ਮਾਤਾ ਆਵਾਜ਼ ਦਿੰਦੀ – "ਜੱਜੀ ਪੁੱਤਰ, ਬਾਹਰ ਵੇਖ, 'ਝੱਲੀ ਮਾਂ ਦਾ ਪੁੱਤਰ' ਆਇਆ ਈ", ਇਸੇ ਤਰ੍ਹਾਂ ਕਈ ਹੋਰ ਦੋਸਤਾਂ ਦੇ ਘਰ ਮੈਨੂੰ 'ਬਲਵੰਤੇ ਦਰਜ਼ੀ ਦਾ ਪੁੱਤਰ' ਦੇ ਨਾਮ ਨਾਲ ਵੀ ਬੁਲਾਂਦੇ ਸਨ। ਮੁਹੱਲੇ ਵਿਚ ਸਾਡੇ ਪ੍ਰਵਾਰ ਦੀ ਸਾਖ ਉਨ੍ਹਾਂ ਤੋਂ ਕੋਈ ਛੁਪੀ ਨਹੀਂ ਸੀ ਇਸ ਲਈ ਗੁੱਡੀ ਦੀ ਮਾਤਾ ਨੇ ਬੈਂਕ ਦੇ ਚੌਂਕੀਦਾਰਾਂ ਨਾਲ ਮਿਲਕੇ ਮੈਨੂੰ ਆਪਣੇ ਘਰ, ਪ੍ਰਵਾਰ, ਬੈਂਕ ਤੇ ਖ਼ਾਸਕਰ ਆਪਣੀ ਬੇਟੀ ਤੋਂ ਦੂਰ ਰੱਖਣ ਲਈ ਬੜੇ ਪੱਕੇ ਪ੍ਰਬੰਧ ਕਰ ਦਿੱਤੇ ਸਨ।

ਪੱਥਰ ਨਜ਼ਰ

ਬੋਝਿਲ ਸਮਾਂ
ਪਥਰਾਈਆਂ ਅੱਖਾਂ
ਉੱਤੇ ਜੰਮ ਗਈਆਂ ਹਨ
ਖਾਮੋਸ਼ੀ ਦੀਆਂ ਕਈ ਪਰਤਾਂ
ਕਿੰਨੇ ਹੀ ਸਵਾਲ ਦਫ਼ਨ ਹੋ ਗਏ
ਇਨ੍ਹਾਂ ਅਣਗਿਣਤ ਤਹਿਆਂ ਦੇ ਥੱਲੇ
ਸੁਭ ਕੁਝ ਦੇਖਦਿਆਂ ਵੀ
ਜਿਵੇਂ ਕੁਝ ਨਹੀਂ ਤੱਕ ਰਹੀਆਂ
'ਸੁਰਜੀਤ' ਦੀਆਂ ਅੱਖਾਂ

- ਪ੍ਰਕਾਸ਼ਿਤ 'ਕੰਵਲ' ਅਮ੍ਰਿਤਸਰ ਜੁਲਾਈ 1970

ਖਾਲਸਾ ਸਕੂਲ ਦੀ ਸਾਡੀ ਇਕ ਟੀਚਰ ਬਲਵੰਤ ਕੌਰ ਵਿਰਦੀ ਬੜੀ ਡਾਢੇ ਸੁਭਾਅ ਦੀ ਸੀ ਖਾਸਤੌਰ ਤੇ ਕਲਾਸ ਦੇ ਨਲਾਇਕਾਂ ਵਾਸਤੇ। ਉਹ ਹਰ ਰੋਜ਼ ਉਨ੍ਹਾਂ ਨੂੰ ਕੁੱਟਦੇ-ਕੁੱਟਦੇ ਦੋ-ਤਿੰਨ ਡੰਡੇ ਜਾਂ ਫੱਟੀਆਂ ਜ਼ਰੂਰ ਭੰਨਦੀ ਸੀ। ਉਸਦਾ ਆਪਣਾ ਪੁੱਤਰ ਵੀ ਬਥੇਰਾ ਨਾਲਾਇਕ ਸੀ।

ਮੇਰੇ ਤੇ ਉਸਦੀ ਨਜ਼ਰ ਸਦਾ ਸਵੱਲੀ ਸੀ ਕਿਉਂਕਿ ਬਲਵੰਤ ਭੈਣ ਜੀ ਨੇ ਮੈਨੂੰ ਆਪਣੇ ਨਾਲਾਇਕ ਪੁੱਤਰ, ਪੱਪੀ, ਦੀ ਪੜ੍ਹਾਈ ਵਿਚ ਮਦਦ ਕਰਨ ਦੀ ਪੇਸ਼ਕਸ਼ ਕੀਤੀ ਹੋਈ ਸੀ। ਪੱਪੀ ਦੀ ਖਾਸੀਅਤ ਇਹ ਸੀ ਕਿ ਉਹ ਲੜਨ ਵਿਚ ਬੜਾ ਤਕੜਾ ਸੀ।

ਇਕ ਗਰੀਬ ਤੇ ਉਪਰੋਂ ਕਮਜ਼ੋਰ ਤੇ ਛੋਟੇ ਕੱਦ ਵਾਲੇ ਤਾਂ ਵੈਸੇ ਹੀ ਡਰਾਕਲ ਹੁੰਦੇ ਹਨ, ਸੋ ਹੁਣ ਮੈਂ ਜ਼ਿਆਦਾਤਰ ਦਿਨੇ ਮੁਹੱਲੇ ਦੇ ਉਸੇ ਤਕੜੇ, ਨਿਡਰ ਤੇ ਲੜਾਕੇ ਦੋਸਤ ਨਾਲ ਹੀ ਸੜਕ ਤੇ ਚੱਕਰ ਮਾਰਦਾ ਜਾਂ ਬੈਂਕ ਦੇ ਸਾਹਮਣੀ ਕਿਤਾਬਾਂ ਦੀ ਦੁਕਾਨ ਬੰਦ ਹੋਣ ਪਿੱਛੋਂ ਅੱਧੀ-ਅੱਧੀ ਰਾਤ ਤੱਕ ਇਕ ਝਲਕ ਵਾਸਤੇ ਸੀਟੀ ਤੇ ਇਕ ਖਾਸ ਧੁੰਨ ਵਜਾਉਂਦਾ ਹੋਇਆ ਆਪਣੇ ਬੂਟ ਤੇ ਸਰਕਾਰੀ ਸੜਕ ਘਸਾਂਦਾ ਰਹਿੰਦਾ।

ਹੁੰਗਾਰੇ

ਰਾਤ ਸਾਰੀ ਬੀਤ ਚੱਲੀ ਏ
ਉਹ ਹੁੰਗਾਰੇ ਭਰਦੀ ਸੌਂ ਗਈ ਹੈ

ਮੇਰੇ ਗ਼ਮਾਂ ਦੀ ਕਹਾਣੀ
ਅਜੇ ਅੱਧੀ ਵੀ ਨਹੀਂ ਹੋਈ

ਦਿੱਲੀ ਰਹਿੰਦਿਆਂ ਨੌਵੀਂ ਜਾਂ ਸ਼ਾਇਦ ਦਸਵੀਂ ਕਲਾਸ ਵਿਚ ਵਿਦਿਆਰਥੀਆਂ ਨੇ ਹਾਇਰ ਸੈਕੰਡਰੀ ਦੌਰਾਨ ਆਪਣੇ ਭਵਿਖ ਦੇ ਸੁਪਨਿਆਂ ਦੀ ਪੂਰਤੀ ਲਈ ਆਪਣੀ ਪਸੰਦ ਦੇ ਵਿਸ਼ੇ ਚੁਣਨੇ ਹੁੰਦੇ ਸਨ। 1964, ਚੌਦਾਂ ਸਾਲ ਦੀ ਉਮਰ ਵਿਚ ਮੈਂ ਵੀ ਭਾਂਵੇਂ ਆਪਣੀ ਸੋਚ ਦੇ ਘੋੜੇ ਖ਼ੂਬ ਦੌੜਾਏ ਸਨ ਪਰ ਭਾਰਤ ਵਿਚ 1960 ਵਿਆਂ ਵਿਚ ਮਾਪੇ ਜਾਂ ਵੱਡੇ ਭਰਾ ਹੀ ਅੰਤਿਮ ਨਿਰਣੇ ਦਿੰਦੇ ਹੁੰਦੇ ਸਨ।

ਹਾਂ...ਉਸ ਦੌਰ ਵਿਚ ਮੇਰਾ ਮਕੈਨੀਕਲ ਇੰਜੀਨੀਅਰ ਬਣਨ ਦਾ ਨਿਰਣਾ ਕਰਨਾ, ਨਾ ਤਾਂ ਮੇਰਾ ਫੈਸਲਾ ਸੀ ਤੇ ਨਾ ਹੀ ਮੇਰੇ ਵਡਿਆਂ ਦਾ। ਤੁਹਾਡਾ ਅੰਦਾਜ਼ਾ ਬਿਲਕੁਲ ਠੀਕ ਹੈ ਕਿ ਇਸ ਰੁਜ਼ਗਾਰ ਲਈ ਮੈਨੂੰ 'ਗੁੱਡੀ ਨੇ ਹੀ ਪ੍ਰੇਰਿਆ ਸੀ।

ਵਿਦਿਆਰਥੀ

ਜਵਾਨਾਂ, ਤੂੰ ਕਿਉਂ ਦੇਰ-ਰਾਤ ਜਗਦਾ ਹੈਂ
ਲੈਂਪ ਦੀ ਪੀਲੀ ਉਦਾਸ ਰੋਸ਼ਨੀ ਵਿਚ
ਲੱਗਦੈ ਤੂੰ ਚਿੱਟੇ ਸਫ਼ਿਆਂ ਉਤੇ ਰੰਗੀਨ
ਭਵਿਖ ਦੇ ਖ਼ਾਕੇ ਪਿਆ ਉਲੀਕਦਾ ਹੈਂ

ਰੋਸ਼ਨੀ ਚੋਂ ਜ਼ਰਾ ਸਿਰ ਚੁੱਕ ਬਾਹਰ ਵੇਖ
ਦੂਰ ਦੂਰ ਤੱਕ ਹਨ੍ਹੇਰਾ ਹੀ ਹਨ੍ਹੇਰਾ ਹੈ
ਬੇਕਾਰੀ ਤੇ ਗਰਜ਼ ਭਰੀ ਦੁਨੀਆਂ ਵਿਚ
ਕਿੱਥੇ ਤੇਰੀਆਂ ਉਮੀਦਾਂ ਦਾ ਸਵੇਰਾ ਹੈ

ਕੋਈ ਵਿਗਿਆਨਿਕ ਵੀ ਜਗਦਾ ਹੈ
ਅਣਗਿਣਤ ਯੰਤਰਾਂ ਵਿਚ ਘਿਰਿਆ
ਪਰਖ਼ਨਲੀ ਚੋਂ ਕੋਈ ਨਤੀਜਾ ਕੱਢ
ਕਾਗ਼ਜ਼ ਦੇ ਚਿੱਟੇ ਚੇਹਰੇ ਤੇ ਲਿਖਦਾ ਹੈ

ਪ੍ਰਯੋਗਸ਼ਾਲਾ ਚੋਂ ਨਿਕਲ ਬਾਹਰ ਵੇਖ
ਤੇਰੇ ਕੰਮਾਂ ਦੀ ਵਰਤੋਂ ਨੇਤਾ ਕਿੰਜ ਕਰਦੇ ਨੇ
ਡਰ, ਧਮਾਕਿਆਂ ਤੇ ਬੰਬਾਂ ਦੇ ਸੇਕ ਵਿਚ
ਨਿੱਤ ਹੀ ਸੈਂਕੜੇ ਇਨਸਾਨ ਪਏ ਸੜਦੇ ਨੇ

ਕੋਈ ਵਕੀਲ ਕਿਉਂ ਪਿਆ ਜਗਦਾ ਹੈ
ਮੋਟੀਆਂ ਕਿਤਾਬਾਂ ਦੇ ਉੱਚੇ ਸਾਰੇ ਢੇਰ 'ਚੋਂ
ਲੱਭ-ਲੱਭ ਕਨੂੰਨ ਦੀਆਂ ਕਮਜ਼ੋਰੀਆਂ
ਦੋਸ਼ੀਆਂ ਨੂੰ ਬਚਾਣ ਦਾ ਰਾਹ ਲੱਭਦਾ ਹੈ

ਸਵੇਰੇ ਵਕੀਲ ਦਾ ਬੈਂਕ-ਅਕਾਊਂਟ
ਕੁਝ ਹੋਰ ਲੱਖਾਂ ਨਾਲ ਭਰ ਜਾਂਦਾ ਹੈ
ਪਰ ਸੁੱਤੇ ਹੋਏ ਕਨੂੰਨ ਨੂੰ ਹਲੂਣਦਾ
ਕੋਈ ਨਿਰਦੋਸ਼ ਸੂਲ਼ੀ ਚੜ੍ਹ ਜਾਂਦਾ ਹੈ

ਕੋਈ ਵਪਾਰੀ ਵੀ ਪਿਆ ਜਗਦਾ ਹੈ
ਕਾਲ਼ੇ ਮੁਨਾਫ਼ੇ ਦਾ ਹਿਸਾਬ ਕਰਦਾ ਹੈ
ਜੋ ਗੁਦਾਮਾਂ ਦੇ ਢਿੱਡ ਪਿਆ ਸੜ ਜਾਂਦੈ
ਨੇੜੇ ਹੀ ਕਿਸੇ ਝੁੱਗੀ ਦੇ ਹਨ੍ਹੇਰੇ ਵਿਚ
ਮਜ਼ਦੂਰ ਦਾ ਪ੍ਰਵਾਰ ਭੁੱਖ ਨਾਲ ਮਰ ਜਾਂਦੈ

ਦੁਨੀਆ ਵਿਚ ਹਰ ਇਨਸਾਨ ਜਗਦਾ ਹੈ
ਜੀਣ ਦੇ ਸਭ ਉਪਰਾਲੇ ਪਿਆ ਕਰਦਾ ਹੈ
'ਸੁਰਜੀਤ' ਦੀ ਅਸਲੀਅਤ ਵੀ ਤਾਂ ਇਹੀ
ਨਾ ਚੱਜ ਨਾਲ ਜੀਂਦਾ ਹੈ, ਨਾ ਮਰਦਾ ਹੈ

ਮੈਂ ਬੜਾ ਨਿਰਾਸ਼ ਤੇ ਬੌਂਦਲਿਆ ਜਿਹਾ ਫਿਰਦਾ ਰਹਿੰਦਾ। ਲੋਕਾਂ ਦੀ ਭੀੜ, ਗਲ਼ੀਆਂ ਤੇ ਬਜ਼ਾਰਾਂ ਵਿਚ ਫਿਰਦੇ ਲੋਕਾਂ ਦੇ ਧੁੰਦਲੇ ਜਿਹੇ ਅਕਸ ਦਿਸਦੇ ਤੇ ਸਾਰੇ ਨਜ਼ਾਰੇ ਬੇਮਤਲਬ ਜਿਹੇ ਲੱਗਦੇ।

ਜੀਅ ਕਰਦਾ ਸੀ ਜਾ ਕੇ ਗੁਰਦਵਾਰੇ ਜਾਂ ਬੈਂਕ ਦੀਆਂ ਕੰਧਾਂ ਨੂੰ ਜ਼ੋਰ-ਜ਼ੋਰ ਨਾਲ ਸਿਰ ਦੀਆਂ ਟੱਕਰਾਂ ਮਾਰਾਂ ਤਾਂ ਸ਼ਾਇਦ ਦੁਨੀਆਂ ਦੇ ਘਸਮੈਲੇ ਚੇਹਰੇ ਤੇ ਨਾਲ ਲੱਗਦੇ ਬਾਜ਼ਾਰ ਦੀਆਂ ਭੀੜਾਂ ਦੇ ਛੌਲੇ ਕੁਝ ਸਾਫ਼ ਨਜ਼ਰ ਆਉਣ ਲੱਗ ਪੈਣ।

ਚੌਂਕੀਦਾਰਾਂ ਦੇ ਡਰ ਕਾਰਨ ਬੈਂਕ ਦੇ ਪਿਛਲੇ ਪਾਸੇ ਘਰ ਵਾਲੀ ਗਲੀ ਵਿਚੋਂ ਲੰਘਣਾ ਤਾਂ ਮੈਂ ਉੱਕਾ ਹੀ ਬੰਦ ਕਰ ਦਿੱਤਾ ਸੀ ਜਿਧਰੋਂ ਪਿਛਲੇ ਬਨੇਰੇ ਤੋਂ ਝਾਕਦੀ ਗੁੱਡੀ ਦੀ ਝੱਲਕ ਮਿਲਣ ਦੀ ਸੰਭਾਵਨਾ ਜ਼ਿਆਦਾ ਹੁੰਦੀ ਸੀ।

ਨਸੀਬ

ਪਿਆਰ, ਵਫ਼ਾ ਨਾ ਦੋਸਤੀ ਕੀਤੀ
ਤੇਰੇ ਜਿਹਾ ਤਾਂ ਕੋਈ ਰਕੀਬ ਵੀ ਨਾ ਹੋਇਆ

ਮੇਰੇ ਜੀਣ ਲਈ ਤਾਂ ਤੇਰਾ ਇਕ ਇਸ਼ਾਰਾ ਕਾਫੀ ਸੀ
ਬਦਕਿਸਮਤੀ ਮੇਰੀ ਕਿ ਉਹ ਵੀ ਨਸੀਬ ਨਾ ਹੋਇਆ

ਕੈਮਰੂਨ ਅਫਰੀਕਾ ਦੇ ਪਰਵਾਸ ਦੌਰਾਨ ਮੈਂ ਤੇ ਮੇਰੀ ਸਾਥਣ ਨੇ ਇਕ ਦੂਜੇ ਨੂੰ ਹਰ ਹਫ਼ਤੇ, ਤਿੰਨ ਤੋਂ ਦੱਸ ਸਫ਼ਿਆਂ ਦੇ ਘਟੋ-ਘੱਟ ਦੋ ਖ਼ਤ ਤਾਂ ਜ਼ਰੂਰ ਲਿਖੇ ਹੋਣਗੇ, ਉਹ ਵੀ ਇਕ ਦੂਜੇ ਦਾ ਜਵਾਬ ਉਡੀਕੇ ਬਿਨਾ, ਕਿਉਂਕਿ 1980ਵਿਆਂ ਵੇਲੇ ਜਵਾਬ ਆਉਣ ਨੂੰ ਤਕਰੀਬਨ ਤਿੰਨ-ਚਾਰ ਹਫਤੇ ਦਾ ਸਮਾਂ ਲੱਗ ਜਾਂਦਾ ਸੀ।

ਬੱਚਿਆਂ ਦੇ ਜਨਮ-ਦਿਨ ਨਿਕਲ ਜਾਂਦੇ ਸਨ, ਇਸ ਦੌਰਾਨ ਸ਼ੁਭ ਇਛਾਵਾਂ ਤੇ ਵਧਾਈਆਂ, ਜਾਂ ਤਾਂ ਜਲਦੀ ਪੁੱਜ ਜਾਂਦੀਆਂ ਸਨ ਯਾ ਖਾਸ ਦਿਨ ਲੰਘ ਜਾਣ ਤੋਂ ਬਾਦ। ਬੱਚੇ ਬਿਮਾਰੀ ਤੋਂ ਠੀਕ ਹੋ ਕੇ ਸਕੂਲ ਵਾਪਸ ਚਲੇ ਜਾਂਦੇ ਤਾਂ ਪਤਾ ਲੱਗਦਾ ਸੀ ਕਿ ਸਾਥਣ ਕਿਹੜੀਆਂ ਮੁਸ਼ਕਲਾਂ ਨਾਲ ਕਈ-ਕਈ ਦਿਨ ਇੱਕਲੀ ਜੂਝਦੀ ਰਹੀ ਹੈ। ਡਾਕ-ਘਰ ਜਾ ਕੇ ਫੋਨ ਕਰਨੇ ਸਾਡੀ ਵਿੱਤ ਤੇ ਪਹੁੰਚ ਤੋਂ ਅਜੇ ਬਾਹਰ ਸਨ।

ਹਰ ਚਿੱਠੀ ਤੇ ਛਪੇ ਲਿਪਸਟਿਕ ਦੇ ਨਿਸ਼ਾਨ ਤੋਂ ਬੜਾ ਭਰੋਸਾ ਤੇ ਤੱਸਲੀ ਮਿਲਦੀ ਸੀ। ਉਦਾਸ ਅੱਖਾਂ ਵਾਲੀਆਂ ਫੋਟੋਆਂ ਧੁਰ ਅੰਦਰ ਤਕ ਹਿਲਾ ਕੇ ਰੱਖ ਦਿੰਦੀਆਂ ਸਨ। ਬੱਚਿਆਂ ਦੀ ਫੋਟੋਆਂ ਵਿਚਲੀ ਮਾਸੂਮ ਤੇ ਭੋਲੀ ਜਿਹੀ ਮੁਸਕਰਾਹਟ ਅਗਲੀ ਚਿੱਠੀ ਲਿਖਣ ਤੇ ਜਵਾਬ ਉਡੀਕਣ ਦੀ ਹਿੰਮਤ ਭਰ ਦਿੰਦੀ ਸੀ।

ਇਸ ਗੀਤ ਨੂੰ ਲਿਖਣ ਦੇ ਬਾਦ ਲਗਿਆ ਦਰਦ ਦੀਆਂ ਕੁੱਝ ਕੁ ਪਰਤਾਂ ਖੁਰ ਗਈਆਂ ਸਨ। ਬਰਸਾਤੀ ਰਾਤਾਂ ਵਿਚ ਇਸਨੂੰ ਗਾ-ਗਾ ਕੇ ਸਾਥਣ ਦੀਆਂ ਚਿੱਠੀਆਂ ਵਿਚਲਾ ਬਿਰਹਾ ਤੇ ਵਿਛੋੜੇ ਦਾ ਸਿਲ੍ਹਾਪਨ ਨਿਚੋੜਨ ਦੀ ਕੋਸ਼ਿਸ਼ ਕਰਦਾ ਰਹਿੰਦਾ।

ਹਮਦਰਦ ਥੋੜ੍ਹੇ

ਹਮਦਰਦ ਥੋੜ੍ਹੇ, ਯਾਰ ਬਥੇਰੇ
ਅਣਜਾਣ ਰਸਤੇ, ਗੂੜ੍ਹੇ ਹਨੇਰੇ
ਬਿਖੜੇ ਨੇ ਪੈਂਡੇ
ਰਾਤਾਂ ਨੇ ਲੰਮੀਆਂ
ਭੁਰਦੀਆਂ ਜਾਂਦੀਆਂ ਨੇ
ਆਸਾਂ ਦੀਆਂ ਥੰਮੀਆਂ

ਸੱਖਣੇ ਨੇ ਹਾਸੇ, ਡੂੰਘੇ ਨੇ ਰੋਣੇ
ਦਾਗ ਜਿਗਰ ਦੇ ਸੀ, ਹੰਝੂਆਂ ਨੇ ਧੋਣੇ
ਧੁੱਪਾਂ ਨੇ ਚੁਰਾ ਲਈਆਂ
ਅੱਖੀਆਂ ਚੋਂ ਨਮੀਆਂ
ਭੁਰਦੀਆਂ ਜਾਂਦੀਆਂ ਨੇ...

ਹਸਰਤਾਂ ਦੇ ਘੇਰੇ ਨੇ, ਉੱਤੋਂ ਗ਼ਮ ਤੇਰੇ ਨੇ
ਖਾਹਿਸ਼ਾਂ ਡੱਕਣ ਨੂੰ, ਪਿੰਜਰੇ ਚੁਫੇਰੇ ਨੇ
ਸਗੋਂ ਘਬਰਾਉਂਦੀਆਂ
ਢਾਰਸਾਂ ਨਿਕੰਮੀਆਂ
ਭੁਰਦੀਆਂ ਜਾਂਦੀਆਂ ਨੇ...

ਕਾਲਜੇ ਦਾ ਰੁੱਗ ਭਰ, ਪੀੜ ਜਿਹੀ ਪੈਂਦੀ ਹੈ
ਕੱਚ ਤੇ ਝਰੀਟ ਵਾਂਗ, ਯਾਦ ਤੇਰੀ ਰਹਿੰਦੀ ਹੈ
ਹੌਕੇ, ਹਾਵੇ, ਸੁਫਨੇ ਤੇਰੇ
ਲੋਕ ਕਹਿੰਦੇ ਝੱਲੀ ਆਂ
ਭੁਰਦੀਆਂ ਜਾਂਦੀਆਂ ਨੇ...

ਖੁਸ਼ੀਆਂ ਦੇ ਗੀਤ ਹਾਈ, ਗਲੀ-ਗਲੀ ਵੱਜਦੇ
ਬਾਹਾਂ ਵਿਚ ਬਾਹੀਂ ਜੋੜੇ, ਦਿਲ ਮੇਰੇ ਮੱਚਦੇ
ਪੇਕੇ-ਘਰ ਰਹਿੰਦੀ ਪਰ
'ਸੁਰਜੀਤ' ਜਾਣ ਕੱਲੀ ਹਾਂ
ਭੁਰਦੀਆਂ ਜਾਂਦੀਆਂ ਨੇ
ਆਸਾਂ ਦੀਆਂ ਥੰਮੀਆਂ

ੴ ੴ ੴ

ਫੇਰ ਕੋਈ ਦੋ-ਤਿੰਨ ਸਾਲ ਤੱਕ ਅਸੀਂ ਇਕ ਦੂਜੇ ਨੂੰ ਨਾ ਵੇਖਿਆ ਤੇ ਨਾ ਮਿਲੇ, ਮਕੈਨੀਕਲ ਇੰਨਜੀਨੀਅਰਿੰਗ ਦੀ ਪੜ੍ਹਾਈ ਖਤਮ ਕਰਕੇ ਨੌਕਰੀ ਵਾਸਤੇ ਕਾਫੀ ਟੱਕਰਾਂ ਮਾਰੀਆਂ ਪਰ ਕੁਝ ਹੱਥ-ਪੱਲੇ ਨਹੀਂ ਪਿਆ, ਕਾਲੇਜ ਤੋਂ ਸਕਾਲਰਸ਼ਿਪ ਮਿਲਣੀ ਬੰਦ ਹੋ ਚੁਕੀ ਸੀ।

ਸੋ ਇਕ ਸਖ਼ਤ ਫੈਸਲਾ ਲੈਕੇ ਮੈਂ ਆਪਣੇ ਪਿਆਰ ਤੋਂ ਸੈਂਕੜੇ ਕੋਹਾਂ ਦੂਰ ਚੰਦਰਪੁਰ, ਮਹਾਰਾਸ਼ਟਰਾ ਆਪਣੇ ਪਿਤਾ ਜੀ ਕੋਲ ਦੁਕਾਨ ਤੇ ਕੰਮ ਕਰਨ ਚਲਿਆ ਗਿਆ। ਵੈਸੇ ਵੀ ਪਿਆਰ ਤੇ ਆਸ਼ਕੀ ਕਈ ਸਾਲਾਂ ਤੋਂ ਠੰਢੇ ਬਸਤੇ ਵਿਚ ਬੰਦ ਸੀ।

ਪਿਤਾ ਜੀ ਹੁਣ ਮਰਾਠੀ ਬੋਲਦੇ ਸ਼ਹਿਰ ਚੰਦਰਪੁਰ, ਮਹਾਰਾਸ਼ਟਰ ਵਿਚ ਰੇਡੀਓ ਤੇ ਸਿਲਾਈ ਮਸ਼ੀਨਾਂ ਦੀ ਛੋਟੀ ਜਿਹੀ ਦੁਕਾਨ ਚਲਾਂਦੇ ਸਨ, ਇਸ ਦੌਰਾਨ ਮੇਰੇ ਵੱਡੇ ਦੋ ਭਰਾ ਦਿੱਲੀ ਵਿਚ ਨੌਕਰੀ ਤੇ ਲੱਗ ਚੁੱਕੇ ਸਨ ਤੇ ਤੀਸਰਾ ਮੇਰੇ ਤੋਂ ਵੱਡਾ ਵੀ ਪਿਤਾ ਜੀ ਨਾਲ ਦੁਕਾਨ ਵਿਚ ਮਦਦ ਕਰਦਾ ਸੀ।

ਪਹਿਲੀ ਵਾਰ ਦਿੱਲੀ ਤੋਂ ਦੂਰ ਜਾਂਦੇ ਹੋਏ ਇੱਕਲਾ ਰੇਲ ਸਫ਼ਰ ਕਰ ਰਿਹਾ ਸਾਂ, ਦਕਸ਼ਿਨ ਐਕਸਪ੍ਰੈਸ ਦੀ ਚਾਲ ਤੇਜ਼ ਹੋਣ ਦੇ ਨਾਲ-ਨਾਲ ਦਿਲ ਦਾ ਤੌਖਲਾ ਤੇ ਧੜਕਣ ਵੀ ਤੇਜ਼ ਹੋ ਰਹੇ ਸਨ। ਧਰਵਾਸ ਦੇਣ ਲਈ ਕਾਗਜ਼, ਕਲਮ ਤੇ ਕਵਿਤਾ ਬਹੁਤ ਕੰਮ ਆਏ।

ਤੇਰੇ ਸ਼ਹਿਰ ਤੋਂ

ਮੈਂ ਤੇਰੇ ਸ਼ਹਿਰ ਤੋਂ
ਹੋ ਕੇ ਉਦਾਸ ਆਇਆ ਹਾਂ
ਮੈਨੂੰ ਇਲਜ਼ਾਮ ਨਾ ਦੇਵੀਂ ਸਜਣੀ
ਬਹੁਤ ਮਜਬੂਰ ਚਲਾ ਆਇਆ ਹਾਂ

ਕਿਆਸ ਲਿਆ ਸੀ ਮੈਂ ਤੇਰੀ
ਨਮ ਅੱਖ ਦਾ ਖਾਮੋਸ਼ ਗਿਲਾ
ਬਹੁਤ ਜਲਦੀ ਹੀ ਮੁੜਾਂਗਾ
ਇਹੀ ਸੋਚ ਕੇ ਮੈਂ ਆਇਆ ਹਾਂ

ਇਹ ਮੀਲਾਂ ਦੀ ਦੂਰੀ ਵੀ
ਕੋਈ ਦੂਰੀ ਹੈ ਭਲਾ
ਜਦ ਤਸਵੀਰ ਤੇਰੀ
ਪਲਕਾਂ ਵਿਚ ਛੁਪਾ ਲਿਆਇਆ ਹਾਂ

ਇਹ ਜੋ ਦੂਰ ਹੋਈ ਜਾਂਦਾ ਹੈ
ਨਿਰਾ ਕਲਬੂਤ ਹੈ 'ਸੁਰਜੀਤ' ਦਾ
ਆਪਣੀ ਰੂਹ ਤਾਂ ਮੈਂ ਤੇਰੇ
ਦਿਲ 'ਚ ਵਸਾ ਆਇਆ ਹਾਂ

৯ ৯ ৯

ਇਤਫ਼ਾਕ ਨਾਲ ਮੇਰੀ ਮੁਲਾਕਾਤ ਸਾਗਰ ਰੇਲਵੇ ਸਟੇਸ਼ਨ ਤੇ ਹੋਣ ਵਾਲੇ ਸਹੁਰਾ ਸਾਹਬ ਨਾਲ ਹੋ ਗਈ ਜੋ ਕਿ ਰਿਟਾਇਰਮੈਂਟ ਤੋਂ ਬਾਦ ਲੱਗੀ ਪ੍ਰਾਈਵੇਟ ਨੌਕਰੀ ਤੋਂ ਜ਼ਿਆਦਾ ਉਮਰ ਹੋਣ ਕਾਰਨ, ਸੁਰਖਰੂ ਹੋ ਕੇ ਵਾਪਸ ਦਿਲੀ ਆ ਰਹੇ ਸਨ, ਆਪਣੀ ਛੋਟੀ ਬੇਟੀ ਦੀ ਸ਼ਾਦੀ ਕਰਨ, ਜਿਸ ਵਿਚ ਮੈਂ ਵੀ ਤਕਰੀਬਨ ਬਿਨ ਬੁਲਾਏ ਹੀ ਸ਼ਾਮਲ ਹੋ ਗਿਆ ਸੀ।

ਮੈਂ ਜਬਲਪੁਰ ਫੌਜੀ ਨੌਕਰੀ ਦੀ ਇੰਟਰਵਿਊ ਤੋਂ ਭਾਵੇਂ ਅਸਫਲ ਪਰਤ ਰਿਹਾ ਸਾਂ ਪਰ ਸਟੇਸ਼ਨ ਤੇ ਅਚਾਨਕ ਮਿਲੇ ਖੇੜਾ ਸਾਹਬ ਇਹ ਸੁਣਕੇ ਖੁਸ਼ ਜਾਪਦੇ ਸਨ ਕਿ ਮੈਂ ਹੁਣ ਇੰਜੀਨਿਰਿੰਗ ਕਰਨ ਬਾਦ ਪਿਤਾ ਜੀ ਨਾਲ ਬਿਜ਼ਨੇਸ ਵਿਚ ਸ਼ਾਮਲ ਸਾਂ। ਮੈਨੂੰ ਪਤਾ ਲੱਗਾ ਕਿ ਉਨ੍ਹਾਂ ਦੀ ਵੱਡੀ ਬੇਟੀ ਗੁੱਡੀ ਨੇ ਮੇਰੇ ਚੱਕਰ ਵਿਚ ਵਿਆਹ ਤੋਂ ਸਾਫ਼ ਇਨਕਾਰ ਕਰ ਦਿੱਤਾ ਸੀ।

ਸੰਜੋਗਵੱਸ 'ਗੁੱਡੀ' ਦੇ ਇਨਕਾਰ ਕਰਨ ਤੋਂ ਬਾਦ ਉਸਨੂੰ ਨੂੰ ਦੇਖਣ ਆਏ ਲੜਕੇ ਦਾ ਵਿਆਹ ਮੇਰੀ ਹੋਣ ਵਾਲੀ ਸਾਲੀ ਨਾਲ ਹੋਇਆ ਸੀ ਜਿਸ ਕਾਰਨ ਉਸਨੂੰ ਕਾਲੇਜ ਦੇ ਦੂਜੇ ਸਾਲ ਬਾਦ ਪੜ੍ਹਾਈ ਛੱਡਣੀ ਪੈ ਗਈ। ਹੁਣ ਗੁੱਡੀ ਤੇ ਉਸਦੇ ਮਾਤਾ-ਪਿਤਾ ਵਾਸਤੇ ਮੇਰੀ ਇੰਤਜ਼ਾਰ ਕਰਨ ਤੋਂ ਸਿਵਾ ਕੋਈ ਰਸਤਾ ਨਹੀਂ ਸੀ।

ਉਸਦੀ ਹਾਲਤ ਕੁਛ ਇਸ ਤਰ੍ਹਾਂ ਦੀ ਹੋ ਗਈ ਸੀ...

ਰੋਂਦਾ ਸਾਵਣ

ਤੇਰੇ ਜਾਣ ਤੋਂ ਬਾਅਦ
ਹਰ ਰੁੱਤ ਬੇ-ਸੁਵਾਦ

ਹਸਦਾ ਹੋਇਆ ਸਾਵਣ ਆਉਂਦਾ ਹੈ
ਰੋਂਦਾ ਹੋਇਆ ਤੁਰ ਜਾਉਂਦਾ ਏ

ਕੋਠੇ ਦੀ ਕੰਧ ਤੇ ਬਹਿ-ਬਹਿ
ਕੋਈ ਕਾਂ ਵੀ ਨਿਤ ਕੁਰਲਾਉਂਦਾ ਹੈ

ਕਿੰਨੀਆਂ ਹੀ ਪੀਂਘਾਂ ਪੈ ਕੇ
ਟੁੱਟ ਚੁੱਕੀਆਂ ਨੇ

ਕਿੰਨੀਆਂ ਹੀ ਕਣੀਆਂ ਵਰ੍ਹ ਕੇ
ਰੁੜ੍ਹ ਚੁੱਕੀਆਂ ਨੇ

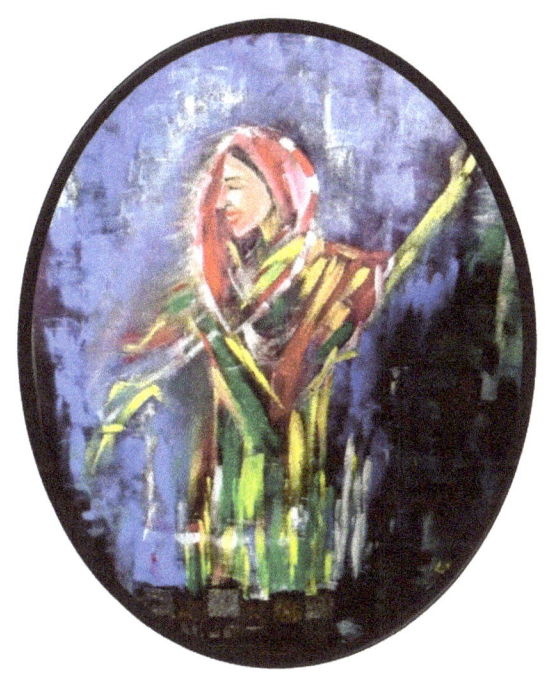

ਸਾਡੀ ਮਾਲੀ ਹਾਲਤ ਕੁਝ ਚੰਗੀ ਹੋ ਚੱਲੀ ਸੀ ਤੇ ਖੇੜਾ ਪ੍ਰਵਾਰ ਵਿਚ ਉਨ੍ਹਾਂ ਦੀ ਛੋਟੀ ਬੇਟੀ ਦੀ ਸ਼ਾਦੀ ਤੋਂ ਬਾਦ ਕੁਝ ਤੰਗੀ ਆ ਗਈ ਸੀ। ਭਲਾ ਹੋਏ ਮੇਰੇ ਹੋਣ ਵਾਲੇ ਸਾਲੇ 'ਗੋਗੇ' ਦਾ ਤੇ ਕੈਡਬਰੀ ਚਾਕਲੇਟ ਵਾਲਿਆਂ ਦਾ, ਜਿਸ ਕਾਰਨ ਮੈਨੂੰ ਹੋਣ ਵਾਲੀ ਸਾਲੀ 'ਪੱਪੀ' ਦੇ ਵਿਆਹ ਦੀ ਤਰੀਕ ਪਤਾ ਲੱਗ ਗਈ ਸੀ, ਲੇਕਿਨ ਹਜ਼ਾਰਾਂ ਮੀਲਾਂ ਦੀ ਦੂਰੀ ਤੇ ਮਹਾਰਾਸ਼ਟਰ ਵਿਚ ਪਿਤਾ ਜੀ ਦੀ ਦੁਕਾਨ ਵਿਚੋਂ ਦਿੱਲੀ ਜਾਣ ਦੀ ਇਜਾਜ਼ਤ ਮਿਲਣੀ ਨਾਮੁਮਕਿਨ ਸੀ। ਚੰਗੇ ਭਾਗਾਂ ਨੂੰ ਅਚਾਨਕ ਉਨ੍ਹਾਂ ਦਿਨਾਂ ਵਿਚ ਮਹਾਰਾਸ਼ਟਰ ਵਿਚ ਐਵਰਰੇਡੀ ਬੈਟਰੀਆਂ ਮਿਲਣੀਆਂ ਬੰਦ ਹੋ ਗਈਆਂ। ਦਿੱਲੀ ਤੋਂ ਮੇਰੇ ਇਕ ਦੋਸਤ ਨੇ ਦਸਿਆ ਕਿ ਲਾਜਪਤ ਰਾਇ ਮਾਰਕੀਟ ਵਿਚ ਢੇਰਾਂ ਦੇ ਢੇਰ ਪਏ ਹਨ।

ਮੈਂ ਬਿਨ-ਬੁਲਾਇਆ ਹੋਣ ਵਾਲੀ ਸਾਲੀ ਦੇ ਵਿਆਹ ਤੇ 'ਗੋਗੇ' ਦਾ ਦੋਸਤ ਬਣਕੇ ਸ਼ਾਮਲ ਹੋਣ ਲਈ ਬਾਵਲਾ ਜਿਹਾ ਹੋਇਆ ਫਿਰਦਾ ਸਾਂ। ਮੈਨੂੰ ਕਈ ਸਾਲਾਂ ਬਾਦ ਹੀਰ-ਦਰਸ਼ਨ ਜੋ ਹੋਣੇ ਸਨ। ਮੈਨੂੰ ਬੌਰਾਏ ਹੋਏ ਨੂੰ 'ਐਵਰਰੇਡੀ' ਦੀ ਥਾਂ ਤੇ ਬਿਲਕੁਲ ਉਹੋ ਜਿਹੇ ਰੰਗ ਡਿਜ਼ਾਈਨ ਦੀਆਂ 'ਐਵਰੀਡੇ' ਖਰੀਦਣ ਵੇਲੇ ਜ਼ਰਾ ਵੀ ਸ਼ੱਕ ਨਹੀਂ ਹੋਇਆ। ਉਨ੍ਹਾਂ ਸਾਰੀਆਂ ਬੈਟਰੀਆਂ ਦਾ ਚੰਦਰਪੁਰ ਪਹੁੰਚਦੇ-ਪਹੁੰਚਦੇ ਤੇਜ਼ਾਬ ਲੀਕ ਹੋ ਗਿਆ ਸੀ। ਮੇਰੀਆਂ ਖਰੀਦੀਆਂ ਬੈਟਰੀਆਂ ਨਕਲੀ ਸਨ। ਗੁੱਡੀ ਦੇ ਮੰਮੀ ਜੀ ਅਜੇ ਵੀ ਮੰਨੇ ਨਹੀਂ ਸਨ, ਸਾਡੇ ਰਿਸ਼ਤੇ ਲਈ। ਸਾਡੇ ਦੋਹਾਂ ਵੱਲੋਂ ਇਮੋਸ਼ਨਲ ਬਲੈਕਮੇਲ ਦਾ ਦਬਾਅ ਸੀ। ਮੰਮੀ ਜੀ ਨੂੰ ਸਾਡੇ ਕੋਲ ਜ਼ਹਿਰੀਲੀ ਬਰੋਮੀਨ ਦੇ ਕੈਪਸੂਲ ਹੋਣ ਦੀ ਖ਼ਬਰ ਪਹੁੰਚ ਗਈ ਸੀ ਜੋ ਮੇਰੇ ਸਾਇੰਟਿਸਟ ਦੋਸਤ ਹਰਭਜਨ ਨੇ ਆਪਣੇ ਘਰ ਦੀ ਪ੍ਰਯੋਗਸ਼ਾਲਾ ਵਿਚ ਸਾਡੇ ਵਾਸਤੇ ਤਿਆਰ ਕੀਤੇ ਸਨ।

ਘਰ ਵਿਚ ਬਾਕੀਆਂ ਦੇ ਦਬਾਅ ਤੇ ਘਰੇਲੂ ਵਿੱਤੀ ਹਾਲਾਤਾਂ ਦੀ ਤਲਖ਼ ਹਕੀਕਤ ਦੀ ਰੋਸ਼ਨੀ ਵਿਚ ਅਖੀਰ ਡਾਢੇ ਸੁਭਾਅ ਦੀ ਮੇਰੀ ਹੋਣ ਵਾਲੀ ਸੱਸ ਨੇ ਦਿਲ ਤੇ ਪੱਥਰ ਰੱਖ ਸਾਡਾ ਰਿਸ਼ਤਾ ਕਬੂਲ ਲਿਆ।

ਕਲੀਰੇ

ਮੇਰੀ ਦੁਨੀਆਂ ਵਿਚ ਉਹ ਆਈ
ਤਨ ਦੀ ਚਾਂਦੀ, ਮਨ ਦਾ ਸੋਨਾ
ਪਤਾ ਨਹੀਂ ਕੀ ਕੁਝ ਨਾਲ ਲਿਆਈ

ਅਰਮਾਨਾਂ ਦੀ ਸੇਜ ਵਿਛਾਈ
ਪੱਕਾ ਘਰ ਛੋੜ, ਚੋਂਦੀ ਛੱਤ ਥੱਲੇ
ਟੁੱਟੇ ਮੰਜੇ ਤੇ ਹੋਈ ਘੁੰਡ-ਚੁਕਾਈ

ਸੱਭੇ ਸਾਕ ਕੂੜਾਵੇ ਡਿੱਠੇ ਤਾਂ
ਖ਼ਾਬਾਂ ਦੀ ਮਹਿੰਦੀ ਮੁਸਕਾਈ

ਆਸ-ਕਲੀਰੇ, ਲਾਜ ਦਾ ਗਹਿਣਾ
ਉਹ ਬਸ ਮੇਰੇ ਮੋਢੇ ਦੀ ਸ਼ਰਣਾਈ

'ਸੁਰਜੀਤ' ਤਾਂ ਬਸ ਮੰਡਰਾਉਂਦਾ ਭੌਰ
ਉਹ ਰੰਗ ਖ਼ੁਦਾਇ 'ਚ ਰੰਗੀ ਆਈ

ਅਕਤੂਬਰ 1971 ਵਿੱਚ ਅਸੀਂ ਪਹਿਲੀ ਮਿਲਣੀ ਦੇ ਤਕਰੀਬਨ ਅੱਠ ਸਾਲਾਂ ਬਾਦ ਬਹੁਤ ਹੀ ਸਾਦੀਆਂ ਰਸਮਾਂ ਨਾਲ ਹਮੇਸ਼ਾ ਲਈ ਇੱਕ ਹੋ ਗਏ, ਜਦੋਂ ਕਿ ਮੈਂ ਅਜੇ 3 ਮਹੀਨੇ ਬਾਦ ਆਪਣਾ 22ਵਾਂ ਜਨਮ ਦਿਨ ਮਨਾਉਣਾ ਸੀ।

1971 ਸਾਨੂੰ ਕਦੇ ਨਹੀਂ ਭੁੱਲਣਾ, ਜਦੋਂ ਬੰਗਲਾ ਦੇਸ਼ ਆਜ਼ਾਦ ਹੋਇਆ, ਅਸੀਂ ਵਿਆਹ ਦੀਆਂ ਅਟੁੱਟਵੀਆਂ ਜੰਜ਼ੀਰਾਂ ਵਿਚ ਜਕੜੇ ਗਏ ਸਾਂ। ਆਪਣੇ 21 ਵਰ੍ਹਿਆਂ ਵਿਚ ਭਾਰਤ-ਪਾਕਿਸਤਾਨ ਦੇ ਦੋ ਯੁੱਧ ਦੇਖ-ਸੁਣ ਲਏ ਸਨ। ਅਜੇ 1965 ਦੀ ਲਾਮਬੰਦੀ, ਐਮਰਜੰਸੀ ਸਾਇਰਨ, ਬਲੈਕ-ਆਊਟ ਤੇ ਰਾਤਾਂ ਦੀ ਪਹਿਰੇਦਾਰੀ ਭੁੱਲੀ ਨਹੀਂ ਸੀ ਕਿ ਬੰਗਲਾ ਦੇਸ਼ 1971 ਦੀ ਆਜ਼ਾਦੀ ਦੀ ਲੜਾਈ ਲੱਗ ਗਈ ਸੀ।

1965 ਦੀਆਂ ਰਾਤਾਂ ਦੇ ਬਲੈਕ-ਆਊਟ ਤਾਂ ਕਿੱਵੇਂ ਭੁੱਲ ਸਕਦਾ ਹਾਂ, ਸਿਰਫ ਉਹੀ ਤਾਂ ਕੁਝ ਨਸ਼ੀਲੇ ਜਿਹੇ ਹਫ਼ਤੇ ਮਿਲੇ ਸਨ। ਮੁਹੱਲੇ ਵਿਚ ਰਾਤ ਦੇ ਪਹਿਰੇਦਾਰ ਥਾਪੇ ਜਾਣ ਨਾਲ ਮੈਨੂੰ ਗੁੱਡੀ ਦੀ ਗਲੀ ਵਿਚ ਸਾਰੀ ਰਾਤ ਬੇਰੋਕ ਫੇਰੇ ਮਾਰਨ ਤੋਂ ਹੁਣ ਕੋਈ ਨਹੀਂ ਸੀ ਰੋਕਦਾ।

ਹਰੇਕ ਦੀ ਨਿਗਾਹ ਅਸਮਾਨ ਵਿਚ ਸ਼ਾਂ-ਸ਼ਾਂ ਕਰਦੇ ਲੜਾਕੂ ਜਹਾਜ਼ਾਂ ਵੱਲ ਲੱਗੀ ਰਹਿੰਦੀ ਸੀ ਤੇ ਉਸ ਉਮਰੇ ਮੈਂ ਸੀ ਕਿ ਉਸਦੇ ਘਰ ਦੇ ਬਨੇਰੇ ਤੇ ਗੁੱਡੀ ਜਾਂ ਗੁੱਡੀ ਵਰਗੀ ਕਿਸੇ ਹੋਰ ਦਾ ਝਾਉਲਾ ਜਾਂ ਪਰਛਾਵਾਂ ਵੇਖ ਕੇ ਵੀ ਮਤਵਾਲਾ ਹੋਇਆ ਰਹਿੰਦਾ ਸਾਂ।

ਅਗਨ-ਨਾਚ

ਲਹੂ ਦਾ ਦਰਿਆ ਭੋਏਂ ਵਗ ਰਿਹੈ
ਵਿਚ ਅੰਬਾਰ ਲਾਸ਼ਾਂ ਦਾ ਤਰ ਰਿਹੈ

ਵਰ੍ਹਦੀਆਂ ਕੜਕਦੀਆਂ ਬਿਜਲੀਆਂ
ਅਸਮਾਨੋਂ ਅੱਗ ਦਾ ਮੀਂਹ ਵਰ੍ਹ ਰਿਹੈ

ਭਰਾ ਦੀ ਛਾਤੀ 'ਚ ਖੁੱਭੀ ਕਟਾਰੀ
ਕਿਸੇ ਭੈਣ ਨੇ ਮੁਨਾਰਿਓਂ ਛਾਲ ਮਾਰੀ

ਗਵਾਂਢੀ ਦੇਸ਼ ਫੌਜੀ ਹੱਦਾਂ ਦੀ ਲਕੀਰ ਨੇ
ਜਿੰਦਾਂ ਛਲਨੀ, ਕੌਣ ਦਏ ਢਾਰਸਾਂ
ਜਾ ਮਸਜਿਦੀਂ ਲੁਕੇ ਸਭ ਫਕੀਰ ਨੇ

ਸੁੱਕੇ ਸਾਰੇ ਖੇਤ ਚੌਲ ਤੇ ਚਾਹਾਂ ਦੇ
ਖ਼ੂਨੀ ਨਦੀਆਂ ਡੰਡੀਆਂ ਰਾਹਾਂ ਤੇ

ਫ਼ੌਜੀ ਦਾਗਣ ਤੋਪਾਂ ਜਨੂੰਨ ਦੀਆਂ
ਘੁਲ਼ ਆਦਮ-ਬੂ ਗਈ ਸਾਹਾਂ ਤੇ

ਕੌਣ ਨਿਰਦੋਸ਼, ਕਿਸ ਕੀਤਾ ਹੱਲਾ
ਬਾਰੂਦੀ ਧੂਏਂ ਵਿਚ ਮੁਜੀਬ ਇੱਕਲਾ

ਗੁੱਸੇ ਵਿਚ ਪਗਲਾਇਆ ਯਹੀਆ ਖਾਨ ਹੈ
ਅੰਤ ਨੂੰ ਅੱਧਾ ਹੋਇਆ ਤਾਂ ਪਾਕਿਸਤਾਨ ਹੈ

ਲੱਖਾਂ ਝੁਕਾਏ ਦੁਸ਼ਮਣ ਸੁਬੇਗ ਜਗਜੀਤ ਨੇ
ਕਿੱਸੇ ਸਿੱਖ-ਦਲੇਰੀ ਦੇ ਹੋਏ ਮੁੜ 'ਸੁਰਜੀਤ' ਨੇ

ਸਾਡੇ ਪਿਤਾ ਜੀ ਦੇ ਬਿਜ਼ਨੈਸ ਦੀ ਆਮਦਨ ਨਾਲੋਂ ਉਨ੍ਹਾਂ ਦੇ ਆਪਣੇ ਭਰਾ ਭੈਣ ਤੇ ਚਾਰ ਬੱਚਿਆਂ ਦੇ ਵਿਆਹ ਦੀਆਂ ਜ਼ਿਮੇਂਦਾਰੀਆਂ ਕਿਤੇ ਜ਼ਿਆਦਾ ਸਨ, ਇਹ ਮੈਨੂੰ ਵਿਆਹ ਬਾਦ ਦਿੱਲੀ ਦੀ ਪਹਿਲੀ ਫੇਰੀ ਤੇ ਪਤਾ ਲੱਗਾ। ਦਿੱਲੀ ਤੋਂ ਮੇਰੇ ਅਤਿ ਪਿਆਰੇ ਸਕੂਲੀ ਦੋਸਤ ਗਜਿੰਦਰ ਦੇ ਪਿਤਾ ਜੀ ਨੇ ਮੇਰੇ ਕੋਲੋਂ ਮਹਾਰਾਸ਼ਟਰ ਤੋਂ ਇਕ ਟਰਾਂਜ਼ਿਸਟਰ ਮੰਗਵਾਇਆ ਤੇ ਉਸਦਾ ਮੁੱਲ ਦੇਣ ਦੇ ਬਦਲੇ ਉਨ੍ਹਾਂ ਦੇ ਪਿਤਾ ਜੀ ਨੇ ਇਕ ਵਹੀ-ਖਾਤਾ ਮੇਰੇ ਸਾਹਮਣੇ ਰੱਖਿਆ ਜਿਸ ਤੇ ਮੇਰੇ ਪਿਤਾ ਜੀ ਦਾ ਨਾਮ, ਸਾਡੇ ਵਿਆਹ ਤੋਂ ਦੋ ਹਫ਼ਤੇ ਪਹਿਲੇ ਦੀ ਤਰੀਕ ਸੀ। ਮੇਰੇ ਵਿਆਹ ਵਾਲੇ ਸੂਟ ਦਾ ਕਪੜਾ ਤੇ ਹੋਰ ਕਈ ਕੁਛ ਵਰੀ ਲਈ ਉਥੋਂ ਉਧਾਰ ਸੀ।

ਤਕਰੀਬਨ 6 ਮਹੀਨੇ ਦੇ ਬਾਦ ਖੁਸ਼ਕਿਸਮਤੀ ਨਾਲ ਬਾਲ੍ਹਾਰਸ਼ਾਹ ਰੇਲਵੇ ਸਟੇਸ਼ਨ ਨੇੜੇ ਇਕ ਪੇਪਰ ਮਿੱਲ ਵਿਚ ਕੁਲਦੀਪ ਸਿੰਘ ਸੂਰੀ (ਨਾਨਕ ਸਿੰਘ ਨਾਵਲਿਸਟ ਦੇ ਸਪੁੱਤਰ) ਦੀ ਮਦਦ ਨਾਲ ਇੰਜੀਨਿਅਰ ਦੀ ਨੌਕਰੀ ਮਿਲ ਗਈ। ਵਿਆਹ ਤੋਂ ਬਾਦ ਜਲਦੀ ਹੀ ਦੋ ਬੱਚੇ ਹੋ ਗਏ ਤੇ ਘਰੇਲੂ ਜ਼ਿੰਮੇਵਾਰੀਆਂ ਦੇ ਸੇਕ ਕਾਰਨ ਮੇਰੀ ਕਲਮ ਦੀ ਸਿਆਹੀ ਸੁੱਕ ਗਈ। ਬਲਾਰਪੁਰ ਪੇਪਰ ਮਿੱਲ ਮਹਾਰਾਸ਼ਟਰ ਵਿਚ ਵਿਕਸਿਤ ਦੇਸ਼ਾਂ ਤੋਂ ਆਈਆਂ ਪੁਰਾਣੀਆਂ ਮਸ਼ੀਨਾਂ ਦੇ ਧੂਏਂ ਵਿਚ ਰਲੇ ਰੰਗ-ਖੋਰੇ ਰਸਾਇਣਾ ਨੇ ਇਸ ਮਕੈਨੀਕਲ ਇੰਨਜੀਨੀਅਰ ਦੇ ਭਰ ਜਵਾਨੀ ਵਿਚ ਵਾਲ਼ ਚਿੱਟੇ ਕਰਨੇ ਸ਼ੁਰੂ ਕਰ ਦਿੱਤੇ ਸਨ।

ਮੇਰੀ ਦਾੜ੍ਹੀ ਭਰਵੀਂ ਦਿਸਣ ਲੱਗੀ ਤਾਂ ਕਿਸੇ ਸ਼ੁਭਚਿੰਤਕ ਨੇ ਸੁਝਾਅ ਦਿੱਤਾ ਕਿ ਹੁਣ ਇਸਨੂੰ ਜਾਲੀ ਅੰਦਰ ਸੰਭਾਲਣ ਦਾ ਵਕਤ ਆ ਗਿਆ ਹੈ, ਮੈਂ ਜਾਲੀ ਬੰਨ੍ਹਣ ਲੱਗ ਪਿਆ। ਕਿਸੇ ਵਡੇਰੇ ਨੇ ਵਿਆਹ ਤੋਂ ਪਹਿਲਾਂ ਧਾਗਾ ਵਰਤਣ ਦੀ ਸਲਾਹ ਦੇ ਦਿੱਤੀ ਪਰ ਉਹ ਚੁਭਦਾ ਬਹੁਤ ਸੀ। ਮੇਰੀ ਮੁਸ਼ਕਿਲ ਜਾਣ ਕੇ ਕਿਸੇ ਦੋਸਤ ਨੇ ਪਹਿਲਾਂ ਗੋਲ ਮੋਟੀ ਤੇ ਫਿਰ ਕਿਸੇ ਹੋਰ ਨੇ ਚਪਟੀ ਜਿਹੀ ਕਾਲ਼ੀ ਰੱਸੀ ਦੇ ਦਿਤੀ। ਅੱਜ ਕਲ ਪੰਥਕ ਸਲਾਹਕਾਰਾਂ ਵੱਲੋਂ ਖੁੱਲ੍ਹੀ ਰੱਖਣ ਦੀਆਂ ਹਦਾਇਤਾਂ ਮਿਲਦੀਆਂ ਰਹਿੰਦੀਆਂ ਹਨ। ਇਸ ਸੰਸਾਰ ਵਿਚ ਹਰ ਕੋਈ ਆਪਣੀ ਆਜ਼ਾਦੀ ਲੈਣਾ ਚਾਹੁੰਦਾ ਹੈ ਪਰ ਦੂਸਰੇ ਨੂੰ ਕੋਈ ਆਜ਼ਾਦੀ ਦੇਣੀ ਨਹੀਂ ਚਾਹੁੰਦਾ।

ਰਹਿਣ ਦਿਉ

ਮੈਂ ਜਿਹੋ ਜਿਹਾ ਹਾਂ ਮੈਨੂੰ ਉਹੋ ਜਿਹਾ ਰਹਿਣ ਦਿਉ
ਉੱਚੀ ਭਾਵੇਂ ਨੀਵੀਂ ਮੈਨੂੰ ਮੇਰੀ ਥਾਂਏਂ ਬਹਿਣ ਦਿਉ

ਹਾਦਸੇ ਨੇ ਹੁੰਦੇ ਕਦੇ ਤੇ ਕਦੇ ਕਰਾਏ ਜਾਂਦੇ
ਵੰਡਣੀ ਨਾ ਪੀੜ, ਮੈਨੂੰ ਗੁੱਝੀ ਸੱਟ ਸਹਿਣ ਦਿਉ

ਸਹਿਮਿਆ ਸਰਾਪਿਆ ਤੇ ਕਰਜ਼ਿਆ ਵਜੂਦ ਮੇਰਾ
ਮੇਰੀ ਹੋਂਦ ਨੂੰ ਵਿਆਜ, ਮੇਰੇ ਲਹੂ ਨਾਲ ਲੈਣ ਦਿਉ

ਚੀਕਦੀ ਜ਼ਬਾਨ ਕਦੇ ਕੂਕਦੇ ਨੇ ਦਿਲ ਵਿੰਨ੍ਹੇ
ਭਰ ਚੱਲੇ ਨੇ ਪੁਰਾਣੇ ਫ਼ੱਟ, ਸੱਜਰੇ ਵੀ ਪੈਣ ਦਿਉ

ਰੋਕਿਓ ਨਾ ਬੰਨ੍ਹ ਲਾ ਕੇ ਦਿਲ ਦਰਿਆਵਾਂ ਨੂੰ
ਇਨ੍ਹਾਂ ਭੰਨ ਦੇਣੇ, ਜਿਵੇਂ ਵਗਦੇ ਨੇ ਵਹਿਣ ਦਿਉ

ਕਾਲ਼ੀ ਭਾਵੇਂ ਚਿੱਟੀ, ਹੋਵੇ ਮਹਿੰਦੀ ਰੰਗੀ ਮੇਰੀ ਦਾੜ੍ਹੀ
ਝੋਲ਼ੀ ਬਹਿ ਕੇ ਨਾ ਪੁੱਟਿਓ, ਖੁੱਲ੍ਹੀ ਜਾਂ ਤੁੰਨੀ ਰਹਿਣ ਦਿਉ

ਚਰਚਾ ਹੈ ਸ਼ਹਿਰ 'ਕਿ ਅੱਜ ਸੁਰਜੀਤ ਨੇ ਪੜ੍ਹਨੀ ਗ਼ਜ਼ਲ
ਹੋ ਜਾਏ ਨਾ ਹੰਗਾਮਾ, ਉਹਨੂੰ ਰਹਿਣ ਦਿਉ, ਰਹਿਣ ਦਿਉ

ਕੈਮਰੂਨ, ਪੱਛਮੀ ਅਫ਼ਰੀਕਾ ਤੋਂ ਆਈ ਚੰਗੀ ਨੌਕਰੀ ਦੀ ਪੇਸ਼ਕਸ਼ ਨੇ ਇਤਨਾ ਨਸ਼ਿਆ ਲਿਆ ਕਿ ਸਾਥਣ ਤੇ ਦੋ ਬੱਚਿਆਂ ਨੂੰ ਉਸਦੇ ਪੇਕੇ ਅੰਮ੍ਰਿਤਸਰ ਛੱਡ ਦੋ ਸਾਲ ਵਾਸਤੇ ਪਰਵਾਸੀ ਹੋ ਗਿਆ। ਜਨਵਰੀ 1980 ਵਿੱਚ ਮੈਂ ਇੱਕਲਾ ਆਪਣੇ ਸੁਪਨਿਆਂ ਦੇ ਪੰਖਾਂ ਤੇ ਸਵਾਰ ਹੋ ਕੇ ਲੱਖਪਤੀ ਬਣਨ ਦਾ ਸੁਪਨਾ ਪੁਗਾਉਣ ਲਈ ਕੈਮਰੂਨ ਵਿਚ ਡੁਆਲਾ ਏਅਰ ਪੋਰਟ ਜਾ ਉਤਰਿਆ।

1971 ਵਿਚ ਰੱਜੇ-ਪੁੱਜੇ ਘਰ ਨੂੰ ਛੱਡ, ਮੇਰੇ ਵਰਗੇ ਹਮਾਤੜ ਸਾਥੀ ਨਾਲ ਜ਼ਿੰਦਗੀ ਭਰ ਦਾ ਰਿਸ਼ਤਾ ਨਿਭਾਉਣ, ਦਿੱਲੀਓਂ ਮਹਾਰਾਸ਼ਟਰ ਦੇ ਇਕ ਛੋਟੇ ਜਿਹੇ ਸ਼ਹਿਰ ਆਈ ਮੇਰੀ ਸਾਥਣ ਇਸ ਫੈਸਲੇ ਤੇ ਬਿਲਕੁਲ ਖੁਸ਼ ਨਹੀਂ ਸੀ। ਉਹ ਕਹਿੰਦੀ ਸੀ ਮੈਂ ਪੈਸਾ ਛੱਡ ਕੇ ਤੇਰੇ ਲੜ ਲਗੀ ਹਾਂ, ਤੂੰ ਪੈਸੇ ਪਿੱਛੇ ਮੈਨੂੰ ਛੱਡ ਚਲਿਆ ਹੈਂ, ਪਰ ਉਸ ਵਕਤ ਲੱਖਪਤੀ ਹੋ ਜਾਣ ਦੀ ਖਿੱਚ ਮੇਰੇ ਜਿਹੇ ਗਰੀਬੜੇ ਵਾਸਤੇ ਨਕਾਰਨੀ ਅਤਿ ਮੁਸ਼ਕਲ ਲੱਗਦੀ ਸੀ।

ਮੇਰੇ ਬਚਪਨ ਤੋਂ ਜਵਾਨੀ ਦੌਰਾਨ ਤਕ ਦੇ ਗੁੰਦੇ ਹੋਏ ਮਨਸੂਬੇ ਪਰਵਾਸ ਵੱਲ ਧੱਕੋਜ਼ੋਰੀ ਕਰਨ ਲੱਗ ਪਏ। ਮੈਂ ਜਵਾਨੀ ਵਿਚ ਪੈਰ ਧਰਨ ਤੋਂ ਪਹਿਲਾਂ ਹੀ ਬਦੇਸ਼ਾਂ ਵਿਚ ਕਈ ਪੈਨੱ-ਫਰੈਂਡ ਬਣਾਏ ਸਨ। ਉਨ੍ਹਾਂ ਦੀਆਂ ਭੇਜੀਆਂ ਘਰਾਂ-ਕਾਰਾਂ ਦੀਆਂ ਤਸਵੀਰਾਂ ਅਚੇਤਨ ਦੀ ਦਲਦਲ ਵਿਚ ਫਸੀਆਂ ਪਈਆਂ ਸਨ। ਦੋ ਸਾਲ, ਦੋ ਸਕੂਲੀ ਬੱਚਿਆਂ ਨਾਲ ਅੰਮ੍ਰਿਤਸਰ ਪੇਕਿਆਂ ਦੀ ਬਰਸਾਤੀ ਵਿੱਚ ਵਿਚ ਰਹਿ ਕੇ ਵੀ ਜਿਵੇਂ ਇਕੱਲੀ ਹੀ ਰਹੀ ਸੀ ਸਾਥਣ। ਉਦੋਂ ਮੋਬਾਈਲ ਫ਼ੋਨ ਨਹੀਂ ਹੁੰਦੇ ਸਨ, ਚਿੱਠੀ ਉਡੀਕਦਿਆਂ ਮਹੀਨਾ ਲੰਘ ਜਾਂਦਾ ਸੀ।

ਮੈਂ ਤਾਂ ਨਵੀਂ ਨੌਕਰੀ ਵਿਚ ਮਸਤ ਸੀ ਤੇ ਦਰਜਨਾਂ ਨਵੇਂ ਦੋਸਤਾਂ ਨਾਲ ਨਵੀਂ ਦੁਨੀਆਂ ਵਿਚ ਘੁੰਮ ਰਿਹਾ ਸੀ, ਫਰੈਂਚ ਬੋਲੀ ਸਿੱਖ ਰਿਹਾ ਸਾਂ। ਪਿੱਛੇ ਇਕੱਲੀ ਸਾਰੀਆਂ ਜ਼ਿਮੇਂਵਾਰੀਆਂ ਸੰਭਾਲਦੀ ਸਾਥਣ ਦਾ ਬਿਰਹਾ ਸਿਰਫ 'ਉਡੀਕ' ਕਵਿਤਾ ਪੂਰੀ ਤਰਾਂ ਬਿਆਨ ਤਾਂ ਨਹੀਂ ਕਰ ਸਕਦੀ ਪਰ ਆਉਣ ਵਾਲੀਆਂ ਸਿੱਲੀਆਂ ਚਿਠੀਆਂ ਚੋਂ ਡਿੱਗੇ ਕੋਸੇ ਤੁਪਕੇ ਕੁਛ ਇਸ ਤਰ੍ਹਾਂ ਦੇ ਵੈਣ ਪਾਂਦੇ ਸਨ

ਉਡੀਕ

ਜੇਠ ਮਹੀਨੇ ਦੀ ਇਕ ਦੁਪਹਿਰੀ
ਚਿਲਕਦੀ ਹੋਈ ਧੁੱਪ ਸੁਨਹਿਰੀ

ਪਿੱਪਲੀ ਦੀ ਗੂੜ੍ਹੀ ਛਾਂ ਥੱਲੇ
ਅਸੀਂ ਵਿਛੜਨ ਲਈ ਸਾਂ ਮਿਲੇ

ਤੂੰ ਕਿਹਾ ਪਰਤ ਆਵਾਂਗਾ ਉਦੋਂ
ਧੁੱਪਾਂ ਢਲ਼ ਜਾਣਗੀਆਂ ਜਦੋਂ

ਤੇ ਠੰਢੇ ਬੱਦਲਾਂ ਦੀ ਛਾਂ ਥੱਲੇ
ਮੋਰ ਪੈਲਾਂ ਪਾਉਣਗੇ ਤਦੋਂ

ਤੂੰ ਕਦੇ ਜਾਣ ਦਾ ਨਾਂ ਨਾ ਲੈਂਦਾ
ਜੇ ਤੂੰ ਉਨ੍ਹਾਂ ਬੱਦਲਾਂ ਨੂੰ ਵੇਖ ਲੈਂਦਾ

ਜੋ ਹੰਝੂ ਬਣਕੇ ਵਹਿ ਤੁਰੇ ਸਨ
ਅੱਖਾਂ ਦੇ ਸਿੱਲ੍ਹੇ ਅਕਾਸ਼ ਵਿਚੋਂ

ਇਥੇ ਜਦ ਜਦ ਸਾਵਣ ਵਰ੍ਹਦਾ ਏ
ਮੇਰਾ ਦੁਖੀ ਕਾਲਜਾ ਸੜਦਾ ਏ

ਤੇਰੇ ਵਾਇਦੇ ਦਾ ਸਾਵਣ
ਕਦ ਆਏਗਾ 'ਸੁਰਜੀਤ'
ਨਿੱਤ ਅੱਖੀਆਂ ਚੋਂ ਸਾਵਣ ਝਰਦਾ ਏ

ਮੈਂ ਭਰਵੀਂ ਜਵਾਨੀ ਵਿਚ ਹਵਾ ਦੇ ਘੋੜੇ ਤੇ ਸਵਾਰ ਹੋ, ਪਹਿਲੀ ਵਾਰ ਹਵਾਈ ਸਫ਼ਰ ਕਰਨ ਤੇ ਪ੍ਰਦੇਸਾਂ ਦੇ ਸਾਗਰ, ਲੋਕਾਂ ਤੇ ਅਣਦੇਖੇ ਮੰਜ਼ਰਾਂ ਨੂੰ ਨਿਹਾਰਣ ਦੇ ਸ਼ੌਂਕ ਵਿਚ ਪ੍ਰਵਾਰ ਨੂੰ ਪਿੱਛੇ ਛੱਡ ਆਇਆ ਸੀ।

ਕੈਮਰੂਨ ਅਫਰੀਕਾ ਦੇ ਵਿਸ਼ਾਲ ਅਜਗਰਾਂ, ਹਾਥੀਆਂ ਤੇ ਖ਼ੂੰਖਾਰ ਜਾਨਵਰਾਂ ਭਰੇ ਅਤਿ ਘਣੇ ਤੇ ਹਨ੍ਹੇਰੇ ਜੰਗਲਾਂ ਵਿੱਚ ਛੇ ਮਹੀਨੇ ਤਾਬੜ-ਤੋੜ ਬਰਸਾਤ ਹੁੰਦੀ ਸੀ। ਹਾਥੀਆਂ ਦੇ ਕੱਦ ਵਾਲੇ ਜਾਨਵਰਾਂ ਨੂੰ ਛੁਪਾ ਦੇਣ ਵਾਲਾ ਘਾਹ ਅਵਿਸ਼ਵਾਸ਼ਯੋਗ ਤੇਜ਼ੀ ਨਾਲ ਉਗਦਾ ਸੀ।

ਸਾਥਣ ਦੀਆਂ ਚਿਠੀਆਂ ਵਿਚ ਮਤਲਬੀ ਰਿਸ਼ਤੇਦਾਰਾਂ ਅਤੇ ਭੈੜੇ ਦੋਸਤਾਂ ਦੀਆਂ ਮੇਰੇ ਪਿੱਛੋਂ ਘਰ ਫੇਰੀਆਂ ਦੀਆਂ ਖਬਰਾਂ, ਮੇਰੇ ਪਹਿਲਾ ਲੱਖ ਕਮਾਣ ਲਈ ਦੋ ਸਾਲ ਵਾਸਤੇ ਬਿਨ ਪ੍ਰਵਾਰ ਪਰਦੇਸ ਜਾਣ ਦੇ ਫੈਸਲੇ ਨੂੰ ਕਈ ਵਾਰ ਸ਼ੱਕ ਦੇ ਘੇਰੇ ਵਿਚ ਖੜ੍ਹਾ ਕਰ ਦਿੰਦੀ। ਖ਼ੁਦ ਨੂੰ ਲਾਹਨਤਾਂ ਪਾਂਦੇ ਤੇ ਝੂਰਦੇ, ਉਨੀਂਦਰੀ ਜਿਹੀ ਰਾਤ ਕਟਦੀ ਸੀ।

ਵਿਛੋੜੇ ਤੇ ਬਿਰਹਾ ਦੀ ਗਿਲਾਨੀ ਗਾਹੇ-ਬਗਾਹੇ ਨਾ ਸਿਰਫ ਸਰੀਰ ਨੂੰ ਤੋੜਦੀ ਬਲਕਿ ਕਿਤੇ ਧੁਰ ਅੰਦਰ ਵੱਸੇ ਹੋਏ ਫ਼ਰੀਦ ਜੀ ਦੇ ਬੋਲ, ਤਪਿ ਤਪਿ ਲੁਹਿ ਲੁਹਿ ਹਾਥ ਮਰੋਰਉ। ਬਾਵਲ ਹੋਈ ਸੋ ਸਹੁ ਲੋਰਉ ...ਵਿਚ ਲੁਕੇ ਬਿਰਹੇ ਨਾਲ ਸਾਂਝ ਪਾ ਦਿੰਦੀ। ਮੈਂ ਡੁੱਬਦੇ ਸੂਰਜ ਨੂੰ ਰੋਕਣ ਦੀ ਕੋਸ਼ਿਸ਼ ਕਰਦਾ, ਅਸਫਲ ਹੋਣ ਤੇ ਉਦਾਸੀਨਤਾ ਦੇ ਵਹਿਣਾਂ ਵਿਚ ਕਾਗਜ਼ ਕਾਲ਼ੇ ਕਰਨੇ ਸ਼ੁਰੂ ਕਰ ਦੇਂਦਾ।

ਸ਼ਾਮ ਦਾ ਸੂਰਜ

ਹਰ ਸ਼ਾਮ ਜਦੋਂ ਸੂਰਜ ਡੁੱਬਣ ਲੱਗਦਾ ਹੈ
ਤਾਂ ਮੈਂ ਉਸਨੂੰ ਹੱਥਾਂ ਨਾਲ ਰੋਕਣ ਦੀ ਕੋਸ਼ਿਸ਼ ਕਰਦਾ ਹਾਂ
ਜਦੋਂ ਮੇਰੇ ਹੱਥ ਸੜਨ ਲੱਗਦੇ ਹਨ ਤਾਂ ਮੈਂ ਉਸਨੂੰ
ਬਾਹਾਂ ਦੀ ਗਲਵਕੜੀ ਵਿਚ ਭਰ ਲੈਂਦਾ ਹਾਂ
ਜਦੋਂ ਮੇਰਾ ਸੀਨਾ ਤਪਣ ਲੱਗਦਾ ਹੈ ਤਾਂ
ਮੈਂ ਸਾਰਾ ਸੂਰਜ ਨਿਗਲ ਜਾਂਦਾ ਹਾਂ
ਹਰ ਸ਼ਾਮ ਦਾ ਸੂਰਜ ਮੇਰੀ ਛਾਤੀ ਵਿਚ ਡੁੱਬਦਾ ਹੈ
ਸਾਰੀ ਰਾਤ ਮੇਰਾ ਪਿੰਡਾ ਬਲ਼ਦਾ ਹੈ

ਪੈਰਾਂ ਦੇ ਤਲਵਿਆਂ ਚੋਂ ਸੇਕ ਮਘਦਾ ਹੈ
ਸਾਰੀ ਰਾਤ ਮੈਂ ਸਾਹਾਂ ਦੀ ਭਾਫ਼ 'ਚ ਸੜਦਾ ਹਾਂ
ਬਰਸਾਤ ਦੀ ਰਾਤ ਵਿਚ ਧੂਣੀ ਵਾਂਗ ਧੁਖਦਾ ਹਾਂ

ਸਵੇਰ ਉਨੀਂਦੇ ਨਾਲ ਮੇਰੀਆਂ ਅੱਖਾਂ ਰੜਕਦੀਆਂ ਹਨ
ਤਾਂ ਲੱਗਦਾ ਹੈ ਜਿਵੇਂ -
ਸੂਰਜ ਮੇਰੀਆਂ ਅੱਖਾਂ ਚੋਂ ਚੜ੍ਹਦਾ ਹੈ
ਹਰ ਸਵੇਰ ਦਾ ਸੂਰਜ ਮੇਰੀਆਂ ਅੱਖਾਂ ਚੋਂ ਚੜ੍ਹਦਾ ਹੈ
ਹਰ ਸ਼ਾਮ ਦਾ ਸੂਰਜ 'ਸੁਰਜੀਤ' ਦੀ ਛਾਤੀ ਵਿਚ ਡੁੱਬਦਾ ਹੈ

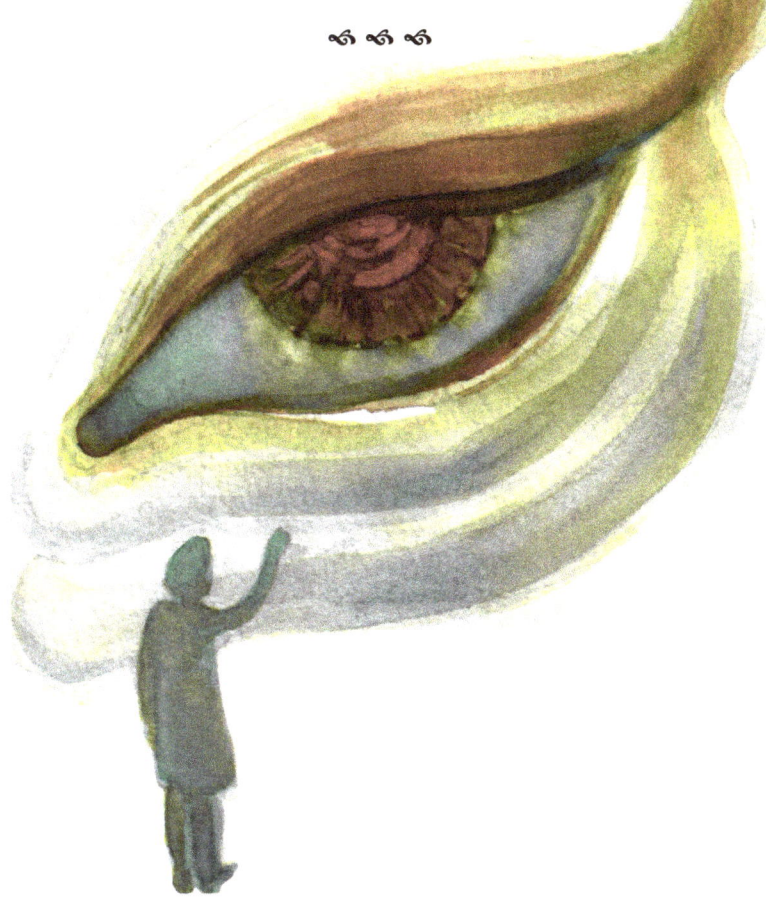

'ਸ਼ਾਮ ਦਾ ਸੂਰਜ' ਕਵਿਤਾ ਨਾਲ ਸੰਬੰਧਿਤ ਦੋ ਵਾਕਿਆ ਨਾ ਭੁੱਲਣਯੋਗ ਹਨ ...ਔਟਵਾ ਦੀ ਪੰਜਾਬੀ ਕਮਿਊਨਿਟੀ ਦੀ ਇਕ ਕਾਵਿ-ਮਿਲਣੀ ਵਿਚ ਇਹ ਕਵਿਤਾ ਸੁਣਨ ਦੇ ਬਾਦ ਜਾਣੇ-ਮਾਣੇ ਸੁਹਿਰਦ ਤੇ ਬਜ਼ੁਰਗ ਕਵੀ ਨਵਤੇਜ ਭਾਰਤੀ ਨੇ ਆਕੇ ਘੁੱਟ ਕੇ ਜੱਫੀ ਪਾਈ ਤੇ ਕਿਹਾ -'ਸੁਰਜੀਤ, ਤੂੰ ਹਮੇਸ਼ਾ ਇਹੋ ਜਿਹੀ ਕਵਿਤਾ ਹੀ ਲਿਖਿਆ ਕਰ"

-ਮੌਂਟਰੀਅਲ ਦੇ ਇਕੋ-ਇਕ ਪੰਜਾਬੀ ਰੇਡੀਓ ਸਟੇਸ਼ਨ ਤੋਂ ਜਸਵੀਰ ਸੰਧੂ ਨੇ ਆਪਣੇ ਅੰਦਾਜ਼ ਵਿਚ ਕਵੀ ਨੂੰ ਸਰ੍ਹਾਉਂਦੇ ਹੋਏ 'ਉੱਚ ਕੋਟੀ' ਦੇ ਕਹਿਕੇ ਸਰੋਤਿਆਂ ਦੇ ਰੂਬਰੂ ਕਰਵਾਇਆ ਤਾਂ ਇੱਥੇ ਕਈ ਸਾਲਾਂ ਤੋਂ ਰਹਿੰਦੇ ਹੋਏ ਇਕ ਦੋਸਤ ਮਨਜੀਤ ਸਿੰਘ ਪਾਰਕਿੰਗ ਵਿਚ ਪ੍ਰਵਾਰ ਸਹਿਤ ਕਾਰ-ਰੇਡੀਉ ਤੇ ਇਹ ਕਵਿਤਾ ਸੁਣਦੇ ਹੋਏ ਮੇਰੇ ਪਰਤਣ ਦੀ ਉਡੀਕ ਕਰ ਰਹੇ ਸਨ। ਮੇਰੇ ਪਹੁੰਚਦਿਆਂ ਹੀ ਬੋਲੇ "ਭਾ ਜੀ, ਤੁਹਾਡੀ ਕਵਿਤਾ ਸੂਰਜ ਦੇ ਬਾਰੇ ਸੀ ਜੋ ਮੈਨੂੰ ਸਮਝ ਨਹੀਂ ਆਈ, ਪਰ ਤੁਸੀਂ ਅੱਜ 'ਉੱਚੀ ਕੋਟੀ' ਪਾ ਕੇ ਕਿਉਂ ਗਏ, ਜਸਵੀਰ ਹੋਰੀਂ ਬਾਰ-ਬਾਰ ਤੁਹਾਡੀ ਉੱਚੀ ਕੋਟੀ ਦਾ ਜ਼ਿਕਰ ਕਰ ਰਹੇ ਸਨ।

'ਕਿਰਤ-ਕਰਮ' ਦੇ ਵਿਛੋੜੇ ਨੇ ਮੈਨੂੰ ਇੱਕਲਿਆਂ ਅਫ਼ਰੀਕਾ ਦੀ ਨੁਕਰੇ ਇਕ ਅਣਜਾਣੇ ਦੇਸ਼ ਕੈਮਰੂਨ ਵਿਚ ਲਿਆ ਸੁੱਟਿਆ ਸੀ। ਘਣੇ ਜੰਗਲਾਂ ਵਿਚ ਡੱਕੇ ਹੋਏ ਅਣਜਾਣੇ ਲੋਕਾਂ, ਬੋਲੀ ਤੇ ਅਜੀਬੋ-ਗਰੀਬ ਖਾਣ-ਪਾਣ ਵਿੱਚ ਵਿਚਰਦਿਆਂ ਸੰਤਾਪ ਤੇ ਇੱਕਲ਼ੇਪਣ ਦੇ ਨਿਘਾਰਵੇਂ ਅਹਿਸਾਸ ਨੇ ਇਹ ਲਿਖਣ ਤੇ ਮਜਬੂਰ ਕਰ ਦਿੱਤਾ....

ਗੁੰਮਸ਼ੁਦਾ

ਇਕ ਵਾਰ ਮੈਂ ਗੁੰਮ ਗਿਆ ਸਾਂ
ਉਦੋਂ ਮੈਂ ਛੋਟਾ ਜਿਹਾ ਬਾਲ ਸਾਂ
ਰੋਂਦਾ ਸਾਂ ਤੇ ਡੁਸਕਦਾ ਸਾਂ

ਡਰੀਆਂ ਗਿੱਲੀਆਂ ਅੱਖਾਂ ਨਾਲ
ਅਣਜਾਣ ਚੇਹਰਿਆਂ ਦੀ ਭੀੜ 'ਚੋਂ
ਮੈਂ ਕਿਸੇ ਆਪਣੇ ਨੂੰ ਢੂੰਡਦਾ ਸਾਂ

ਪਤਾ ਪੁੱਛਦਾ ਕੋਈ ਨਾਂ ਪੁੱਛਦਾ
ਪਿਓ ਪੁੱਛਦਾ ਕੋਈ ਮਾਂ ਪੁੱਛਦਾ
ਪਿੰਡ ਪੁੱਛਦਾ, ਕੋਈ ਥਾਂ ਪੁੱਛਦਾ
ਮੈਂ ਰੋਂਦਾ ਸਾਂ, ਬਸ ਰੋਂਦਾ ਸਾਂ

ਕੋਈ ਪੁਚਕਾਰਦਾ, ਕੋਈ ਬੁਲਾਉਂਦਾ
ਕੋਈ ਚੁੱਕਦਾ ਤੇ ਕੋਈ ਵਰਾਉਂਦਾ
ਕੋਈ ਮਿਲਦਾ ਤੇ ਕੋਈ ਹਸਾਉਂਦਾ
ਤਾਂ ਮੈਂ ਹੋਰ ਉੱਚੀ ਉੱਚੀ ਰੋਂਦਾ ਸਾਂ

ਹੁਣ ਮੈਨੂੰ ਇੰਜ ਲੱਗਦਾ ਹੈ
ਜਿਵੇਂ ਮੈਂ ਫਿਰ ਗੁੰਮ ਗਿਆ ਹਾਂ

ਪਿੰਡ ਦਾ ਪਤਾ ਹੈ ਮੈਨੂੰ
ਪਰ ਮੈਂ ਜਾ ਨਹੀਂ ਸਕਦਾ
ਨਾਂ ਦਾ ਪਤਾ ਹੈ ਮੈਨੂੰ ਪਰ
ਮੈਂ ਲਿਖਾ ਨਹੀਂ ਸਕਦਾ

ਹੁਣ ਕੋਈ ਪੁਚਕਾਰਦਾ ਨਹੀਂ
ਮੈਨੂੰ ਕੋਈ ਬੁਲਾਉਂਦਾ ਨਹੀਂ
ਹੁਣ ਕੋਈ ਪੁੱਛਦਾ ਨਹੀਂ ਅਤੇ
ਕੋਈ ਵਰਾਉਂਦਾ ਵੀ ਨਹੀਂ

ਤੇ ਹੁਣ 'ਸੁਰਜੀਤ' ਜ਼ਰਾ
ਸਿਆਣਾ ਵੀ ਹੋ ਗਿਐ
ਏਸ ਲਈ, ਰੋਂਦਾ ਵੀ ਨਹੀਂ

੦ ੦ ੦

10-21 ਸਾਲ ਦੀ ਉਮਰ ਵਿਚ ਲਿਖੀਆਂ, ਮੇਰੇ ਮੁਢਲੇ ਕਾਵਿ ਸਫ਼ਰ ਦੀਆਂ ਕਵਿਤਾਵਾਂ ਵਾਲੀ ਡਾਇਰੀ 1992 ਵਿਚ ਗੁੰਮ ਗਈ ਸੀ ਜੋ 1994 ਵਿਚ ਮੌਂਟਰੀਅਲ ਤੋਂ ਦਿੱਲੀ ਦੀ ਪਹਿਲੀ ਫੇਰੀ ਦੌਰਾਨ ਅਚਾਨਕ ਲੱਭ ਗਈ।

ਸਟੀਲ ਦੀ ਇਕ ਅਲਮਾਰੀ ਜੋ ਕਿ ਸਾਡੇ ਕੋਲ ਕੰਮ ਕਰਨ ਵਾਲੇ ਨੇਮਰਾਜ ਨੇ ਸਾਡੇ ਕੋਲੋਂ 1992 ਵਿਚ ਦਿੱਲੀ ਛੱਡਣ ਲਗਿਆਂ ਮੰਗ ਲਈ ਸੀ। ਇਸਦੇ ਲਾਕਰ ਅੰਦਰ ਇਕ ਛੁਪਿਆ ਲਾਕਰ ਸੀ ਜਿਸ ਵਿਚ ਮੈਂ ਆਪਣੀਆਂ ਪੁਰਾਣੀਆਂ ਕਵਿਤਾਵਾਂ (1964-1971) ਵਾਲੀ ਡਾਇਰੀ ਕਈ ਸਾਲਾਂ ਤੋਂ ਸਾਂਭ ਰੱਖੀ ਸੀ, ਸੋ ਇਹ ਡਾਇਰੀ ਗਲਤੀ ਨਾਲ ਹੀ ਚਲੀ ਗਈ। ਚੰਗੇ ਸਬੱਬ ਜਿਸ ਕੰਮਪਿਊਟਰ ਇੰਜਿਨਿਅਰ ਨੂੰ ਮੈਂ ਬਿਜ਼ਨੇਸ ਵੇਚਿਆ ਉਸਨੇ ਨੇਮਰਾਜ ਨੂੰ ਆਪਣੇ ਕੋਲ ਕੰਮ ਤੇ ਰੱਖ ਲਿਆ ਸੀ।

ਨੇਮਰਾਜ ਕੋਲੋਂ ਵਾਪਸ ਮਿਲੀ ਡਾਇਰੀ ਵਿਚਲੀਆਂ ਕਵਿਤਾਵਾਂ ਦਾ ਕੋਈ ਬਹੁਤ ਸਿਰ-ਪੈਰ ਜਾਂ ਮਿਆਰ ਤਾਂ ਨਹੀਂ ਪਰ ਉਮੀਦ ਕਰਦਾ ਹਾਂ ਕਿ ਕੌੜਾ ਘੁੱਟ ਸਮਝ ਕੇ ਲੰਘਾ ਲਓਗੇ ਤੇ ਆਸ਼ਿਕੀ ਦਾ ਮਾਰਿਆ ਨੌਸਿਖੀਆ ਸ਼ਾਇਰ ਸਮਝ ਕੇ ਗ਼ਲਤੀਆਂ ਅੱਖੋਂ-ਪਰੋਖੇ ਕਰੋਗੇ।

ਚਪੇੜ...ਸੱਚ ਦੇ ਮੂੰਹ ਤੇ

ਸ਼ਮਸ਼ਾਨਾਂ ਵਰਗੀ ਚੁੱਪ ਹੈ
ਚੌਪਾਸੀਂ ਹਨ੍ਹੇਰਾ ਘੁੱਪ ਹੈ
ਪਰ ਮੈਂ ਕੋਈ ਪਦਚਾਪ ਸੁਣੀ ਹੈ
ਸ਼ਾਇਦ ਮੇਰੇ ਹੀ ਪੈਰਾਂ ਦੀ ਹੈ
ਜਾਂ ਅੰਦਰੋਂ ਹੀ ਕੋਈ ਉੱਠੀ ਆਵਾਜ਼ ਹੈ
ਪਰ ਨਹੀਂ, ਫਿਰ ਓਹੀ ਆਵਾਜ਼ ਆਈ ਏ
ਜਿਵੇਂ ਕਿਸੇ ਡੂੰਘਾ ਸਾਹ ਲਿਐ
ਜਾਂ ਕੋਈ ਪੀੜ ਨਾਲ ਕਰਾਹ ਰਿਹੈ

ਕੌਣ ਹੈ? ਮੈਂ ਕੰਬਦੀ ਆਵਾਜ਼ ਨਾਲ ਪੁੱਛਿਐ
ਸਾਹਮਣੇ ਕੋਈ ਪਰਛਾਵਾਂ ਜਿਹਾ ਹਿੱਲਿਐ

ਕਿਸੇ ਬੋਲਣ ਦੀ ਕੋਸ਼ਿਸ਼ ਕੀਤੀ ਏ
ਪਰ ਬੋਲ ਨਹੀਂ ਸਕਿਆ
ਕਿਸੇ ਉੱਠਣ ਦੀ ਕੋਸ਼ਿਸ਼ ਕੀਤੀ ਏ
ਪਰ ਉੱਠ ਨਹੀਂ ਸਕਿਆ
ਤੂੰ ਕੌਣ ਹੈਂ - ਮੈਂ ਫਿਰ ਪੁੱਛਿਐ
ਕੋਈ ਪੀੜ-ਰਲ਼ਵਾਂ ਹਾਸਾ ਹੱਸਿਐ

ਕੀ ਤੂੰ ਮੈਨੂੰ ਨਹੀਂ ਜਾਣਦਾ?
ਮੈਂ ਸੱਚ ਹਾਂ!

ਲੋਕ ਮੈਨੂੰ ਸੱਚ ਦਾ ਦੇਵਤਾ ਕਹਿੰਦੇ ਨੇ
ਤੇਰਾ ਚੇਹਰਾ ਤਾਂ ਉੱਤਰਿਆ ਪਿਐ
ਤੇਰਾ ਮੂੰਹ ਵੀ ਵਲੂੰਧਰਿਆ ਪਿਐ

ਮੈਨੂੰ ਦੱਸ ਤੇਰੇ ਤੇ ਕੀ ਬੀਤੀ ਏ
ਤੇਰੀ ਇਹ ਦੁਰਦਸ਼ਾ ਕਿਸਨੇ ਕੀਤੀ ਏ

ਦੇਵਤਾ:
ਤੂੰ ਵੀ ਮੇਰੇ ਦੁੱਖ ਤੋਂ ਅਣਜਾਣ ਏਂ
ਗੌਰ ਨਾਲ ਵੇਖ!
ਮੇਰੇ ਮਿੱਧੇ ਹੋਏ ਮੂੰਹ ਤੇ
ਤੇਰੇ ਪੈਰਾਂ ਦਾ ਵੀ ਨਿਸ਼ਾਨ ਏ

ਇਨਸਾਨੀਅਤ ਮੈਨੂੰ ਅਪਨਾਉਣ ਦੀ
ਹੁਣ ਲੋੜ ਨਹੀਂ ਸਮਝਦੀ
ਕਿਉਂ ਜੋ, ਮੇਰੇ ਨਾਲ ਨੇ ਰਲਦੇ
ਲੋਕ ਉਨ੍ਹਾਂ ਨਾਲ ਨਹੀਂ ਚੱਲਦੇ

ਗ਼ਰੀਬ ਸੱਚ ਨਹੀਂ ਬੋਲਦਾ
ਉਹ ਅਮੀਰ ਹੋਣਾ ਚਾਹੁੰਦਾ ਹੈ
ਅਮੀਰ ਸੱਚ ਨਹੀਂ ਬੋਲਦਾ
ਉਹ ਅਮੀਰ ਰਹਿਣਾ ਚਾਹੁੰਦਾ ਹੈ

ਕਿਸੇ ਦੇ ਵੀ ਮੂੰਹੋਂ ਧਰਤੀ ਤੇ
ਜਦ ਝੂਠ-ਕੁਫਰ ਆਉਂਦਾ ਹੈ
ਮੇਰੇ ਮੂੰਹ ਤੇ ਜ਼ਖ਼ਮ ਦਾ ਇਕ
ਹੋਰ ਨਿਸ਼ਾਨ ਉਭਰ ਆਉਂਦਾ ਹੈ

ਚੌਫੇਰੇ ਇਨਸਾਨੀ ਦਿਲਾਂ ਵਿਚ ਅੱਜ
ਸਿਰਫ ਝੂਠ ਵੱਸ ਰਿਹਾ ਹੈ
ਦੁਨੀਆਂ ਦੀ ਇਹ ਹਾਲਤ ਵੇਖ
ਝੂਠ ਸੱਚ ਤੇ ਹੱਸ ਰਿਹਾ ਹੈ

ਜੇ ਤੂੰ ਮੇਰੀ ਮਦਦ ਕਰਨਾ ਚਾਹੁਨੈਂ
ਸੱਚ-ਮੁੱਚ ਮੇਰੇ ਦੁੱਖ ਹਰਨਾ ਚਾਹੁਨੈਂ
ਤਾਂ ਚਲ ਯਾਰਾ, ਮੇਰੀ ਆਵਾਜ਼ ਤੂੰ
ਦੁਨੀਆਂ ਦੇ ਲੋਕਾਂ ਤੱਕ ਪਹੁੰਚਾ ਦੇ
ਅੱਜ ਦੀ ਗੁਮਰਾਹ ਲੋਕਾਈ ਨੂੰ
ਮੇਰੇ ਹਾਲਾਤ ਤੋਂ ਜਾਣੂੰ ਕਰਵਾ ਦੇ

ਓ ਫਰਿਸ਼ਤੇ!
ਵੈਸੇ ਤਾਂ ਮੈਂ ਬਹੁਤ ਬੇਤਾਬ ਹਾਂ
ਸੱਚ-ਮੁੱਚ ਮਦਦ ਲਈ ਤੇਰੀ
ਪਰ ਬੱਚੇ ਦਾ ਦੁੱਧ ਲੈਣ ਆਇਆ ਸਾਂ
ਉਡੀਕਦੀ ਹੋਏਗੀ ਘਰ ਸਾਥਣ ਮੇਰੀ

ਬੜਾ ਹੈਰਾਨ ਸਾਂ ਜ਼ਬਾਨ ਜ਼ਰਾ ਨਾ ਕੰਬੀ
ਬੋਲਦਿਆਂ ਚਿੱਟਾ ਝੂਠ, ਜ਼ਬਾਨ ਮੇਰੀ

ਵੇਖਦਾ ਹਾਂ ਅਚਾਨਕ ਹੀ ਉਹ
ਫ਼ਰਿਸ਼ਤਾ ਲੜਖੜਾਇਆ ਹੈ
ਉਸਦੇ ਵਲੂੰਧਰੇ ਹੋਏ ਚੇਹਰੇ ਤੇ
ਚਪੇੜ ਦਾ ਨਿਸ਼ਾਨ ਤੇ ਜ਼ਖ਼ਮ
ਇਕ ਹੋਰ ਉਭਰ ਆਇਆ ਹੈ

ਉਸਨੇ ਦਰਦ ਭਰੀਆਂ ਅੱਖਾਂ ਨਾਲ
ਮੇਰੇ ਵੱਲ ਨਿਗਾਹ ਭਰ ਕੇ ਤੱਕਿਆ
ਪਰ ਉਸਦੀਆਂ ਅੱਖਾਂ ਨਾਲ ਹੁਣ
'ਸੁਰਜੀਤ' ਅੱਖਾਂ ਨਹੀਂ ਮਿਲਾ ਸਕਿਆ

-ਪ੍ਰਕਾਸ਼ਿਤ 'ਕੰਵਲ' ਅੰਮ੍ਰਿਤਸਰ ਦਿਸੰਬਰ 1970

ਛੋਟੀ ਭੂਆ ਜਿਸਨੇ ਪਾਲ਼ਿਆ, ਦੱਸਦੀ ਹੈ ਕਿ ਸਕੂਲ ਵਿਚ ਦਾਖਲ ਕਰਾਣ ਵੇਲੇ ਉਸਨੂੰ ਮੇਰੀ ਜਨਮ-ਤਾਰੀਖ਼ ਦਾ ਪਤਾ ਨਹੀਂ ਸੀ, ਸੋ ਸਕੂਲ ਦਾਖਲੇ ਦੀ ਸ਼ਰਤ ਮੁਤਾਬਿਕ ਮੇਰਾ ਜਨਮ-ਦਿਨ ਅੱਧ-ਜਨਵਰੀ 1950 ਲਿਖ ਦਿੱਤਾ ਗਿਆ।

ਪਾਕਿਸਤਾਨ ਦੀ ਵੰਡ ਵੇਲੇ ਸਾਡੀ ਮਾਤਾ ਨਾਲ ਹੋਏ ਤਸ਼ੱਦਦ ਤੇ ਹਾਦਸਿਆਂ ਨੇ ਸਾਰੇ ਪ੍ਰਵਾਰ ਦੀਆਂ ਚੰਗੀਆਂ ਯਾਦਾਂ ਤੇ ਕਾਗਜ਼-ਪੱਤਰ ਵੀ ਤਬਾਹ ਕਰ ਦਿੱਤੇ ਸਨ। ਪਿਤਾ ਜੀ ਤੋਂ ਇਤਨਾ ਹੀ ਪਤਾ ਲੱਗਦਾ ਸੀ ਕਿ ਮੇਰਾ ਜਨਮ ਵੰਡ ਤੋਂ ਢਾਈ-ਤਿੰਨ ਸਾਲ ਬਾਦ ਨਕੋਦਰ ਤਹਿਸੀਲ ਵਿਚ ਪਿੰਡ ਬਲੰਦੇ, ਭੂਆ ਦੇ ਘਰ ਹੋਇਆ ਸੀ।

ਮੈਂ 1966 ਵਿਚ ਹਾਈ ਸਕੂਲ ਪਾਸ ਕਰ ਚੁਕਾ ਸਾਂ ਜਦੋਂ ਪਿੰਡੋਂ ਦਿੱਲੀ ਆਈ ਭੂਆ ਨੇ ਦੱਸਿਆ ਕਿ ਮੇਰੇ ਜਨਮ ਵੇਲੇ ਅੰਬਾਂ ਦਾ ਮੌਸਮ ਸੀ। ਅਸਲ ਵਿਚ ਅੱਜ ਤਕ ਸਾਡੇ ਚਾਰਾਂ ਭਰਾਵਾਂ ਵਿਚੋਂ ਕਿਸੇ ਨੂੰ ਵੀ ਆਪਣੇ ਜਨਮ ਦੀ ਅਸਲੀ ਤਾਰੀਖ ਦਾ ਪਤਾ ਨਹੀਂ।

ਹਾਸੋਹੀਣੀ ਗੱਲ ਇਹ ਹੈ ਕਿ ਪਾਸਪੋਰਟਾਂ ਮੁਤਾਬਿਕ ਮੇਰੇ ਸਭ ਤੋਂ ਵਡੇ ਭਰਾ ਤੇ ਉਸਤੋਂ ਛੋਟੇ ਭਰਾ ਵਿਚਕਾਰ ਸਿਰਫ ਚਾਰ ਮਹੀਨੇ ਦੀ ਹੀ ਵਿੱਥ ਹੈ, ਜਦਕਿ ਸਾਡੇ ਵਡੇਰਿਆਂ ਦੇ ਕਹਿਣ ਮੁਤਾਬਿਕ ਸਾਡੇ ਚਾਰੋ ਭਰਾਵਾਂ ਵਿਚ ਦੋ-ਦੋ ਸਾਲ ਦਾ ਫਰਕ ਹੈ।

ਜਨਮ-ਦਿਨ

ਆਏ, ਮਨਾਏ ਤੇ ਗਏ ਜਨਮ-ਦਿਨ
ਵਰ੍ਹੇ-ਸਾਲ ਵਧੇ, ਐਪਰ ਅਉਧ ਢਲ਼ੇ

ਸੌਂਹਾਂ, ਪ੍ਰਣ, ਨੇਮ, ਅਹਿਦ ਵੀ ਭੁੱਲੇ
ਨਿਤ ਨਵੇਂ ਯਾਰ ਤੇ ਨਵੇਂ ਸਿਲਸਿਲੇ

ਭਰੇ ਭੰਡਾਰ ਤਾਂ, ਵੱਧ ਗਏ ਯਾਰ
ਕਿੱਲਤ ਵਿਚ, ਕਿੰਨੇ ਨਾਲ ਚੱਲੇ

ਨੇਕੀਆਂ ਬਦਲੇ ਪਿੱਠ ਵਿਚ ਖੰਜਰ
ਬਦੀਆਂ ਦੇ ਸੋਚ, ਮਿਲਣ ਕੀ ਸਿਲੇ

ਥੋੜ੍ਹੀ ਮਰਜ਼ੀ, ਬਹੁਤ ਖ਼ੁਦਗ਼ਰਜ਼ੀ ਕੱਟੀ
ਭੇਜਿਆ ਸੀ ਆਏ, ਜਦ ਬੁਲਾਏ ਚੱਲੇ

ਨਾ ਤਾਂ ਹੋਇਐ, ਨਾ ਫਿਰ ਹੋਣੈ 'ਸੁਰਜੀਤ'
ਇਹ ਤਨ ਤਾਬੂਤ ਸੜੇ ਜਾਂ ਮਿੱਟੀ 'ਚ ਗਲੇ

ਪਿਤਾ ਜੀ ਦੋ ਵਾਰ ਲੱਕੜੀ ਦੇ ਬਣੇ ਖੋਖੇ ਦੇ ਬਦਲੇ ਪੱਕੇ ਕੁਆਟਰ ਦਾ ਸਰਕਾਰੀ ਕਲੇਮ ਠੁਕਰਾ ਚੁਕੇ ਸਨ ਕਿਉਂਕਿ ਕਰੋਲ ਬਾਗ ਤੋਂ 5-6 ਮੀਲ ਦੂਰ ਜਾ ਕੇ ਰਹਿਣ ਨਾਲ ਛੇ ਪੜ੍ਹਨ ਵਾਲੇ ਜੀਆਂ ਦੀ ਪੜ੍ਹਾਈ ਛੁੱਟ ਜਾਣ ਜਾਂ ਵਿਘਨ ਪੈਣ ਦਾ ਖਤਰਾ ਸੀ। ਇਸ ਝੌਂਪੜੀ ਦੇ ਇਕੋ ਕਮਰੇ ਵਿਚੇ ਰਸੋਈ, ਗੁਸਲਖਾਨਾ ਤੇ ਸੌਣ-ਕਮਰਾ ਸਨ। ਨਾ ਬਿਜਲੀ, ਨਾ ਪਾਣੀ।

ਹਾਜਤ ਵੇਲੇ ਗੁਰਦੁਆਰੇ ਨੇੜਲੀਆਂ ਕੱਚੀਆਂ ਦੁਕਾਨਾਂ ਦੇ ਪਿਛਵਾੜੇ ਜਾਂ ਅਜਮਲ ਖਾਨ ਗਫਾਰ ਮਾਰਕੀਟ ਦੀਆਂ ਸਹੂਲਤਾਂ ਵੱਲ ਦੌੜਦੇ ਸਾਂ। ਸਕੂਲ ਦੇ ਚਪੜਾਸੀ ਤੇ ਗੁਰਦੁਆਰੇ ਦੇ ਸੇਵਾਦਾਰ ਸਾਡੀ ਗਰੀਬੀ ਦੇ ਚਲਦੇ ਸਾਨੂੰ ਆਪਣੀਆਂ ਸਹੂਲਤਾਂ ਵਰਤਣ ਨਹੀਂ ਦੇਂਦੇ ਸਨ।

1955 ਵਿੱਚ ਮੇਰੀ ਪੰਜ ਸਾਲ ਦੀ ਉਮਰੇ, ਦਿੱਲੀ ਵਿਚ ਲੱਕੜੀ ਦੇ 'ਖੋਖੇ' ਉੱਪਰ ਸੁਰਾਖਾਂ ਵਾਲੇ ਟੀਨ ਦੀ ਛੱਤ ਹੇਠਾਂ ਅਸੀਂ ਤੇਰਾਂ ਜੀਅ ਇੱਕਠੇ ਰਹਿੰਦੇ ਸਾਂ।

ਦਿੱਲੀ ਦੀ ਹੱਡ-ਤੋੜਵੀਂ ਠੰਢ ਵਿੱਚ ਸਰਕਾਰੀ ਨਲਕਿਆਂ ਥੱਲੇ ਵੱਜੇ ਦੰਦਕੜਿਆਂ ਦੀ ਭੈੜੀ ਯਾਦ ਨੇ ਮੈਨੂੰ ਅਫ਼ਰੀਕਾ ਦੀਆਂ ਗਰਮੀਆਂ ਵਿਚ ਵੀ ਕਦੇ ਠੰਢੇ ਪਾਣੀ ਨਾਲ ਨਹਾਣ ਨਹੀਂ ਦਿੱਤਾ।

ਸੁਫ਼ਨੇ ਹੁਣ ਵੀ ਜ਼ਿਆਦਾਤਰ ਇਹੋ ਜਿਹੇ ਆਉਂਦੇ ਹਨ, ਢਿੱਡ ਵਿਚ ਦੁਖਦਾਈ ਵੱਟ ਪੈ ਰਹੇ ਹਨ ਪਰ ਹਲਕੇ ਹੋਣ ਨੂੰ ਕੋਈ ਥਾਂ ਨਹੀਂ ਲੱਭ ਰਹੀ।

ਬਰਸਾਤ ਵਿਚ

ਬਾਹਰ ਕਹਿਰਾਂ ਦੀ ਠੰਢ,
ਜ਼ੋਰਾਂ ਦਾ ਮੀਂਹ ਵਰ੍ਹਦਾ ਹੈ
ਬਿਜਲੀ ਕੜਕਦੀ ਤੇ
ਝੱਖੜ ਝੁੱਲਦਾ ਹੈ

ਮੈਂ ਆਪਣੇ ਨਰਮ ਬਿਸਤਰੇ ਵਿਚ
ਗਰਮਾਇਆ ਹੋਇਆ
ਸ਼ੀਸ਼ੇ ਦੀ ਖਿੜਕੀ ਚੋਂ
ਇਕ ਟੱਕ ਬਾਹਰ ਤੱਕਦਾ ਹਾਂ

ਹਮੇਸ਼ਾ ਵਾਂਗ ਬਾਰਿਸ਼ ਵਿਚ
ਮੈਨੂੰ ਇਕ ਝੁੱਗੀ ਦਾ
ਅਕਸ ਦਿੱਸਦਾ ਹੈ
ਜੋ ਕਦੀ ਬਣਦਾ ਤੇ
ਕਦੀ ਮਿਟਦਾ ਹੈ

ਐਸੀ ਹੀ ਇਕ ਝੁੱਗੀ ਵਿਚ
ਅਸੀਂ ਗੁਜ਼ਾਰੇ ਕਈ ਵਰ੍ਹੇ
ਜਿਸਦੀ ਸੁਰਾਖੀ
ਟੀਨ ਦੀ ਛੱਤ ਹੇਠਾਂ
ਪੁਰਾਣੇ ਫੱਟਿਆਂ ਦੀਆਂ
ਕੰਧਾਂ ਉਹਲੇ ਅਸੀਂ
ਅਠਾਰਾਂ ਮੌਸਮ ਝੱਲੇ

ਬੇਰਹਿਮ ਹਵਾਵਾਂ ਦੇ
ਸਰਦ ਝੋਂਕੇ
ਕਿਵੇਂ ਰੋਕਦੇ ਨੰਗੇ ਝਰੋਖੇ
ਤੱਤੀ ਲੂ ਤਾਂ ਅੰਦਰ
ਵੜ ਝੁਲਸਾਂਦੀ ਸੀ
ਲੋਹੇ ਦੀ ਛੱਤ ਵੀ
ਤਵੇ ਵਾਂਗ ਤਪਾਉਂਦੀ ਸੀ

ਅਚਾਨਕ ਮੇਰੇ ਪੱਕੇ
ਮਕਾਨ ਦੀਆਂ ਕੰਧਾਂ
ਤਰੇੜੀਆਂ ਗਈਆਂ ਹਨ
ਛੱਤ ਵਿਚ ਕਈ
ਸੁਰਾਖ ਬਣ ਗਏ ਹਨ

ਗੰਧਲੇ ਬਰਸਾਤੀ ਪਾਣੀ ਨੇ
ਮੇਰੀ ਗਰਮ ਰਜਾਈ
ਭਾਰੀ, ਗਿੱਲੀ ਗੜੁੱਚ ਤੇ
ਬੁਦਬੂਦਾਰ ਕਰ ਦਿੱਤੀ ਹੈ
ਠੰਢੀ ਯਖ ਹਵਾ ਤ੍ਰੇੜਾਂ ਚੋਂ
ਅੰਦਰ ਵੜ ਆਈ ਹੈ

ਮੈਂ ਤ੍ਰਭਕ ਕੇ ਉੱਠਦਾ ਹਾਂ
ਕੋਲ ਸੁੱਤੀ ਪਤਨੀ
ਪੁੱਛਦੀ ਹੈ-
ਕੀ ਹੋਇਆ, ਡਰ ਗਏ ਕੀ?
ਮੈਂ ਖਿੜਕੀ ਚੋਂ
ਬਾਹਰ ਦੇਖਦਾ ਹਾਂ
ਮੀਂਹ ਦਾ ਜ਼ੋਰ
ਹੋਰ ਵਧ ਗਿਆ ਹੈ

ਸਾਹਮਣੇ ਵਾਲੀ ਝੁੱਗੀ
ਬਸਤੀ ਦੇ ਕੁਝ ਮਜ਼ਦੂਰ
ਆਪਣੇ ਅੱਧਗਿੱਲੇ
ਬਿਸਤਰਿਆਂ ਵਿਚ
ਲਿਪਟ ਕੇ ਸਾਡੇ ਪੱਕੇ
ਬਰਾਂਡੇ ਵਿਚ ਸੌਂ ਗਏ ਹਨ

ਮੇਰਾ ਨਰਮ ਗਰਮ ਬਿਸਤਰਾ
ਮੈਨੂੰ ਗਿੱਲਾ ਤੇ ਠੰਢਾ ਲੱਗਦਾ ਹੈ
ਅਨੀਂਦਰਿਆ ਜਿਹਾ ਮੈਂ
ਭਿੱਜੀ ਹੋਈ ਰਾਤ ਵਿਚ
ਇਕ ਟੱਕ ਬਾਹਰ ਦੇਖਦਾ ਹਾਂ

ਪਤਨੀ ਹਮੇਸ਼ਾ ਵਾਂਗ
ਪੁੱਛਦੀ ਹੈ- ਸੁਰਜੀਤ ਜੀ!
ਬਰਸਾਤ ਵਿਚ ਹਮੇਸ਼ਾ
ਬਾਹਰ ਕੀ ਵੇਖਦੇ ਰਹਿੰਦੇ ਹੋ?

ਗਰੀਬੀ ਦਾ ਚਕ੍ਰਵਿਊ ਤਾਂ ਪਹਿਲਾਂ ਹੀ ਕੈਮਰੂਨ, ਅਫਰੀਕਾ ਦੀ ਸਾਢੇ ਚਾਰ ਸਾਲ ਦੀ ਨੌਕਰੀ ਕਰਨ ਦੇ ਬਾਦ ਟੁੱਟ ਚੁਕਾ ਸੀ। ਜਵਾਨੀ ਤੋਂ ਅੱਧੇੜ ਉਮਰ ਦਾ ਪੁਲ਼ ਟੱਪ ਰਿਹਾ ਸਾਂ ਜਦੋਂ ਕੈਨੇਡਾ ਦੀ ਧਰਤੀ ਤੇ 1989 ਵਿਚ ਪਹਿਲੀ ਵਾਰ ਇਕੱਲੇ ਪੈਰ ਰੱਖਿਆ ਸੀ।

ਕਨੇਡਾ ਦੀ ਧਰਤੀ ਤੇ ਬਿਨ ਪਰਵਾਰ ਪਹੁੰਚਣ ਵਾਲੇ ਭਾਵੇਂ ਕਿਸੇ ਧਰਮ ਦੇ ਵੀ ਹੋਣ, ਉਨ੍ਹਾਂ ਦਾ ਰੱਜ ਕੇ ਪੰਜਾਬੀ ਰੋਟੀ ਖਾਣ ਦਾ ਸਭ ਤੋਂ ਵੱਡਾ ਸਹਾਰਾ ਗੁਰਦੁਆਰੇ ਹੀ ਹਨ। ਯਾਤਰੂ ਵੀਜ਼ਾ ਮਿਲਿਆ ਸੀ, ਅਰਦਾਸ ਤਾਂ ਬਣਦੀ ਹੀ ਸੀ। ਸੱਤ ਸਮੁੰਦਰੋਂ ਪਾਰ ਅਜਨਬੀ ਧਰਤੀ ਤੇ ਪਰਵਾਸੀ ਨੂੰ ਅਤਿ ਸੁਆਦੀ ਨਾਸ਼ਤੇ ਤੇ ਕੜਾਹ ਪ੍ਰਸ਼ਾਦ ਛਕਣ ਤੇ ਬਾਦ ਲੰਗਰ ਵਿਚ ਘਰ ਦੇ ਸਵਾਦ ਤੇ ਪਿਆਰ ਵਾਲੀਆਂ ਭਾਂਤ-ਭਾਂਤ ਦੀਆਂ ਸਬਜ਼ੀਆਂ, ਦਾਲ, ਰਾਇਤਾ ਤੇ ਅੰਤ ਸੁਆਦਲੇ ਮਿਸ਼ਟਾਨ ਸਹਿਤ ਪੇਟ-ਭਰ ਲੰਗਰ ਮਿਲਦਾ ਹੈ।

ਇਥੇ ਹੀ ਬਸ ਨਹੀਂ ਭਾਂਡਿਆਂ ਦੀ ਸੇਵਾ ਦੇ ਬਾਦ, ਘਰ ਲਿਜਾਣ ਲਈ ਵੀ ਬਚੇ ਭੋਜਨ ਦਾ ਇਕ ਚੰਗਾ ਭਰਿਆ ਥੈਲਾ ਵੀ ਮਿਲਦਾ ਸੀ। ਕੀਰਤਨ ਦਾ ਅਨੰਦ ਐਸਾ ਬਣਦਾ ਹੈ ਕਿ 'ਵਾਹਿਗੁਰੂ' ਤੇ 'ਧੰਨ ਗੁਰੂ ਨਾਨਕ' ਆਪ-ਮੁਹਾਰੇ ਜ਼ਬਾਨ ਤੇ ਬੈਠ ਜਾਂਦਾ ਹੈ ਤੇ ਦਿਲੋਂ ਅਰਦਾਸ ਕਰਨ ਦੀ ਉਮੰਗ ਉਫਨਦੀ ਲੱਗਦੀ ਹੈ।

ਇਕ ਅਜੀਬ ਮੁਸ਼ਕਿਲ ਮਹਿਸੂਸ ਹੋਈ ਕਿ ਅਰਦਾਸ ਲਈ ਸ਼ਬਦ ਨਹੀਂ ਸਨ ਅਹੁੜਦੇ, ਸ਼ੁਕਰਾਨੇ ਦੀ ਆਦਤ ਹੀ ਨਹੀਂ ਸੀ ਸ਼ਾਇਦ। ਉਸ ਉਮਰ ਤੱਕ ਬੰਦੇ ਨੂੰ ਲੱਗਦਾ ਹੈ ਕਿ ਸਭ ਕੁੱਝ ਮੇਰੀ ਸਮਝਦਾਰੀ ਤੇ ਡੌਲਿਆਂ ਦੇ ਜ਼ੋਰ ਤੇ ਚੱਲ ਰਿਹਾ ਹੈ।

ਗੁਰਦੁਆਰੇ ਦੀ ਲਾਇਬ੍ਰੇਰੀ ਵਿਚ 'ਨੇਕੀ' ਜੀ ਦੀ ਅਰਦਾਸ ਕਿਤਾਬ ਪੜ੍ਹਕੇ ਜੋ ਦਿਮਾਗੀ ਦੁਆਰ ਖੁੱਲ੍ਹੇ, ਜੀਵਨ ਵਿਚ ਤਬਦੀਲੀ ਮਹਿਸੂਸ ਹੋਣ ਲੱਗੀ। ਇੰਜ ਭਾਸਿਆ ਕਿ ਰੂਹਾਨੀਅਤ ਦੀ ਮਿੱਠੀ-ਮਿੱਠੀ ਲੋਅ ਵਿਚ ਜੋ ਨਵਾਂ ਤੇ ਚੰਗਾ-ਚੰਗਾ ਜਿਹਾ ਮਹਿਸੂਸ ਕੀਤਾ ਹੈ, ਉਸਨੂੰ ਲਿਖਣਾ ਚਾਹੀਦਾ ਹੈ...

ਅਰਦਾਸ

ਨਾਮ ਦਾ ਆਸਰਾ ਕਾਰਜ ਰਾਸ
ਮਨ ਸੌਰੇ ਸਭ ਮਿਟਣ ਪਾਪ
ਹੋਵੇ ਮੁਖ ਉਜਲਾ ਮਿਟੇ ਭੈ ਤ੍ਰਾਸ

ਕਿੰਝ ਕਰਾਂ ਅਰਦਾਸ
ਕਰ ਸੁੱਖਾਂ ਦੀ ਬੇਨਤੀ
ਫੇਰ ਵਿਗਾਸ ਕਰਾਂ
ਹੇ ਮੇਰੇ ਮਨ
ਮੈਂ ਕਿੰਝ ਅਰਦਾਸ ਕਰਾਂ

ਪ੍ਰਭੂ ਮੇਲ ਉਮਾਹ
ਬਣ ਬਣ ਨਿਬੜੇ
ਮਨ ਨੀਵਾਂ ਤੇ ਸੁਰਤ
ਸਦਾ ਉੱਚੀ ਚੜ੍ਹੇ
ਬਿਹਬਲ ਹਾਂ ਮੈਂ ਸਿਖਰ
ਆਤਮਾ ਤੜਪਦੀ
ਪਿਤਾ ਬਾਲ ਜਿਉਂ
ਲੈ ਲਵੋ ਗਲਵਕੜੀ
ਸਰਬ ਦੇਵਨਹਾਰ
ਫਿਰ ਕਿਉਂ ਸੰਗੀਏ

ਦਾਤਾ ਮਹਾਂਦਾਨ
ਫਿਰ ਕਿਉਂ ਨਾ ਮੰਗੀਏ
ਕਰ ਸੁੱਖਾਂ ਦੀ ਬੇਨਤੀ...

ਹਰ ਲਵੋ ਸੰਕਟ
ਨਾ ਹੋਵੇ ਤੌਖਲਾ
ਆਪੇ ਜਾਣੀ ਜਾਣ
ਕੱਟੋ ਹਰ ਬਲਾ
ਦਾਤ ਮੰਗਣੀ ਸੌਖ
ਨਾ ਸ਼ੁਕਰਾਨਾ ਤੇਰਾ
ਜਾਂ ਇਹ ਮੇਰਾ ਹੱਕ

ਜਾਂ ਉੱਦਮ ਮੇਰਾ
ਕੀਤਾ ਉੱਦਮ ਜੋਗ
ਮੈਂ ਅਕਿਰਤਘਣ
ਹੁਣ ਆਵੇ ਨਾ ਮੈਥੋਂ
ਤੇਰਾ ਸ਼ੁਕਰ ਬਣ
ਕਰ ਸੁੱਖਾਂ ਦੀ ਬੇਨਤੀ....

ਰੌਣਕਾਂ ਚੌਂਕੇ
ਦੁਆਰੇ ਖੁਸ਼ੀਆਂ
ਕਰ ਤੇਰੇ ਵੱਲ ਪਿੱਠ
ਮੈਂ ਦਾਤਾਂ ਲੁੱਟੀਆਂ
ਹਾਂ ਮੈਂ ਗੁਨਾਹਗਾਰ
ਇਹ ਅਹਿਸਾਸ ਹੈ
ਤੂੰ ਹੈਂ ਸਦਬਖਸ਼ਿੰਦ
ਇਹ ਵਿਸ਼ਵਾਸ ਹੈ
ਤੇਰੀ ਉਸਤਤ ਵਿਚ
ਕਾਇਨਾਤ ਹੈ
ਤੇਰੀ ਪ੍ਰਕਰਮਾ ਵਿਚ
ਸਜਿਆ ਆਕਾਸ਼ ਹੈ
ਕਰ ਸੁੱਖਾਂ ਦੀ ਬੇਨਤੀ....

ਤੇਰੀ ਪਿਆਰ ਗੋਦ 'ਚ
ਗੁਟਕੇ ਬਾਲ ਜਿਉਂ
ਤ੍ਰਿਪਤੇ ਮੇਰੀ ਆਤਮਾ
ਮਾਂ ਦੀ ਝੋਲ਼ ਜਿਉਂ
ਵਾਹਿਗੁਰੂ ਤੇਰੀ ਨੇੜ
ਹੋਂਦ ਭਰਪੂਰ ਹੈ
ਅਰਦਾਸ ਮੇਰਾ ਹੱਕ

ਤਾਂ ਜ਼ਰੂਰ ਹੈ
ਆਤਮਾ ਦੀ ਪਰਮਾਤਮਾ
ਨਾਲ ਗੋਸ਼ਟ ਹੈ
ਤੇਰੀ ਭਾਖਿਆ ਭਾਉ ਅਪਾਰ
ਮੈਨੂੰ ਹੋਸ਼ ਹੈ
ਕਰ ਸੁੱਖਾਂ ਦੀ ਬੇਨਤੀ...

ਅਰਜ਼ੋਈਆਂ ਬੇਸ਼ੁਮਾਰ
ਤੂੰ ਨਾ ਅੱਕਿਆ
ਲੈਂਦੇ ਰਹੇ ਨੇ ਥੱਕ
ਤੂੰ ਨਾ ਥੱਕਿਆ
ਤੂੰ ਸਰਬ ਸਮਰੱਥ
ਤੂੰ ਹੀ ਸਲਾਮਤੀ
ਤੂੰ ਭਰਪੂਰ ਅਨੰਦ
ਤੂੰ ਹੀ ਤ੍ਰਿਪਤੀ
ਤੂੰ ਹੀ ਥਾਂਏਂ ਪਾਏਂ
ਸਾਡੀ ਘਾਲਣਾ
ਤੂੰ ਹੀ ਕਾਰੇ ਲਾਏਂ
ਤੂੰ ਹੀ ਪਾਲਣਾ
ਕਰ ਸੁੱਖਾਂ ਦੀ ਬੇਨਤੀ...

ਤੇਰੇ ਗੁਣਾਂ ਦੀ ਹਾਥ
ਅੱਜ ਤੱਕ ਕਿਸ ਪਾਈ
ਸਮੁੰਦਰੀ ਪਈ ਨਦੀ
ਨਾ ਕੋਈ ਥਹੁ ਲਈ
ਪ੍ਰਾਣੀ ਨੇ ਅਸਮਰੱਥ
ਤਰਲਾ ਲੈ ਰਹੇ
ਆਪਣੀ ਸਿਫ਼ਤ ਕਰਵਾ

ਆਪੇ ਕਹਿ ਰਹੇ
ਸਿਫ਼ਤ ਵਿਚ ਰੱਤੇ
ਤੇਰੇ ਜੀਅੜੇ
ਮੰਗਣ ਤੋਂ ਮੁਕਤ ਕਰ
ਭੁੱਖ ਵਿਚ ਰੱਜ ਦੇ
ਕਰ ਸੁੱਖਾਂ ਦੀ ਬੇਨਤੀ....

ਮਨ ਐਸੀ ਕੋਈ ਜੋਦੜੀ
ਅਬੋਲ ਕਰ
ਸ਼ਬਦੋਂ ਡੂੰਘੀ ਬੋਲੋਂ ਸੂਖਮ
ਤੇ ਅੰਦਰੋਂ ਦ੍ਰਵ
ਮੇਰਾ ਭਲਾ ਵਿੱਚੇ
ਸਰਬਤ ਦਾ ਭਲਾ ਕਰ
ਆਪਣੇ ਬੰਦਿਆਂ ਨੂੰ
ਚੜ੍ਹਦੀ ਕਲਾ ਕਰ
ਸਿੰਜਰ ਜਾਏ ਅਰਦਾਸ
ਵਿਚ ਮੇਰੀ ਜ਼ਿੰਦਗੀ
ਸਰੂਰ ਭਿੰਨੀ ਝਰਨਾਹਟ
ਰਹੇ ਇਹ ਲੋਚਦੀ
ਕਰ ਸੁੱਖਾਂ ਦੀ ਬੇਨਤੀ....

ਹੇ ਮੇਰੇ ਮਨ, ਨਿਰਇੱਛਕ ਹੋ
ਅਰਦਾਸ ਕਰ
ਲੋੜਾਂ ਥੋੜਾਂ ਭੁੱਲ ਕੇ
ਅਰਦਾਸ ਕਰ

ਸੁਮਾਰਗ ਤੇ ਚੱਲਣ ਦੀ
ਅਰਦਾਸ ਕਰ
ਪ੍ਰੇਰਣਾ ਤੇ ਚੱਲਣ ਦੀ
ਅਰਦਾਸ ਕਰ
ਨਾਮ ਸਿਮਰਨ ਮਿਲਣ ਦੀ
ਅਰਦਾਸ ਕਰ
ਤੇ ਸੁਣੀ ਜਾਏਗੀ ਤੇਰੀ ਅਰਦਾਸ
'ਸੁਰਜੀਤ' ਵਿਸ਼ਵਾਸ ਕਰ

ਕਰ ਸੁੱਖਾਂ ਦੀ ਬੇਨਤੀ
ਫੇਰ ਵਿਗਾਸ ਕਰਾਂ
ਹੇ ਮੇਰੇ ਮਨ
ਮੈਂ ਇੰਝ ਅਰਦਾਸ ਕਰਾਂ!

ਅਸੀਂ ਸਾਰਾ ਪ੍ਰਵਾਰ ਕੈਨੇਡਾ ਦਾ ਕਾਨੂੰਨੀ ਆਵਾਸ-ਪੱਤਰ ਲੈ ਕੇ 1992 ਦੀ ਵਿਸਾਖੀ 13 ਅਪ੍ਰੈਲ ਵਾਲੇ ਦਿਨ ਮੌਂਟਰੀਅਲ ਪੁੱਜ ਗਏ ਸਾਂ। ਪਹਿਲਾ ਦਿਨ ਅਸੀਂ ਸਾਰਿਆਂ ਨੇ ਅਨੰਦ ਨਾਲ ਗੁਰਦਵਾਰਾ ਸਾਹਿਬ ਵਿਚ ਇਥੋਂ ਦੇ ਚਿਰ-ਵੱਸੇ ਪਰਵਾਰਾਂ ਨੂੰ ਮਿਲਦੇ-ਗਿਲਦੇ ਤੇ ਆਉਣ ਵਾਲੇ ਸਮਿਆਂ ਦੀ ਅਨਿਸ਼ਚਿਤ ਰੂਪ-ਰੇਖਾ ਦਾ ਕਿਆਸ ਲਾਉਂਦੇ ਕਟਿਆ ਸੀ।

ਕੁਝ ਅਰਸੇ ਬਾਦ ਇਕ ਐਤਵਾਰ ਅਸੀਂ ਪੁਰਾਣੀ ਦਿੱਲੀ ਤੋਂ ਆਏ ਕਪੜੇ ਦੇ ਇਕ ਵਿਉਪਾਰੀ ਸੱਜਣ ਰਬਿੰਦਰ ਸਿੰਘ ਨੂੰ ਮਿਲੇ ਜਿਨ੍ਹਾਂ ਦੀ ਕੱਟ-ਦਾੜ੍ਹੀ, ਪੱਗ ਤੇ ਪਹਿਨਾਵਾ ਦੁੱਧ-ਚਿੱਟੇ ਬੇਦਾਗ ਸਨ। ਉਹ ਕਾਫੀ ਸਾਲਾਂ ਤੋਂ ਕੈਨੇਡਾ ਵਿਚ ਵੱਸੇ ਹੋਏ ਸਨ। ਉਨ੍ਹਾਂ ਨੇ ਆਪਣੀ ਕੀਮਤੀ ਕਾਰ ਤੇ ਸਾਨੂੰ ਘਰ ਛੱਡਣ ਦੀ ਪੇਸ਼ਕਸ਼ ਕੀਤੀ। ਰਸਤੇ ਵਿਚ ਮੇਰੇ ਸਾਬਤ ਸੂਰਤ ਜਵਾਨ ਪੁੱਤਰ ਵੱਲ ਤਕਦਿਆਂ ਆਖਣ ਲੱਗੇ "ਸੁਰਜੀਤ, ਬੁਰਾ ਨਾ ਮੰਨਣਾ ਜਿਵੇਂ ਮੇਰੇ ਦੋਵੇਂ ਪੁੱਤਰ ਪੜ੍ਹਾਈ ਤੋਂ ਬਾਦ ਇੱਥੇ ਕਲੀਨ-ਸ਼ੇਵ ਹੋ ਕੇ ਸੋਹਣੀਆਂ ਨੌਕਰੀਆਂ ਤੇ ਲੱਗੇ ਹੋਏ ਹਨ, ਮੈਂ ਸਲਾਹ ਦਿਆਂਗਾ ਕਿ ਜੇ ਇਸ ਜਵਾਨ ਮੁੰਡੇ ਦਾ ਭਵਿਖ ਰੋਸ਼ਨ ਕਰਨਾ ਹੈ ਤਾਂ ਇਸਨੂੰ ਵੀ ਆਪਣੀ ਸੂਰਤ ਬਦਲਣੀ ਪਵੇਗੀ। ਮੇਰੇ ਬੇਟੇ ਨੇ ਕਿਹਾ ਕਿ ਮੇਰੇ ਪ੍ਰੋਫੈਸਰ ਤੇ ਕਾਲੇਜ ਦੇ ਮਿਤ੍ਰ ਮੇਰੀ ਪਗੜੀ ਦਾੜ੍ਹੀ ਨੂੰ ਸਲਾਹੁੰਦੇ ਹਨ ਤੇ ਮੇਰੀ ਕਲਾਸ ਵਿਚ ਮੇਰੀ ਪਛਾਣ ਹੋਰਨਾਂ ਨਾਲੋਂ ਸਗੋਂ ਛੇਤੀ ਬਣ ਗਈ ਹੈ।

ਕੁਝ ਹਫਤਿਆਂ ਬਾਦ ਇਹਨਾਂ ਨੇ ਆਪਣੇ ਵਿਓਪਾਰ ਵਿਚ ਭਾਈਵਾਲ ਬਣਾਕੇ, ਮੇਰੇ ਜੀਵਨ ਦੀ ਤਕਰੀਬਨ ਸਾਰੀ ਪੂੰਜੀ ਬਿਜ਼ਨੇਸ ਵਿਚ ਲਗਾਕੇ ਕੰਪਨੀ ਨੂੰ ਦਿਵਾਲੀਆ ਘੋਸ਼ਿਤ ਕਰ ਦਿੱਤਾ ਤੇ ਮੇਰੇ ਹੱਥ ਕਦੀ ਨਾ ਪਾਸ ਹੋਣ ਵਾਲੇ ਚੈਕਾਂ ਦੀ ਦੱਥੀ ਫੜਾ ਕੇ ਆਪ ਪ੍ਰਵਾਰ ਸਹਿਤ ਟੋਰੰਟੋ ਜਾ ਛੁਪੇ। ਸਿਰਫ ਪਹਿਲਾ ਹੀ ਚੈਕ ਪਾਸ ਹੋਇਆ ਸੀ। ਪ੍ਰਦੇਸ ਵਿਚ ਸਾਰੇ ਪ੍ਰਵਾਰ ਨੂੰ ਜੀਵਨ ਦੇ ਸ਼ੁਰੂਆਤੀ ਸਾਲਾਂ ਵਿਚ ਫੈਕਟਰੀਆਂ ਵਿਚ ਅਣਸੁਖਾਵੇਂ ਕੰਮ ਕਰਨ ਦੀ ਅਚਾਨਕ ਮਜਬੂਰੀ ਆ ਪਈ ਸੀ।

ਛਲਾਵਾ

ਜਿਸ ਯਾਦਗਾਰ ਦਿਵਸ
ਮੇਰੇ ਪਰਿਵਾਰ ਨੇ ਕਨੇਡਾ ਦੀ
ਠੰਡੀ ਯੱਖ ਧਰਤੀ ਤੇ ਪੈਰ ਰੱਖਿਆ
1992 ਦੀ ਵਿਸਾਖੀ ਸੀ

ਸ਼ੂਕਦੀ ਬਰਫ਼ੀਲੀ ਹਵਾ ਵਿਚ
ਜਦੋਂ ਵੀ ਦੰਦਿੜਕਾ ਵਜਦਾ
ਯਾਦ ਆਂਦਾ ਵਤਨ
ਜਿੱਥੇ ਨਿਤ ਪਾਠ ਕਰਦੀ
ਇਕ ਦਾਦੀ ਸੀ

ਘੁੱਟ ਗਰਮ ਛਾਤੀ ਨਾਲ
ਉਸ ਸਦਾ ਇਕੋ ਗੱਲ ਆਖੀ ਸੀ
'ਤਾਤੀ ਵਾਉ ਨਾ ਲਗਈ
ਪਾਰਬ੍ਰਹਮ ਸਰਣਾਈ
ਚਉਗਿਰਦ ਹਮਾਰੈ ਰਾਮ ਕਾਰ
ਦੁਖੁ ਲਗੈ ਨ ਭਾਈ'

ਗੁਰਦੁਆਰੇ ਪਹਿਲੇ ਦੀਵਾਨ ਮਗਰੋਂ
ਕਿਸੇ ਬਜ਼ੁਰਗ ਨੇ ਗਰਮ ਕੜਾਹ
ਮੇਰੀ ਤਲੀ ਤੇ ਰੱਖਿਆ
ਤੇ ਫਿਰ ਮੁਸਕਾਉਂਦੇ ਹੋਏ ਕਿਹਾ

"ਉਬਲਦਾ ਕੜਾਹਾ ਹੈ ਦੇਸ ਕਨੇਡਾ
ਸਭ ਪਿਘਲ਼ ਜਾਣਾ ਏਸ ਵਿਚ
ਤੇਰਾ ਗੁਰਮੁਖ ਪ੍ਰੀਵਾਰ ਹੈ ਜੇਡਾ"
ਬਾਹਰ ਪੌੜੀਆਂ ਤੇ
ਝਾੜੂ ਲਾਂਦੀ ਆਈ
ਪੱਲੂ ਨਾਲ ਹੱਥ ਪੂੰਝ
ਬੱਚਿਆਂ ਦੇ ਸਿਰ ਰੱਖ ਹੱਥ
ਮੁਸਕਰਾਉਂਦੀ ਮਿਠ-ਬੋਲੀ ਮਾਈ

ਕੇਡੀ ਸੁਹਣੀ ਜੋੜੀ ਹੈ ਰੱਬ ਨੇ ਬਣਾਈ
ਸਾਰਿਆਂ ਨੂੰ ਜੀ-ਆਇਆਂ ਮੇਰੇ ਭਾਈ
ਬੜਾ ਖੁੱਲ੍ਹ-ਦਿਲਾ
ਇਹ ਦੇਸ ਹੈ ਕਨੇਡਾ
ਦਿਸਣ ਨੂੰ ਲੱਗੇ ਸੁਹਣਾ
ਪਰ ਅੰਦਰੋਂ ਛਲੇਡਾ

ਬਚੜਿਓ, ਸਿਆਣੇ ਦਿਸਦੇ ਹੋ
ਭਾਵੇਂ ਸਾਂਭ ਹੀ ਲੈਣੀ ਹੈ
ਤੁਸਾਂ ਆਪਣੀ ਪੀੜ੍ਹੀ ਹਾਲੀ
ਪਰ ਅਗਲੀ ਨਾ ਜਾਏ
ਕਿਸੇ ਤੋਂ ਵੀ ਸੰਭਾਲੀ

ਓਵਰ ਟਾਈਮ ਲੱਗਣਾ
ਬੱਚਿਆਂ ਦੀ ਹੋਣੀ ਅਣਗਹਿਲੀ
ਖ਼ਿੱਲਰ ਜਾਣਾ ਰਾਇਤਾ
ਤੇ ਹੋਣੀ ਬਦਫੈਲੀ
ਤਾਜ਼ੀ ਮਿੱਠੀ ਸਾਫ਼ ਹਵਾ ਵੀ
ਤਦ ਲੱਗਣੀ ਕਸੈਲੀ

ਹੁਣ ਆ ਹੀ ਗਏ ਹੋ
'ਸੁਰਜੀਤ' ਚਿੰਤਾ ਨਾ ਕਰੋ
ਸੋਹਣਾ ਰੱਬ ਸਭਨੂੰ
ਦੇਵੇ ਖੁਸ਼ਹਾਲੀ!

ਕਨੇਡਾ ਪਹੁੰਚਣ ਵਾਲੇ ਨਵੇਂ ਪ੍ਰਵਾਸੀਓ, ਚਿੱਟੇ ਕਪੜਿਆਂ ਵਿਚ ਸੱਜਕੇ ਗੁਰਦੁਆਰਿਆਂ ਵਿਚ ਅਗਲਾ ਸ਼ਿਕਾਰ ਲੱਭਦੇ ਠੱਗਾਂ ਤੋਂ ਬਚਣਾ। ਇਹ ਲੋਕ ਮਿਠਬੋਲੜੇ ਬਣਕੇ ਭਾਈਵਾਲੀ ਕਰਦੇ ਹਨ ਤੇ ਫਿਰ ਤੁਹਾਡੀ ਪੂੰਜੀ ਠੱਗਕੇ ਗ਼ਾਇਬ ਹੋ ਜਾਂਦੇ ਹਨ।

ਕੈਨੇਡਾ ਗੁਰਦੁਆਰਾ ਸਾਹਿਬ ਦੀ ਮੁੱਖ ਸੇਵਾਦਾਰੀ ਦੌਰਾਨ ਇਹ ਪ੍ਰਤੀਤ ਹੋਇਆ ਕਿ ਅੱਜ ਸਿੱਖਾਂ ਦੀਆਂ ਧਾਰਮਿਕ, ਸਮਾਜਿਕ ਤੇ ਸਿਆਸੀ ਸੰਸਥਾਵਾਂ ਆਪਣੀ ਜ਼ਿੰਮੇਵਾਰੀ ਤੋਂ ਗਾਫਲ ਹੋ ਕੇ ਮੌਕਾਪ੍ਰਸਤੀ ਤੇ ਵਪਾਰੀ ਸੋਚ ਦੇ ਸਾਗਰ ਵਿੱਚ ਗੋਤੇ ਖਾ ਰਹੀਆਂ ਹਨ। ਸਿੱਖ ਧਰਮ ਨੂੰ ਸਾਡੇ ਪ੍ਰਚਾਰਕਾਂ ਤੇ ਅਹੁਦੇਦਾਰਾਂ ਨੇ ਮਹਿਜ਼ ਬਿਜ਼ਨੇਸ ਤੇ ਰਾਜਨੀਤੀ ਦਾ ਸੰਦ ਬਣਾ ਲਿਆ ਹੈ। ਸਾਡੀ ਨਵੀਂ ਤੇ ਨੌਜਵਾਨ ਕਮੇਟੀ ਨੇ ਕੁਝ ਨੇਕ-ਨੀਅਤ ਮੈਂਬਰ ਸਾਹਿਬਾਨਾਂ ਨਾਲ ਰਲਕੇ ਬਦਲਾਵ ਲਿਆਣ ਦੀ ਕੋਸ਼ਿਸ਼ ਕੀਤੀ।

ਗੁਰਦੁਆਰੇ ਨਵੀਂ ਬਣੀ ਕਮੇਟੀ ਨੇ ਬੱਚਿਆਂ ਤੇ ਨੌਜਵਾਨਾਂ ਸਬੰਧਿਤ ਨਵੇਂ ਤੋਂ ਨਵੇਂ ਪ੍ਰੋਗ੍ਰਾਮ ਮਿੱਥੇ, ਨਾਰਥ ਅਮਰੀਕਾ ਵਿਚ ਦਸਤਾਰ ਵਰਕਸ਼ਾਪ ਤੇ ਮੁਕਾਬਲਾ ਕਰਵਾਣ ਵਾਲਾ ਇਹ ਪਹਿਲਾ ਗੁਰਦਵਾਰਾ ਸਾਹਿਬ ਸੀ। ਇੱਥੇ ਪ੍ਰੋਜੈਕਟਰ ਨਾਲ ਬਾਣੀ ਦੇ ਅਰਥ ਕੀਰਤਨ ਦੇ ਨਾਲ-ਨਾਲ ਦਿਖਾਣੇ ਸ਼ੁਰੂ ਕੀਤੇ ਗਏ। ਹਰ ਗੁਰਪੁਰਬ ਮੌਕੇ ਬੱਚਿਆਂ ਤੇ ਮਾਪਿਆਂ ਵਾਸਤੇ ਲੇਖ ਤੇ ਸਿੱਖ ਗੁਰੂਆਂ ਦੇ ਜੀਵਨ ਬਾਰੇ ਸਵਾਲ-ਜਵਾਬ ਮੁਕਾਬਲੇ ਅਤੇ ਸਾਲਾਨਾ ਗੁਰਮਤਿ ਕੈਂਪ ਦਾ ਪ੍ਰਬੰਧ ਕੀਤਾ ਗਿਆ।

ਬੜੇ ਅਫਸੋਸ ਤੇ ਸ਼ਰਮਿੰਦਗੀ ਦੀ ਗੱਲ ਹੈ ਕਿ ਇਲੈਕਸ਼ਨਾਂ ਦੇ ਨੇੜੇ-ਤੇੜੇ, ਦੁਨੀਆਂ ਦੇ ਅਨੇਕਾਂ ਗੁਰਦੁਆਰੇ ਚੌਧਰ ਦੀਆਂ ਲੜਾਈਆਂ ਕਾਰਨ ਸਾਲਾਂ ਤੋਂ ਸਿੱਖ ਕੌਮ ਦੇ ਕਰੋੜਾਂ ਡਾਲਰ ਵਕੀਲਾਂ ਅਤੇ ਮੁਕੱਦਮਿਆਂ ਉਪਰ ਬਰਬਾਦ ਕਰ ਚੁਕੇ ਹਨ।

ਵਿਸਾਹਘਾਤ

ਮੈਂ ਤਾਂ ਐ ਦੋਸਤ,
ਤੇਰਾ ਵਿਸਾਹ ਕੀਤਾ
ਤੇਰੀ ਮਰਜ਼ੀ ਕਿ
ਤੂੰ ਦਗਾ ਕੀਤਾ

ਰੱਖਿਆ ਸੀ ਸਿਰ
ਤੇਰੀ ਦਹਿਲੀਜ਼
ਇਹੀ ਸੀ ਉਮੀਦ
ਮਿਲੇਗੀ ਅਸੀਸ

ਰਹਿਮ ਤੇਰਾ ਕਿ
ਤੂੰ ਧੜ ਤੋਂ
ਹੌਲ਼ੇ-ਹੌਲ਼ੇ ਜੁਦਾ ਕੀਤਾ
ਮੈਂ ਤਾਂ ਐ ਦੋਸਤ
ਤੇਰਾ ਵਿਸਾਹ ਕੀਤਾ

ਬਣਕੇ ਫ਼ਨੀਅਰ
ਮੇਰੀ ਹੀ ਬੁੱਕਲ ਦਾ
ਜਿਵੇਂ ਤੂੰ ਡੰਗਿਆ
ਜ਼ਖ਼ਮ ਨਾ ਭਰਦਾ
ਕੀਤਾ ਆਪਣਾ ਸ਼ੌਕ ਤੈਂ ਪੂਰਾ
ਭਾਵੇਂ ਮੈਨੂੰ ਤਬਾਹ ਕੀਤਾ
ਮੈਂ ਤਾਂ ਐ ਦੋਸਤ
ਤੇਰਾ ਵਿਸਾਹ ਕੀਤਾ

ਪਾ ਕੇ ਦੋਸਤੀ ਦੀ ਖੱਲ
ਤੂੰ ਗਿਆ ਯਾਰਾਂ ਵਿਚ ਰਲ
ਕਰਦਾ ਰਿਹਾ ਮੇਰੇ
ਹਾਸਿਆਂ ਦਾ ਕਤਲ
ਧਰਮੀ ਮੁਖੌਟੇ 'ਚ
ਲੁਕਾ ਹੰਕਾਰੀ ਸ਼ਕਲ
ਘਾਤ-ਵਿਸ਼ਵਾਸ
ਤੈਂ ਅਥਾਹ ਕੀਤਾ
ਮੈਂ ਤਾਂ ਐ ਦੋਸਤ
ਤੇਰਾ ਵਿਸਾਹ ਕੀਤਾ

ਹੁੰਦਾ ਸੀ ਹੈਰਾਨ ਜਿਵੇਂ,
ਡੁੱਬਾ ਸੀ ਸਿੱਖ-ਰਾਜ ਕਿਵੇਂ?

ਇਵੇਂ ਹੀ ਕਿਸੇ ਨੇ
ਬੁਣੇ ਹੋਸਣ ਜਾਲ਼
ਰੋਲ਼ਿਆ ਹੋਸੀ ਤਾਜ
ਫਰੇਬਾਂ ਨਾਲ
ਵਾਂਗ ਡੋਗਰਿਆਂ
ਪਾਰ ਕੰਡ ਤੋਂ
ਤੈਂ ਮਿੱਠਾ ਛੁਰਾ ਕੀਤਾ
ਮੈਂ ਤਾਂ ਐ ਦੋਸਤ
ਤੇਰਾ ਵਿਸਾਹ ਕੀਤਾ

ਸੱਜਰੀ ਚੁਰਾਸੀ ਦੀ ਸੱਟ
ਕੌਮ ਜ਼ਖ਼ਮ ਰਹੀ ਚੱਟ
ਫਿਰ ਵੀ ਅਸੀਂ ਕਿਉਂ
ਗੁੱਥਮ ਗੁੱਥਾ ਹੋ ਰਹੇ
ਛੋਟੀ-ਛੋਟੀ ਪਦਵੀ ਕਾਰਨੇ
ਦੂਜੇ ਦੀ ਦਾੜ੍ਹੀ, ਖੋਹ ਰਹੇ
ਸਾਡਾ ਇਤਿਹਾਸ, ਸਾਡੇ ਕਰਮ
ਆਪੋ ਚ' ਗਲ਼ ਲੱਗ ਰੋ ਰਹੇ
ਗੁਰਾਂ ਲਹੂ ਨਾਲ ਪਾਏ ਪੂਰਨੇ
ਅਸੀਂ ਕਾਲਖਾਂ ਸੰਗ ਧੋ ਰਹੇ

ਕਰੁਣਮਯ ਪ੍ਰਿਥਵੀ ਪਾਲਨਹਾਰ
ਭੇਜਦਾ ਇੰਦਰ ਜਿਹੇ ਅਵਤਾਰ
ਅਸੀਂ ਜ਼ਹਿਰੀ ਸੂਲ਼ਾਂ ਬੋ ਰਹੇ
ਕੌਣ ਰਿਹਾ ਇਸ ਭੋਇੰ ਅਮਰ
ਯਾਰੋ ਦੇਖੋ ਸਾਰੇ ਵਿਦਾ ਹੋ ਰਹੇ

ਦੁਸ਼ਮਣਾਂ ਨੇ ਤਾਂ
ਕੀ ਕਰਨਾ ਸੀ
ਰੱਲ਼ਕੇ ਯਾਰਾਂ ਹੀ
'ਸੁਰਜੀਤ' ਫਨਾਹ ਕੀਤਾ

ਤੇਰੀ ਮਰਜ਼ੀ ਕਿ
ਤੂੰ ਦਗਾ ਕੀਤਾ
ਮੈਂ ਤਾਂ ਐ ਦੋਸਤ
ਤੇਰਾ ਵਿਸਾਹ ਕੀਤਾ

ਮੇਰੇ ਪੁਰਾਣੇ ਦੋਸਤ ਜੋ 1989 ਦੀ ਮੌਂਟਰੀਅਲ ਇੱਕਲੀ ਫੇਰੀ ਦੌਰਾਨ ਬਣੇ ਸਨ, ਗੁਰਦਵਾਰੇ ਮਿਲ ਪੈਣ ਤੇ ਅਸੀਂ ਭਾਂਡਿਆਂ ਦੀ ਸੇਵਾ ਲਈ ਇਕ ਟੀਮ ਬਣਾ ਲਈ। ਇਕ ਦਹਾਕੇ ਦੀ ਸਟੇਜ-ਸੰਭਾਲ਼ ਦੀ ਸੇਵਾ ਉਪਰੰਤ ਪ੍ਰਬੰਧਕਾਂ ਤੇ ਸੰਗਤ ਨੇ ਮਿਲ ਕੇ ਮੁੱਖ-ਸੇਵਾਦਾਰ ਬਣਾ ਦਿਤਾ।

ਪਰਮਾਤਮਾ ਨੇ ਸਾਨੂੰ ਕਿਸੇ ਹੋਰ ਹੀ ਕਾਰਜ ਲਈ ਕੈਨੇਡਾ ਭੇਜਿਆ ਸੀ, ਇਹ ਦੋ-ਢਾਈ ਸਾਲਾਂ ਵਿਚ ਜੱਗ ਜਾਹਿਰ ਹੋ ਗਿਆ। ਗੁਰਦਵਾਰਾ ਸਾਹਿਬ ਤੋਂ ਰੁਖਸਤੀ ਲੈਣ ਤੋਂ ਬਾਦ ਅਸੀਂ ਬਹੁਭਾਸ਼ਾਈ ਫ਼ਿਲਮ, 'ਬੋਂਜ਼ੂਰ ਜੀ' ਬਣਾਈ। ਇਹ ਫ਼ਿਲਮ ਉਤਰੀ ਅਮਰੀਕਾ ਵਿਚ ਅੱਧੇ ਦਰਜਨ ਤੋਂ ਜਿਆਦਾ ਇੰਟਰਨੈਸ਼ਨਲ ਫਿਲਮ ਮਹੋਤਸਵਾਂ ਵਿੱਚ ਦਿਖਾਈ ਗਈ।

ਇਸ ਫ਼ਿਲਮ ਨੂੰ ਹਰ ਫੈਸਟੀਵੈਲ ਵਿਚ ਸਰਾਹਿਆ ਗਿਆ ਤੇ ਉੱਤਰੀ ਅਮਰੀਕਾ ਦੇ ਮੀਡੀਆ ਵਿਚ ਸ਼ੋਹਰਤ ਮਿਲੀ। ਅਗਲੇ ਕੁਝ ਮਹੀਨਿਆਂ ਵਿਚ ਅਸੀਂ ਲਾਲ ਗਲੀਚਿਆਂ ਤੇ ਚਲਦੇ, 2015 ਦੀ ਦੁਨੀਆਂ ਦੀ ਸਭ ਤੋਂ ਵਧੀਆ ਛੋਟੀ ਫ਼ਿਲਮ 'ਬੋਂਜ਼ੂਰ ਜੀ' ਨਿਰਮਾਣ ਕਰਨ ਦੇ ਇਨਾਮ ਲੈ ਰਹੇ ਸੀ।

ਰਿਚਮੰਡ ਸ਼ਹਿਰ, ਅਮਰੀਕਾ ਵਿਚ ਮੁੱਖ-ਧਾਰਾ ਫ਼ਿਲਮ ਮਹੋਤਸਵ ਮੁਕਾਬਲਿਆਂ ਵਿਚ ਮਿਲਿਆ ਇਨਾਮ ਸਾਡੇ ਪ੍ਰਵਾਰ ਦੀਆਂ ਅਭੁੱਲ ਯਾਦਾਂ ਵਿਚ ਰੱਚ ਗਿਆ ਹੈ।

ਵਿਸਾਖੀਆਂ ਦਿਵਾਲ਼ੀਆਂ

ਕਿੰਨੀਆਂ ਹੀ ਆਈਆਂ ਗਈਆਂ
ਵਿਸਾਖੀਆਂ, ਦਿਵਾਲ਼ੀਆਂ
ਅਜੇ ਵੀ ਮਨਮੰਦਿਰ ਦੀਆਂ
ਸਭੇ ਕੰਧਾਂ ਕਾਲ਼ੀਆਂ
... ਸਗੋਂ ਜੰਗਾਲਦੇ ਹਾਂ

ਹਰ ਵਾਰ ਬਖਸ਼ਿੰਦ ਦਾਤਾ
ਬਖ਼ਸ਼ਦੈ ਸਾਡੇ ਪਾਪ, ਅਉਗਣ
ਅਸਾਂ ਵੀ ਸਾਂਭ ਰੱਖੀਐਂ ਕਈ
ਹਉਂ ਦੀਆਂ ਚੁਆਤੀਆਂ
...ਨਿਤ ਬਾਲ਼ਦੇ ਹਾਂ!

ਮੇਟ-ਮੇਟ ਲ਼ੇਖ ਕਾਲ਼ੇ
ਮੂੜ੍ਹਮਨ ਫੱਟੀਆਂ ਤੋਂ
ਮੁਕਣ ਤੇ ਆਈਆਂ ਹੁਣ
ਉਮਰੇ ਦੀਆਂ ਗਾਚੀਆਂ
...ਰੋਜ਼ ਗਾਲ਼ਦੇ ਹਾਂ!

ਪਾਏ ਪਾਏ ਪੂਰਨੇ ਉਹ
ਦੇਂਵਦਾ ਸੱਜਰੀ ਸਲੇਟ
ਕੁਮੱਤੀਆਂ ਨੇ ਪਾਏ ਪੂੰਛੇ
ਸਹੇਜ ਭੈੜ ਵਾਦੀਆਂ
...ਅਸੀਂ ਪਾਲ਼ਦੇ ਹਾਂ!

ਹੈਗਾ ਨਾਮ ਦਾ ਜਹਾਜ਼
ਢੋਈਏ ਪਾਪ-ਅਸਬਾਬ
ਕਿੰਝ ਲਗੀਏ ਜਾ ਪਾਰ
ਚੁੱਕ ਗੰਢਾਂ ਸਭ ਭਾਰੀਆਂ
...ਹੋਰ ਸੰਭਾਲ਼ਦੇ ਹਾਂ!

ਸੱਚ ਕਹਾਂ, ਸੱਚ ਬੋਲ ਕੇ
ਕੋਈ ਇਕ ਦਿਨ ਵੀ ਲੰਘਦੈ
ਦਿਨ ਵੀ ਹਨ੍ਹੇਰੇ ਕੀਤੇ
ਰਾਤਾਂ ਤਾਂ ਸੀ ਕਾਲ਼ੀਆਂ
... ਗੁਲਾਮ ਵਿਕਾਰ ਦੇ ਹਾਂ!

ਕਿਵੇਂ ਬਣਾਂ ਸਿੱਖ ਤੇਰਾ
ਰਸਤਾ ਔਖਾ ਤੇ ਲੰਮੇਰਾ
ਸਾਹ ਸੁੱਕੀ ਲੱਕੜਾਂ ਦੀ ਪੰਡ
'ਸੁਰਜੀਤ' ਵਾਹੋ-ਦਾਹੀ ਬਾਲ਼ੀਆਂ
...ਹੁਣ ਹੋਰ ਭਾਲ਼ਦੇ ਹਾਂ!

ਗੁਰਦੁਆਰੇ ਲਾਇਬਰੇਰੀ ਵਿਚ ਇੱਕ ਪੰਜਾਬੀ ਰਸਾਲੇ ਦੀ ਰਿਪੋਰਟ ਪੜ੍ਹੀ ਜੋ ਸਿੱਖਾਂ ਦੇ ਅਜੋਕੇ ਹਾਲਾਤ ਦੀ ਸਹੀ ਤਰਜਮਾਨੀ ਕਰਦੀ ਹੈ –

"ਪਿਛਲੇ ਸਮੇਂ ਵਿੱਚ ਸਿੱਖ ਲੀਡਰਾਂ ਸਮੇਤ ਆਮ ਸਿੱਖਾਂ ਵੱਲੋਂ ਜਿਸ ਤਰ੍ਹਾਂ ਸਿੱਖ ਸਿਧਾਂਤਾਂ ਤੋਂ ਕਿਨਾਰਾਕਸ਼ੀ ਕੀਤੀ ਜਾ ਰਹੀ ਹੈ, ਉਸ ਤੋਂ ਇਹ ਸੰਭਾਵਨਾ ਜਰੂਰ ਬਣਦੀ ਜਾ ਰਹੀ ਹੈ ਕਿ 'ਬਾਹਰੀ ਸ਼ਕਲਾਂ' ਵਾਲੇ ਸਿੱਖ ਤਾਂ ਭਾਵੇਂ ਦਿਸਦੇ ਰਹਿਣਗੇ, ਪਰ ਸਿੱਖੀ ਸਿਧਾਂਤਾਂ ਨੂੰ ਪ੍ਰਣਾਏ ਬਾਬੇ ਨਾਨਕ ਦੇ ਰਾਹ ਦੇ ਪਾਂਧੀ ਜ਼ਰੂਰ ਅਜਾਇਬ ਘਰਾਂ ਜਾਂ ਕਿਤਾਬਾਂ ਵਿਚ ਹੀ ਰਹਿ ਜਾਣਗੇ। ਸਿੱਖਾਂ ਦੇ ਅਜੋਕੇ ਹਾਲਾਤ ਕੁੱਝ ਅਜਿਹਾ ਹੀ ਰੂਪਮਾਨ ਕਰ ਰਹੇ ਹਨ"

-ਧੰਨਵਾਦ ਸਹਿਤ 'ਸਿੱਖ ਮਾਰਗ' ਰਸਾਲੇ ਵਿਚੋਂ

ਚਾਣਕਿਆ

ਰਾਜਨੀਤੀ ਦੇ ਜ਼ਖ਼ਮ

ਉੱਨੀ ਸੌ ਸੱਠਵਿਆਂ ਵਿਚ...ਮੇਰੀ ਉਮਰ ਦੇ ਪੰਜਾਬੀ ਸਹਿਤ ਵਿਚ ਰੁਚੀ ਰੱਖਣ ਵਾਲੇ ਗੁਰਬਖਸ਼ ਜੀ ਦੀ ਪ੍ਰੀਤਲੜੀ ਵਿਚਲੀਆਂ ਰਚਨਾਵਾਂ ਪੜ੍ਹਦੇ ਹੋਏ ਜਵਾਨ ਹੋਏ ਸਨ, ਜਿਸ ਵਿਚ ਨਵਤੇਜ ਦਾ 'ਮੇਰੀ ਧਰਤੀ ਮੇਰੇ ਲੋਕ' ਨਾਂ ਦਾ ਇਕ ਕਾਲਮ ਹੁੰਦਾ ਸੀ।

ਪੰਜਾਬ ਦੇ ਪਿੰਡਾਂ ਵਿਚ ਲੱਸੀ ਰਿੜਕਦੀਆਂ ਤੇ ਗੁੱਟਕਦੀਆਂ ਸੁਆਣੀਆਂ, ਟਿੰਡਾਂ ਵਾਲੇ ਗਿੜਦੇ ਖੂਹ ਤੇ ਪਸ਼ੂਆਂ ਦੇ ਗਲ਼ ਪਾਈਆਂ ਟੱਲੀਆਂ ਦੀ ਆਵਾਜ਼, ਆਟੇ-ਚੱਕੀ ਦੀ ਘੂੰ-ਘੂੰ ਵਿਚ ਰਲੀ ਹੁੰਦੀ ਸੀ। ਗਰਮੀ ਦੀਆਂ ਛੁੱਟੀਆਂ ਵਿਚ ਜਦੋਂ ਅਸੀਂ ਦਿਲੀਓਂ ਪਿੰਡ 'ਬਲੰਦੇ' ਭੂਆ ਜੀ ਕੋਲ ਆਉਂਦੇ ਤਾਂ ਸਾਰਾ ਪਿੰਡ ਹੀ ਸਾਡੇ ਭੂਆ ਜੀ ਦਾ ਘਰ ਲੱਗਦਾ ਸੀ।

ਭਾਵੇਂ ਪੰਜਾਬੀ ਸੂਬੇ ਲਈ ਸ਼ਾਂਤਮਈ ਅੰਦੋਲਨ ਕਾਫੀ ਪਹਿਲਾਂ ਤੋਂ ਸ਼ੁਰੂ ਹੋ ਚੁਕੇ ਸਨ ਪਰ ਉੱਨੀ ਸੌ ਚੌਰਾਸੀ ਤੋਂ ਬਾਅਦ...ਜੇ ਕਰ ਅਸਲ ਸਥਿਤੀ ਦਾ ਮੁਲਾਂਕਣ ਕੀਤਾ ਜਾਵੇ ਤਾਂ ਭਾਰਤ ਦੀਆਂ ਉੱਚ ਪਦਵੀਆਂ 'ਤੇ ਬਿਰਾਜਮਾਨ ਸਿੱਖ ਸੂਰਤਾਂ ਵਾਲੇ ਸੱਜਣ ਭਾਰਤੀ ਨਿਜ਼ਾਮ ਦੀ ਸਿੱਖ ਵਿਰੋਧੀ ਨੀਤੀ ਦੇ ਕੁਹਾੜੇ ਦਾ ਦਸਤਾ ਬਣੇ ਰਹੇ ਹਨ, ਜੋ ਸਿੱਖਾਂ ਦੇ 'ਹਰ ਨਵੇਂ ਸੂਰਜ ਵਢਾਂਗਾ' ਦੀ ਨੀਤੀ ਤੇ ਹੀ ਚਲਦੇ ਰਹੇ ਹਨ।

ਕੀ ਡਾਕਟਰ ਮਨਮੋਹਨ ਸਿੰਘ ਦੇ ਭਾਰਤ ਦਾ ਪ੍ਰਧਾਨ ਮੰਤਰੀ ਬਣਨ ਨਾਲ ਸਿੱਖ ਕੌਮ ਦਾ ਮਾਣ ਅਤੇ ਪੱਗ ਦਾ ਸਤਿਕਾਰ ਪੂਰੀ ਦੁਨੀਆਂ 'ਚ ਵਧਿਆ ਹੈ? ਅਸਲੀਅਤ ਇਹ ਹੈ ਕਿ ਇਹ ਡਾਕਟਰ ਮਨਮੋਹਨ ਸਿੰਘ ਸਮੇਤ ਕੁਰਸੀਆਂ 'ਤੇ ਬੈਠ ਚੁੱਕੇ ਸਾਰੇ ਹੀ ਸਿੱਖ, ਭਾਰਤ ਦੇ ਹਿੰਦੂ ਨਿਜ਼ਾਮ ਦੀਆਂ ਨੀਤੀਆਂ ਨੂੰ ਸਿੱਖਾਂ ਤੇ ਲਾਗੂ ਕਰਨ ਲਈ ਸਹਾਇਕ ਬਣੇ ਰਹੇ ਹਨ।

ਜੋ ਲੋਕ ਅਜੇ ਵੀ ਭਾਰਤ ਵਿੱਚ ਸਿੱਖਾਂ ਦੇ ਉੱਚ ਆਹੁਦਿਆਂ 'ਤੇ ਹੋਣ ਦਾ ਭਰਮ ਪਾਲੀ ਬੈਠੇ ਹਨ, ਉਹਨਾਂ ਦੀ ਸੋਚ ਬਾਰੇ ਹੁਣ ਕੀ ਕਿਹਾ ਜਾ ਸਕਦਾ ਹੈ।

ਕਿੱਥੇ ਮੇਰੀ ਧਰਤੀ

ਕਿਸ ਖੋਹ ਲਈ ਸਾਡੇ ਪੈਰਾਂ ਦੀ ਜ਼ਮੀਨ
ਤੇ ਸਾਡੇ ਹਿੱਸੇ ਦੀ ਠੰਢੀ ਹਵਾ ਕਿੱਥੇ ਹੈ
ਕਿੱਥੇ ਹੈ ਸਾਡਾ ਉਜਲਾ ਤੇ ਨੀਲਾ ਅੰਬਰ
ਸਾਡੀ ਪਿਆਸੀ ਧਰਤੀ ਦਾ ਦਰਿਆ ਕਿੱਥੇ ਹੈ

ਸਾਡੇ ਖੇਤ-ਖਲਿਹਾਨ ਕਿਸੇ ਹੜੱਪ ਲਏ
ਪਾਣੀ, ਬਿਜਲੀ ਸਾਡੇ ਹੱਕ ਵੀ ਗ੍ਰਸ ਲਏ
ਜਾਪਦਾ ਸੀ ਪਿੰਡ ਸਾਰਾ ਆਪਣਾ ਹੀ ਘਰ
ਜੋ ਵਸੀ ਗੁਰਾਂ ਦੇ ਨਾਂ, ਉਹ ਧਰਾ ਕਿੱਥੇ ਹੈ

ਸਾਡੇ ਆਬਾਂ ਦਾ ਰੰਗ ਸੁਰਖਿਆ
ਸਾਡੇ ਸਬਜ਼ ਨੂੰ ਕਿਸੇ ਡੱਸਿਆ
ਜੋ ਸਾਡੇ ਹਾਸੇ ਨਾਲ ਸੀ ਹੱਸਿਆ
ਉਹ ਭਾਈਚਾਰੇ ਦਾ ਪਾਹ ਕਿੱਥੇ ਹੈ

ਚੌਤਰਫ਼ੀ ਚਲਦੀਆਂ ਗੋਲ਼ੀਆਂ
ਹੋਈਆਂ ਛਲਣੀ ਜਿੰਦਾਂ ਭੋਲ਼ੀਆਂ
ਬਾਰੂਦ ਨਾ ਜਿੱਥੇ ਛਿੜਕਿਆ
ਦਸ ਉਹ ਫਿਜ਼ਾ ਕਿੱਥੇ ਹੈ

ਓਹੀ ਨੇ ਮੁਖੜੇ, ਵੰਨ-ਸੁਵੰਨੇ
ਜੇਠ-ਹਾੜ ਤਰੇੜੇ, ਕੱਕਰ ਭੰਨੇ
ਪਰ ਹੁਣ ਝੀਥਾਂ 'ਚੋ ਝਾਕਦੀਆਂ
ਕੈਰੀਆਂ ਅੱਖਾਂ ਦੀ ਹਯਾ ਕਿੱਥੇ ਹੈ

ਖੇਤ ਵੱਟ ਪਗਡੰਡੀ ਘੱਟਾ
ਨਜ਼ਰ ਨਾ ਆਵੇ ਸੁਰਖ ਦੁਪੱਟਾ
ਅਣਖ ਤੇਰੀ ਜੋ ਲਲਕਾਰੇ ਜੱਟਾ
ਤੇਰਾ ਉਹ ਸੁਭਾ ਕਿੱਥੇ ਹੈ

ਗਾਂਧੀਵਾਦੀ ਇਕ ਕਿਤਾਬ ਸੀ
ਸੰਤਾਲੀ ਪਹਿਲਾਂ ਲਿਖਿਆ ਹਿਸਾਬ ਸੀ
ਤੇ ਜਿੱਥੇ ਕੌਲਨਾਮਾ ਸੀ ਲਿਖਿਆ
ਉਹ ਸਫ਼ਾ ਕਿੱਥੇ ਹੈ

ਤੇਰਾ ਨਸਲਕੁਸ਼ੀ ਦਾ ਅਹਿਦ ਹੈ
ਸਾਡੀ ਵੀ ਜੱਦੋ-ਜਹਿਦ ਹੈ
ਕੋਈ ਰਾਜ ਜੋ ਕੂੜ ਤੇ ਪਨਪਿਆ
'ਸੁਰਜੀਤ' ਹੈ, ਤਾਂ ਦਿਖਾ ਕਿੱਥੇ ਹੈ

ਭਾਰਤ ਵਿਚ ਯੂਪੀ, ਹਰਿਆਣਾ, ਆਂਧਰਾ, ਤਾਮਿਲ ਨਾਡੂ ਤੇ ਪੰਜਾਬ ਆਦਿ ਦੀਆਂ ਕਿਸਾਨ ਜਥੇਬੰਦੀਆਂ ਦੀ ਅਗਵਾਈ ਵਿੱਚ ਨਵੰਬਰ 2020 ਤੱਕ ਲੱਖਾਂ ਲੋਕ ਦਿੱਲੀ ਵੱਲ ਕੂਚ ਕਰ ਗਏ ਸਨ ਜਦੋਂ ਕਿ ਕੇਂਦਰ ਚਾਹੁੰਦਾ ਸੀ ਕਿ ਕਿਸਾਨ ਦਿੱਲੀ ਦੀ ਸਰਹੱਦ ਤੋਂ ਦੂਰ ਇਸ ਰੋਸ ਮੁਜ਼ਾਹਰੇ ਲਈ ਬੁਰਾੜੀ ਮੈਦਾਨ ਵੱਲ ਚਲੇ ਜਾਣ, ਪਰ ਕਿਸਾਨ ਦਿੱਲੀ ਦੀਆਂ ਸਰਹੱਦਾਂ ਤੇ ਹੀ ਰਹਿਣ ਨੂੰ ਤਰਜੀਹ ਦਿੰਦੇ ਸਨ ਅਤੇ ਬੁਰਾੜੀ ਦੀ ਬਜਾਏ ਜੰਤਰ-ਮੰਤਰ' ਤੇ ਵਿਰੋਧ ਪ੍ਰਦਰਸ਼ਨ ਕਰਨ ਦੀ ਤਜਵੀਜ਼ ਅੱਗੇ ਰੱਖਦੇ ਸਨ।

ਪ੍ਰਦਰਸ਼ਨਾਂ ਦੀ ਗਲਤ ਜਾਣਕਾਰੀ ਦੇਣ ਲਈ ਕਿਸਾਨਾਂ ਨੇ ਰਾਸ਼ਟਰੀ ਮੀਡੀਆ ਦੀ ਵੀ ਅਲੋਚਨਾ ਕੀਤੀ ਅਤੇ "ਗੋਦੀ ਮੀਡੀਆ ਮੁਰਦਾਬਾਦ" ਵਰਗੇ ਨਾਅਰੇ ਲਗਾਏ। ਸਰਦੀ, ਗਰਮੀ, ਬਰਸਾਤ ਵਿਚ ਖੁਲ੍ਹੇ ਅਸਮਾਨ ਹੇਠਾਂ ਘਰਾਂ ਤੋਂ ਦੂਰ ਬੈਠੇ, ਅੱਜ 17 ਸਿਤੰਬਰ 2021 ਤੱਕ ਤਕਰੀਬਨ 700 ਕਿਸਾਨ ਸ਼ਹੀਦ ਹੋ ਚੁਕੇ ਹਨ, ਕਿਸਾਨ ਸੰਘਰਸ਼ ਸਰਕਾਰੀ ਕੇਸਾਂ ਦੇ ਡਰ ਤੋਂ ਖ਼ਤਮ ਹੋਣ ਵਾਲਾ ਨਹੀਂ ਹੈ, ਜਾਪਦਾ ਹੈ, ਇਹ ਤਾਂ ਹੁਣ ਖੇਤੀ ਕਾਨੂੰਨ ਰੱਦ ਹੋਣ ਤੋਂ ਬਾਅਦ ਹੀ ਖ਼ਤਮ ਹੋਵੇਗਾ। ਜਦੋਂ ਗੁਰੂ ਨਾਨਕ ਜੀ ਨੇ ਕਰਤਾਰਪੁਰ ਵਿਚ ਪਹਿਲੀ ਵਾਰ ਖੇਤੀ ਕਰਨ ਲਈ ਹੱਲ ਚਲਾਇਆ ਹੋਏਗਾ ਤਾਂ...

ਮੈਂ ਉਹੀ ਹਲ਼ ਬੋਲਦਾਂ

ਸਿਦਕ ਦੀ ਖੇਤੀ ਲਈ ਜਦ
ਉਸਨੇ ਕਰਤੇ ਦੀ ਪੁਰੀ ਵਿਚ
ਇਕ ਸੁਭਾਗੇ ਰਣਖੇਤ ਨੂੰ
ਚਰਨ-ਧੂੜ ਬਣਾ ਦਿੱਤਾ
ਤਾਂ ਹੀ ਮੈਂ ਸਮਝ ਗਿਆ ਸਾਂ
ਕਿ ਮੈਂ ਬੇਜਾਨ ਕਾਠ ਹਲ਼ ਵਿਚ

ਆਪਣੀ ਇਲਾਹੀ-ਛੋਹ ਨਾਲ
ਜਿਸ ਰੱਬੀ ਝਰਨਾਹਟ
ਤੇ ਮਿੱਠੀ ਕੰਬਣੀ ਛੇੜੀ

ਉਹ ਜ਼ਰੂਰ ਹੀ ਕੋਈ
ਦਰਵੇਸ਼ੀ-ਕਿਸਾਨ ਹੈ

ਅੱਜ ਵੀ ਸੱਜਰੀ ਵਾਹੀ
ਤ੍ਰੇਲ ਭਿੱਜੀ ਮਿੱਟੀ ਉੱਪਰ
ਰੁਮਕਦੀ ਖੁਸ਼ਬੋਈ
ਚਾਨਣ ਵੰਡਦੇ ਜੁਗਨੂੰ
ਮੰਡਰਾਉਂਦੇ ਅੱਕ ਦੇ ਫੰਬੇ
ਅਰਸ਼ੀ-ਸੁਨੇਹਾ ਦੇਣ ਆਉਂਦੇ ਹਨ
ਕਿ ਪੌਣ, ਪਾਣੀ ਤੇ ਮਾਂ-ਧਰਤ ਦਾ
ਸਦੀਵੀ ਹੱਥ ਕਿਰਤੀਆਂ ਸਿਰ ਹੈ

ਰੱਤ-ਪਸੀਨੇ ਸਿੰਜੀ ਭੋਇੰ ਵਿੱਚ
ਉਸ ਨਿਰਭੈ ਹਾਲੀ ਨੇ ਜੋ
ਨਿਰਵੈਰਤਾ ਦੇ ਬੀਜ ਬੋਏ ਸਨ
ਉਹ ਜ਼ਰੂਰ ਪੁੰਗਰਨਗੇ, ਵੀਰੋ!

ਬਸ ਲਾਲਚੀ ਪੂੰਜੀਪਤੀਆਂ ਅਤੇ
ਰਿਸ਼ਵਤਖੋਰ ਸਰਕਾਰ ਦੀ
ਕੈੜੀ ਅੱਖ ਦਾ ਕੋਈ ਤੋੜ ਲੱਭ ਲਵੇ
ਜਾਂ ਧੀਰਜ, ਸਬਰ ਦੀ ਢਾਲ਼ ਨਾਲ
ਹੜ੍ਹ ਹਿੰਸਾ ਦੇ ਠੱਲ੍ਹ ਲਵੇ

'ਸੁਰਜੀਤ' ਜਿਹੇ ਗਰੀਬੜੇ
ਕਿਰਸਾਨਾਂ ਦਾ ਕੱਲ੍ਹ ਬੋਲਦਾਂ
ਮੁੜ ਸਾਈਂ-ਛੋਹ ਤਰਸਦਾ
ਮੈਂ, ਉਹੀ ਹਲ਼ ਬੋਲਦਾਂ!

ਵਿਕੀਪੀਡੀਆ ਅਨੁਸਾਰ ਭਾਰਤ ਵਿੱਚ ਗਰੀਬੀ ਬਹੁਤ ਵਿਆਪਕ ਹੈ ਜਿੱਥੇ ਅੰਦਾਜ਼ੇ ਮੁਤਾਬਕ ਦੁਨੀਆ ਦੀ ਸਾਰੀ ਗਰੀਬ ਅਬਾਦੀ ਦਾ ਤੀਜਾ ਹਿੱਸਾ ਰਹਿੰਦਾ ਹੈ। 2010 ਵਿੱਚ ਵਿਸ਼ਵ ਬੈਂਕ ਨੇ ਇਤਲਾਹ ਦਿੱਤੀ ਕਿ ਭਾਰਤ ਦੇ 32.7% ਲੋਕ ਰੋਜ਼ਾਨਾ 1.25 ਅਮਰੀਕੀ ਡਾਲਰ ਦੀ ਅੰਤਰਰਾਸ਼ਟਰੀ ਗਰੀਬੀ ਰੇਖਾ ਤੋਂ ਹੇਠਾਂ ਰਹਿੰਦੇ ਹਨ ਅਤੇ 68.7 % ਲੋਕ ਰੋਜ਼ਾਨਾ 2 ਅਮਰੀਕੀ ਡਾਲਰ ਤੋਂ ਘੱਟ ਵਿੱਚ ਗੁਜ਼ਾਰਾ ਕਰਦੇ ਹਨ।

ਭਾਰਤ ਮਹਾਨ

ਮਰਦੇ ਬਾਲ ਕਿੰਨੇ, ਭੁੱਖ ਹੰਢਾਣ ਵਾਲੇ
ਨਿੱਤ ਲਟਕਦੇ ਸੂਲੀ, ਅੰਨ ਉਗਾਣ ਵਾਲੇ

ਭਾਰਤ ਦੇਸ਼ ਨੂੰ ਕਿਉਂ ਨਾ ਮਹਾਨ ਆਖਾਂ
ਜਿੱਥੇ ਮਰਦੇ ਨੇ ਭੁੱਖੇ ਤੇ ਬਹੁਤਾ ਖਾਣ ਵਾਲੇ

ਪੰਜਾਬ ਇੱਕ ਵੱਖਰਾ ਦੇਸ ਹੈ, ਪਰ ਕਿਵੇਂ? ਭਾਰਤ ਦੇ ਬਾਕੀ ਪ੍ਰਾਂਤਾਂ ਦੇ ਜੋ ਕੁਦਰਤੀ ਸੋਮੇਂ ਜਾ ਹੋਰ ਵਸੀਲੇ ਹਨ ਉਹ ਉਨ੍ਹਾਂ ਪ੍ਰਾਂਤਾਂ ਦੀ ਮਲਕੀਅਤ ਗਿਣੇ ਗਏ ਹਨ, ਉਹ ਉਨ੍ਹਾਂ ਨੂੰ ਜਿਵੇਂ ਜੀਅ ਚਾਹੇ ਵਰਤਣ। ਪਰ ਪੰਜਾਬ ਲਈ ਇਨ੍ਹਾਂ ਸੰਬੰਧੀ ਵਤੀਰਾ ਵੱਖਰਾ ਹੈ। ਪੰਜਾਬ ਦੇ ਦਰਿਆਵਾਂ, ਬਿਜਲੀ ਆਦਿ ਅਤੇ ਪੰਜਾਬ ਦੀ ਰਾਜਧਾਨੀ ਉੱਤੇ ਭਾਰਤ ਦਾ ਬਿਨਾਂ ਕਿਸੇ ਦਲੀਲ ਸਿੱਧਾ ਕਬਜ਼ਾ ਹੈ। ਕਿਉਂਕਿ ਪੰਜਾਬ ਨੂੰ ਭਾਰਤ ਨੇ ਆਪਣੀ ਬਸਤੀ (ਨਵੀਂ ਆਬਾਦੀ-ਕਲੋਨੀ) ਸਮਝਿਆ ਤੇ ਬਣਾ ਕੇ ਰੱਖਿਆ ਹੈ।

ਇਸ ਕਰਕੇ ਬਸਤੀ ਨੂੰ ਆਜ਼ਾਦ ਕਰਵਾਉਣ ਲਈ ਟਿੱਲ ਲਾ ਰਹੇ ਹਨ ਸਾਡੇ ਬਾਗ਼ੀ ਜੁਝਾਰੂ। ਇਹ ਜੁਝਾਰੂ ਬਣਨਾ ਨਹੀਂ ਚਾਹੁੰਦੇ ਸਨ, ਇਨ੍ਹਾਂ ਨੂੰ ਜੁਝਾਰੂ ਬਣਾਇਆ ਗਿਆ। ਜੇ ਉੱਪਰ ਦੱਸਿਆ ਪੰਜਾਬ ਦੇ ਵਸੀਲਿਆਂ ਸੰਬੰਧੀ ਵਰਤਾਉ ਨਾ ਕੀਤਾ ਜਾਂਦਾ ਤਾਂ ਖਾਸ ਕਰਕੇ 1947 ਮੁਲਕ ਦੀ ਵੰਡ ਸਮੇਂ ਸਿੱਖਾਂ ਨੇ ਆਪਣੇ ਲਈ ਜੁਦਾ ਮੁਲਕ ਲੈਣ ਦੀ ਥਾਂ ਭਾਰਤ ਨਾਲ ਰਹਿ ਕੇ ਜੋ ਖੁੱਲਦਿਲੀ ਦਿਖਾਈ ਸੀ, ਉਸ ਮੁਤਾਬਿਕ ਜੁਝਾਰੂ ਕਦੇ ਜੁਝਾਰੂ ਨਾ ਬਣਦੇ ਅਤੇ ਮੁਲਕ ਦਾ ਅਮਨ ਚੈਨ ਇਸ ਤਰ੍ਹਾਂ ਨਾ ਵਿਗੜਦਾ। ਇਹ ਮਹਾਨ ਤੋਂ ਵੀ ਮਹਾਨ ਗਲਤੀ ਹੈ ਭਾਰਤੀ ਹੁਕਮਰਾਨਾਂ ਦੀ।

ਹੁਣ ਦੋ ਹੀ ਰਾਹ ਹਨ, ਜਾਂ ਤਾਂ ਪੰਜਾਬ ਦੇ ਸਾਰੇ ਵਸੀਲੇ ਪੰਜਾਬ ਨੂੰ ਵਾਪਸ ਕਰਨ ਤੇ ਜਿਵੇਂ ਉਹ ਚਾਹੇ ਉਨ੍ਹਾਂ ਨੂੰ ਵਰਤੇ, ਜਾਂ ਫਿਰ ਪੰਜਾਬ ਨੂੰ ਬਿਨਾ ਕਿਸੇ ਝਗੜੇ, ਕੱਟ-ਵੱਢ ਆਦਿ ਤੋਂ ਆਜ਼ਾਦ ਕਰ ਦੇਣ।

ਸਰਕਾਰੀ ਅਹਿਦਨਾਮਾ

ਪੰਜਾਬ ਦੇ ਕਿਸੇ ਨੌਜਵਾਨ ਨੂੰ ਹੁਣ
ਭੁੱਖਾ ਤਾਂ ਨਹੀਂ ਮਰਨ ਦਿਆਂਗੇ

ਇਹ ਨੌਬਤ ਆਣ ਤੋਂ ਪਹਿਲਾਂ ਹੀ
ਕਿਸੇ ਦਰਖਤ ਤੋਂ ਟੰਗ ਦਿਆਂਗੇ

ਜੇ ਰੁੱਖ ਦਾ ਟਾਹਣ ਹੀ ਟੁੱਟ ਗਿਆ
ਤਾਂ ਫਿਰ ਐਨਕਾਉਂਟਰ ਕਰ ਦਿਆਂਗੇ

ਚੰਗੀ ਕਿਸਮਤ ਜੇ ਬਚ ਗਿਆ 'ਸੁਰਜੀਤ'
ਤਾਂ ਬੋਟੀਆਂ ਕਰ ਨਹਿਰ 'ਚ ਰੋਹੜ ਦਿਆਂਗੇ

ਇਹ ਅਹਿਦ ਹੈ, ਸਾਡੀ ਸਰਕਾਰ ਦਾ
ਹੁਣ ਜਵਾਨੀ ਭੁੱਖੀ ਨਹੀਂ ਮਰਨ ਦਿਆਂਗੇ

ਦਿਵਾਲ਼ੀ ਦੇ ਦਿਨਾਂ ਵਿੱਚ ਖ਼ਤਰਨਾਕ ਪ੍ਰਦੂਸ਼ਕਾਂ ਦੀ ਮਿਕਦਾਰ ਬਹੁਤ ਵਧ ਜਾਂਦੀ ਹੈ। ਦੁਨੀਆ ਦੇ ਸਭ ਤੋਂ ਵੱਧ ਗੰਦੀ ਹਵਾ ਵਾਲੇ 30 ਸ਼ਹਿਰਾਂ ਵਿਚੋਂ 20 ਭਾਰਤ ਵਿੱਚ ਹਨ। ਦਿਵਾਲ਼ੀ ਦੇ ਦਿਨਾਂ ਵਿੱਚ, ਦਿੱਲੀ ਅਤੇ ਦੇਸ਼ ਦੇ ਦੂਜੇ ਹੋਰ ਕਈ ਸ਼ਹਿਰਾਂ ਵਿੱਚ ਹਵਾ ਦੀ ਗੁਣਵੱਤਾ ਵਿੱਚ ਵੱਡਾ ਨਿਘਾਰ ਦਰਜ ਕੀਤਾ ਜਾਂਦਾ ਹੈ। ਕਈ ਸੂਬਿਆਂ ਨੇ ਪਟਾਕਿਆਂ ਨੂੰ ਵੇਚਣ-ਖ਼ਰੀਦਣ ਉੱਪਰ ਪਾਬੰਦੀ ਲਗਾਈ ਹੋਈ ਹੈ। ਹਾਲਾਂਕਿ ਇਸ ਪਾਬੰਦੀ ਦੀ ਪਾਲਣਾ ਬਹੁਤ ਢਿੱਲੇ ਤਰੀਕੇ ਨਾਲ ਹੀ ਕੀਤੀ ਜਾਂਦੀ ਹੈ। ਦਿਵਾਲ਼ੀ ਦੇ ਦਿਨਾਂ ਵਿਚ ਅੱਗ ਲੱਗਣ ਦੀਆਂ ਘਟਨਾਵਾਂ ਵਿਚ ਬਹੁਤ ਵਾਧਾ ਹੋ ਜਾਂਦਾ ਹੈ, ਹਾਲਾਂਕਿ ਜਿਆਦਾਤਰ ਗਰੀਬ-ਮਜ਼ਦੂਰਾਂ ਦੀਆਂ ਘਾਹ-ਫੂਸ ਤੇ ਲੱਕੜੀ ਦੀਆਂ ਬਣੀਆਂ ਕੱਚੀਆਂ ਝੌਂਪੜੀਆਂ ਦਾ ਹੀ ਨੁਕਸਾਨ ਹੁੰਦਾ ਹੈ। ਸਸਤੀਆਂ ਮਿਠਾਈਆਂ ਤੇ ਪਟਾਖਿਆਂ ਨਾਲ ਆਮ ਲੋਕਾਂ ਦੇ ਫੇਫੜੇ ਤੇ ਮਿਹਦੇ ਜ਼ਰੂਰ ਧੁਆਂਖੇ ਜਾਂਦੇ ਹਨ।

ਲੰਘੀ ਦਿਵਾਲ਼ੀ

ਦੁੱਧ, ਖੋਆ ਨਕਲੀ, ਅੰਤੜੀ ਮਿਹਦੇ
ਫੇਫੜਿਆਂ ਤੇ ਨਵੀਂ ਪਰਤ ਚੜ੍ਹਾਲੀ

ਦਿਨ ਸਾਫ਼ ਸੁਨਹਿਰਾ, ਕੀਤਾ ਕਾਲ਼ਾ
ਦਿਲ, ਨੀਅਤ ਤਾਂ ਪਹਿਲੇ ਸੀ ਕਾਲ਼ੀ

ਹੁਣ ਰਾਮ-ਲਖਣ ਜਾਪਣ ਖਲਨਾਇਕ
ਜੋਤ, ਰਾਵਣ ਸੂਪਨਖਾ ਲਈ ਬਾਲ਼ੀ

ਸੈਂਕੜੇ ਛੱਪਰ ਸੜ ਸੁਆਹ ਹੋਏ ਦਿੱਲੀ
ਹਵਾਈ ਛੱਡੀ ਅਮੀਰ ਕਿਸੇ ਲੋਹੀ ਬਾਲ਼ੀ

ਵਧਿਆ ਕਰਜ਼ਾ, ਚੌਗਿਰਦ ਪ੍ਰਦੂਸ਼ਣ
ਲਉ ਫਿਰ ਲੰਘੀ ਇਕ ਹੋਰ ਦਿਵਾਲ਼ੀ

ਧਨਾਢਾਂ ਭਰ ਲਏ ਬੈਂਕ ਤੇ ਬਟੂਏ
'ਸੁਰਜੀਤ' ਦੀ ਜੇਬ ਤੇ ਖਾਤਾ ਖ਼ਾਲ਼ੀ

ਠਹਿਰਾਉ ਚਾਣਕਿਆ ਰਾਜਨੀਤੀ ਦੇ ਜ਼ਖ਼ਮ ਲੰਘੀ ਦਿਵਾਲੀ

ਭਾਰਤ ਵਿਚ ਸਾਲ 1984 ਦੌਰਾਨ ਸਿੱਖਾਂ ਦੇ ਮੱਕੇ, ਅੰਮ੍ਰਿਤਸਰ ਵਿੱਚ ਸਾਕਾ ਨੀਲਾ ਤਾਰਾ ਤੋਂ ਬਾਦ ਨਵੰਬਰ 1984 ਵਿਚ ਸਮੇਂ ਦੀ ਕਾਂਗਰਸ ਸਰਕਾਰ ਦੀ ਸ਼ਹਿ ਤੇ ਦਿੱਲੀ ਸਮੇਤ ਦੇਸ਼ ਦੇ ਵੱਖ-ਵੱਖ ਥਾਵਾਂ ਤੇ ਹਜ਼ਾਰਾਂ ਬੇਗੁਨਾਹ ਸਿੱਖਾਂ ਦਾ ਕਤਲੇਆਮ ਕੀਤਾ ਗਿਆ।

ਸੈਂਕੜੇ ਦੰਗਾਈਆਂ ਦੀਆਂ ਭੀੜਾਂ ਸਿੱਖਾਂ ਦੇ ਮਹੱਲਿਆਂ ਵਿਚ ਇਕੱਠੀਆਂ ਹੋ ਕੇ ਵੋਟਰ ਲਿਸਟਾਂ ਅਨੁਸਾਰ ਨਿਸ਼ਾਨ-ਦੇਹੀ ਕੀਤੇ ਸਿੱਖਾਂ ਦੇ ਘਰੋਂ-ਘਰੀਂ ਜਾਂਦੀਆਂ ਸਨ, ਉਹ ਸਿੱਖਾਂ ਨੂੰ ਘਰੋਂ ਕੱਢਦੇ, ਮਾਰਦੇ ਅਤੇ ਫਿਰ ਉਨ੍ਹਾਂ 'ਤੇ ਤੇਲ ਪਾ ਕੇ ਅੱਗ ਲਗਾ ਦਿੰਦੇ।

ਇਲਾਕੇ ਦੇ ਕਾਂਗਰਸੀ ਤਮਾਸ਼ਬੀਨਾਂ ਨੇ ਗਲੇ ਵਿਚ ਟਾਇਰ ਪਾ, ਪੈਟ੍ਰੋਲ ਭਰਕੇ ਅੱਗਾਂ ਲਾ ਕੇ ਤਮਾਸ਼ੇ ਦੇਖੇ। ਲਾਂਬੂਆਂ ਵਿਚ ਤੜਪਦੀਆਂ ਦੇਹੀਆਂ ਮੌਕੇ 'ਦੇਖੋ ਸਿੱਖ ਭੰਗੜੇ' ਕਰਦੇ ਅਤੇ 'ਯਾਦ ਕਰੇਗਾ ਖਾਲਸਾ' ਵਰਗੇ ਭੱਦੇ ਮਜ਼ਾਕ ਆਮ ਸੁਣੇ ਜਾ ਸਕਦੇ ਸਨ।

ਜਿੱਥੇ ਵਿਦੇਸ਼ ਦੀਆਂ ਸਰਕਾਰਾਂ ਸਿੱਖਾਂ ਤੇ ਹੋਏ ਇਸ ਵਹਿਸ਼ੀਆਨਾ ਕਾਰੇ ਦੀ ਨਿਖੇਧੀ ਕਰਦੀਆਂ ਰਹੀਆਂ, ਉੱਥੇ ਕਾਂਗਰਸ ਪਾਰਟੀ ਇਨ੍ਹਾਂ ਘਟਨਾਵਾਂ ਦੇ ਦੋਸ਼ੀਆਂ ਨੂੰ ਵਡੇ ਅਹੁਦਿਆਂ ਨਾਲ ਨਿਵਾਜ ਕੇ ਸਿੱਖਾਂ ਦੇ ਜ਼ਖਮਾਂ ਤੇ ਲੂਣ ਛਿੜਕਦੀ ਰਹੀ। ਸਿੱਖ ਨਸਲਕੁਸ਼ੀ 1984 ਯਾਦ ਕਰਕੇ ਅੱਜ ਵੀ ...

ਖੌਲਦਾ ਹੈ ਖ਼ੂਨ

ਅੱਖਾਂ ਤੇ ਪੱਟੀ ਬੰਨ੍ਹਕੇ
ਹਰ ਭਾਰਤੀ ਅਦਾਲਤ ਵਿਚ
ਇਨਸਾਫ਼ ਦੇਵੀ ਦਾ ਬੁੱਤ ਖੜ੍ਹਕੇ
ਹਰ ਜੱਜ ਦੀ ਕੁਰਸੀ ਦੇ ਪਿੱਛੋਂ ਝਾਕਦਾ ਹੈ
ਤਰਾਜੂ ਪਕੜ ਇਹੀ ਸਲਾਹ ਦੇ ਰਿਹਾ ਜਾਪਦਾ ਹੈ
ਤੁਸੀਂ ਬਸ ਅੱਖਾਂ ਤੇ ਪੱਟੀ ਬੰਨ੍ਹ ਫੈਸਲੇ ਦੇਈ ਜਾਉ ਜੱਜ ਸਾਹਿਬਾਨ
ਅੰਨੀਆਂ ਅਦਾਲਤਾਂ, ਝੂਠੇ ਵਕੀਲ, ਬੇਵੱਸ ਇਨਸਾਨ
ਚਾਰ ਦਹਾਕੇ ਹੰਢਾਏ ਕੌਮ ਨੇ ਉਡੀਕਦੇ ਇਨਸਾਫ਼
ਸਿੱਖ ਨਸਲਕੁਸ਼ੀ ਨਹੀਂ ਹੋਣੀ ਕਦੇ ਮਾਫ਼
ਹੁਣ ਤੱਕ ਬੇਦੋਸ਼ਿਆਂ ਦਾ ਸਾਡੇ ਸਿਰ

ਚੜ੍ਹਕੇ ਬੋਲਦਾ ਹੈ ਖ਼ੂਨ
ਅੱਜ ਵੀ ਸਾਰੀ
ਕੌਮ ਦਾ
ਖੌਲਦਾ ਹੈ ਖ਼ੂਨ!

ਸੈਂਕੜੇ ਅਬਲਾਵਾਂ ਰੋਈਆਂ
ਦਿਨ-ਦਿਹਾੜੇ ਜਿਹੜੀਆਂ ਹੋਈਆਂ
ਨਿਥਾਵੀਆਂ, ਨਿਖਸਮੀਆਂ ਤੇ ਨਿਪੁੱਤੀਆਂ
ਦਿਨ-ਦਿਹਾੜੇ ਚੂੰਢਦੇ ਰਹੇ ਪੁਲਸ, ਨੇਤਾ ਤੇ ਕਾਂਗਰਸੀ ਗੁੰਡੇ
ਕਾਲੋਨੀ ਸ਼ਾਮ ਬਣੀ ਕਤਲਗਾਹ, ਬੇਅੰਤ ਬਾਲਾਂ ਦੇ ਸਿਰ ਮਰੁੰਡੇ
ਮਾਸੂਮ ਬਚੀਆਂ ਸਾਹਵੇਂ ਜਿਨ੍ਹਾਂ ਦੇ ਦਿਨੇ ਸਾੜੇ ਤਾਏ, ਚਾਚੇ ਤੇ ਪਿਉ-ਭਰਾ
ਉਨ੍ਹਾਂ ਨਾਲ ਹੀ ਰਾਤ ਕੀਤਾ, ਹਿੰਦੂ ਟੋਲੀਆਂ ਰੱਲ਼ ਜਬਰ-ਜਿਨਾਹ
ਨਾਲ ਕਹਿੰਦੇ ਦੇਖਣਾ ਯਾਦ ਕਰੇਗਾ ਖਾਲਸਾ
ਹੁਣ ਕਿਵੇਂ ਭੁੱਲ ਜਾਈਏ, ਦਸੋ ਜ਼ਰਾ!
ਖ਼ੂਨ ਦੇ ਬਦਲੇ ਖ਼ੂਨ ਵੈਰੀ ਦਾ
ਟੋਲ੍ਹਦਾ ਹੈ ਖ਼ੂਨ
ਅੱਜ ਵੀ ਸਾਰੀ
ਕੌਮ ਦਾ
...ਖੌਲਦਾ ਹੈ ਖ਼ੂਨ!

ਆਦਮ-ਬੂ ਧੂਏਂ
ਸ਼ਹਿਰਾਂ ਦੇ ਸ਼ਹਿਰ ਢਕੇ
ਸਿੱਖ ਲਾਸ਼ਾਂ ਤੇ ਪਿੰਜਰ ਘਸੀਟਦੇ
ਸਿਰਫ਼ ਚੋਣਵੇਂ ਮਾਸ ਨੂੰ ਖਾਂਦੇ ਲੜਦੇ ਕੁੱਤੇ
ਗਲੀਆਂ, ਸੜਕਾਂ, ਪਟੜੀਆਂ ਲਹੂ ਭਿੱਜੀਆਂ,
ਲੋਥਾਂ, ਕੱਟੇ ਕੇਸ, ਝੁਲਸੇ ਅੰਗ ਤੇ ਪੱਗਾਂ ਰੁੱਲ਼ਦੀਆਂ
ਵਿਸ਼ਵ ਦੀ ਪਹਿਲੀ ਵਿਧਵਾ ਕਾਲੋਨੀ ਉਸਰੀ, ਚੁੱਪ ਦੇਖਦੀ ਦੁਨੀਆਂ
ਛੁਪ ਗਏ ਨਹਿਰੂ ਜੈਕੇਟ ਪਿਛੇ, ਕੁਝ ਗਾਂਧੀ ਟੋਪੀ ਥੱਲੇ

ਸਰਕਾਰੀ ਕੁਰਸੀਆਂ ਉੱਪਰ ਚਿੱਟੀ ਅਚਕਨ ਉਹਲੇ
ਉਹਨਾਂ ਤਰੱਕੀ-ਯਾਫਤਾ ਗੁੰਡਿਆਂ ਦੀ ਅੱਜ ਵੀ
ਹਰ ਕਾਂਗਰਸ ਭਵਨ ਵਿਚ ਝਾਕ
ਜ਼ਮੀਰ ਫਰੋਲਦਾ ਹੈ ਖ਼ੂਨ
ਅੱਜ ਵੀ ਸਾਰੀ
ਕੌਮ ਦਾ
...ਖੌਲਦਾ ਹੈ ਖ਼ੂਨ!

ਆਜ਼ਾਦੀ ਮਤਵਾਲੇ
ਚੁੰਮਕੇ ਫਾਂਸੀ ਦੇ ਫੰਦੇ
ਸੰਨ ਸੰਤਾਲੀਉਂ ਪਹਿਲੇ
ਆਪੇ ਗਲ਼ ਪਾ ਕੇ ਹਸਦੇ
ਹੰਟਰ ਛਿੱਲੇ ਲਹੂ ਲੁਹਾਨ ਨੰਗੇ ਪਿੰਡੇ
ਗਾਲੀਆਂ ਜਵਾਨੀਆਂ ਕਾਲ਼ੇ ਪਾਣੀਆਂ, ਖੁੱਸੇ ਖੇਤ-ਮਾੜੀਆਂ
ਬਾਦ ਸੰਤਾਲੀ ਹਾਰ ਉਡੀਕਦੇ ਗਲ਼, ਸੜਦੇ ਟਾਇਰ ਪਾ ਤੜਫ਼ਦੇ
ਮਾਰ ਤਾੜੀਆਂ ਭੀੜ ਆਖਦੀ, ਦੇਖੋ ਸਿੱਖੜੇ ਭੰਗੜੇ ਕਰਦੇ
ਘੱਟ-ਗਿਣਤੀਆਂ ਦਾ ਲਹੂ ਹਿੰਦੂ ਮੂੰਹ ਲਗਿਆ
ਗੁਲਾਮਾਂ 'ਚ ਸਦੀਆਂ ਸੁੱਤਾ ਸ਼ੈਤਾਨ ਜਗਿਆ
ਹੁਣ ਅਕ੍ਰਿਤਘਣ ਫਰੇਬੀ ਹਾਕਮ
ਸਿੱਖਾਂ ਦਾ ਰੋਲ਼ਦਾ ਹੈ ਖ਼ੂਨ
ਅੱਜ ਵੀ ਸਾਰੀ
ਕੌਮ ਦਾ
...ਖੌਲਦਾ ਹੈ ਖ਼ੂਨ!

ਸੁਣੋ ਮੌਜੂਦਾ ਹਾਕਮੋਂ
ਤੁਹਾਡੇ ਹੱਥਾਂ ਤੇ ਚਮਕ ਰਹੇ
ਮੁਸਲਿਮ, ਸਿੱਖ, ਬੋਧੀ, ਇਸਾਈਆਂ
ਦਲਿਤ ਤੇ ਮਾਸੂਮ ਆਦਿਵਾਸੀ ਖ਼ੂਨ ਦੇ ਨਿਸ਼ਾਨ

ਫੋਕੇ ਖੋਖਲੇ ਨਾਹਰਿਆਂ ਨਾਲ ਨੱਚ ਰਿਹਾ ਹੈ ਭਾਰਤ ਮਹਾਨ
ਘੱਟ ਗਿਣਤੀਆਂ ਦੀ ਰੱਤ ਚੂਸ-ਚੂਸ ਤੁਸੀਂ ਕਰ ਰਹੇ ਮਾਨਵਤਾ ਲਹੂ-ਲੁਹਾਨ
ਕਰਮ ਦਾਸ ਗਾਂਧੀ ਦੇ ਭਾਰਤ ਦੀ ਬਣਗੀ ਨਵੀਂ ਪਹਿਚਾਨ
ਗੈਂਗਰੇਪ, ਬੈਂਕ-ਲੁੱਟ ਤੇ ਕਤਲ-ਏ-ਆਮ
ਦੇਸ਼ਾਂ-ਬਦੇਸ਼ਾਂ ਨਸਲਕੁਸ਼ੀ ਬਰਸੀ ਤੇ
ਸੈਂਕੜੇ ਸਿੱਖ ਕਰ ਰਹੇ ਖ਼ੂਨਦਾਨ
ਵੈਰੀ ਨੂੰ ਭਾਵੇਂ ਮੌਤ-ਮੂੰਹੋਂ
ਮੋੜਦਾ ਹੈ ਖ਼ੂਨ
ਅੱਜ ਵੀ ਸਾਰੀ
ਕੌਮ ਦਾ
...ਖੌਲਦਾ ਹੈ ਖ਼ੂਨ!

ਲਗਦੈ ਬਹੁਗਿਣਤੀ ਹੁਣ
ਉਸ ਸਰਹੰਦ ਨੂੰ ਹਨ ਭੁੱਲ ਗਏ
ਡਾਢੀ ਇੱਟ ਨਾਲ ਇੱਟ ਖੜਕਾਣ ਵਾਲੀ
ਬੰਦੇ ਬਹਾਦਰ ਦੀ ਜੰਗ ਨੂੰ ਹਨ ਭੁੱਲ ਗਏ
ਲੰਡਨ ਊਧਮ ਦੇ ਕੀਤੇ ਪਲਟਵਾਰ ਰੰਗ ਨੂੰ ਹਨ ਭੁੱਲ ਗਏ
ਪੂਰੀ ਕੀਤੀ ਸਤਵੰਤ, ਬੇਅੰਤ ਨੇ ਹਰ ਸਿੱਖ-ਉਮੰਗ ਨੂੰ ਹਨ ਭੁੱਲ ਗਏ
ਵੀਹ ਸਾਲ ਨਾ ਚੜ੍ਹਿਆ ਕੋਈ ਘੋੜੀ, ਕੀ ਸਾਡੇ ਪਿੰਡ ਹਨ ਭੁੱਲ ਗਏ
ਪਿੰਡਾਂ ਦੀਆਂ ਖਾਲਾਂ 'ਚ ਵਗਾਈ ਅਸਾਡੀ ਗਰਮ ਰੱਤ
ਤੁਹਾਡੀ ਬਚਾਈ ਜਿੰਨ੍ਹਾਂ, ਉਹਨਾਂ ਦੀ ਰੁੱਲ਼ਦੀ ਪੱਤ
ਸਿਰ ਪਈ ਭਾਜੀ ਭਾੱਜੀ 'ਸੁਰਜੀਤ'
ਸਦਾ ਮੋੜਦਾ ਹੈ ਖ਼ੂਨ
ਅੱਜ ਵੀ ਸਾਰੀ
ਕੌਮ ਦਾ
...ਖੌਲਦਾ ਹੈ ਖ਼ੂਨ!

ਸਿੱਖਾਂ ਦਾ ਦਿੱਲੀ 'ਚ ਕਤਲੇਆਮ ਹੋਇਆ ਤਾਂ ਸੰਸਦ ਨੇ ਨਿਖੇਧੀ ਦਾ ਮਤਾ ਵੀ ਪਾਸ ਨਹੀਂ ਕੀਤਾ। ਮੌਤਾਂ 'ਤੇ ਦੁੱਖ ਵੀ ਪ੍ਰਗਟ ਨਹੀਂ ਕੀਤਾ। ਫਰਵਰੀ 1987 ਵਿੱਚ 1984 ਕਤਲੇਆਮ 'ਚ ਰੰਗਨਾਥਨ ਮਿਸ਼ਰਾ ਕਮਿਸ਼ਨ ਦੀ ਜਾਂਚ ਰਿਪੋਰਟ ਜਦੋਂ ਸੰਸਦ ਸਾਹਮਣੇ ਪੇਸ਼ ਹੋਈ ਤਾਂ ਰਾਜੀਵ ਗਾਂਧੀ ਨੇ ਆਪਣੀ ਬਹੁਮਤ ਨੂੰ ਵਰਤਦਿਆਂ ਇਸ ਉੱਪਰ ਚਰਚਾ ਹੀ ਨਹੀਂ ਹੋਣ ਦਿੱਤੀ।

ਕਮਿਸ਼ਨ ਵਾਲੇ ਰੰਗਨਾਥਨ ਮਿਸ਼ਰਾ ਬਾਅਦ ਵਿੱਚ ਭਾਰਤ ਦੇ ਚੀਫ਼ ਜਸਟਿਸ ਬਣਾਏ ਗਏ, ਫਿਰ ਨੈਸ਼ਨਲ ਹਿਊਮਨ ਰਾਈਟਸ ਕਮਿਸ਼ਨ ਦੇ ਪਹਿਲੇ ਚੇਅਰਮੈਨ, ਉਸ ਤੋਂ ਬਾਅਦ ਕਾਂਗਰਸ ਵੱਲੋਂ ਰਾਜ ਸਭਾ ਦੇ ਮੈਂਬਰ।

ਜਿਸ ਬਹੁ-ਗਿਣਤੀ ਕੌਮ ਲਈ ਲਈ ਸਾਡੇ ਪੁਰਖਿਆਂ ਨੇ ਬੇਅੰਤ ਕੁਰਬਾਨੀਆਂ ਕੀਤੀਆਂ, ਉਨ੍ਹਾਂ ਬੇਈਮਾਨਾਂ ਨੇ ਸਾਡੀ ਨਸਲਕੁਸ਼ੀ ਕਰਨ ਤਕ ਸੋਚ ਲਿਆ, ਫਿਰ ਪਿੱਛੇ ਬਚਦਾ ਹੀ ਕੀ ਹੈ।

'3 ਜੂਨ 1984, ਗੁਰਪੁਰਬ ਵਾਲੇ ਦਿਨ ਦਰਬਾਰ ਸਾਹਿਬ, ਅਮ੍ਰਿਤਸਰ ਉੱਤੇ ਕੀਤੇ ਗਏ ਹਮਲੇ ਨੇ ਲੋਕਾਂ ਦੇ ਮਨਾਂ ਵਿਚ ਸਿੱਖ ਇਤਿਹਾਸ ਦੇ ਉਨ੍ਹਾਂ ਭੀਆਵਲੇ ਦਿਨਾਂ ਦੀਆਂ ਯਾਦਾਂ ਤਾਜ਼ਾ ਕਰ ਦਿੱਤੀਆਂ ਜਿਨ੍ਹਾਂ ਦਾ ਜ਼ਿਕਰ ਇਤਿਹਾਸ ਦੀਆਂ ਪੁਸਤਕਾਂ ਵਿਚ ਆਉਂਦਾ ਹੈ।

ਇਤਿਹਾਸ ਵਿਚ ਅਜਿਹੀ ਕੋਈ ਮਿਸਾਲ ਨਹੀਂ ਮਿਲਦੀ ਕਿ ਅਮਨ ਦੇ ਸਮੇਂ ਵਿਚ ਕਿਸੇ ਘੱਟ-ਗਿਣਤੀ ਦੇ ਧਰਮ ਅਸਥਾਨ ਦੀ ਤਬਾਹੀ ਆਪਣੀ ਹੀ ਸਰਕਾਰ ਨੇ ਏਨੇ ਭਿਆਨਕ ਸਾਕੇ ਦੁਆਰਾ ਕੀਤੀ ਹੋਵੇ। ਬਲੂ-ਸਟਾਰ ਸਾਕਾ, ਭਾਰਤ ਦੇ, ਸਗੋਂ ਸੰਸਾਰ ਦੇ ਇਤਿਹਾਸ ਦਾ ਪਹਿਲਾ ਸਾਕਾ ਸੀ ਜਦੋਂ ਫ਼ੌਜਾਂ ਨੂੰ ਇਕ ਕੌਮ ਦੇ ਸਭ ਤੋਂ ਪਵਿੱਤਰ ਧਰਮ ਅਸਥਾਨ ਉਤੇ ਹਮਲਾ ਕਰਨ ਲਈ ਕਿਹਾ ਗਿਆ।

ਮਰਨ ਵਾਲਿਆਂ ਵਿਚ ਨਾ ਕੇਵਲ ਉਹ ਨੌਜਵਾਨ ਹੀ ਸਨ ਜਿਨ੍ਹਾਂ ਨੇ ਫ਼ੌਜ ਦਾ ਡੱਟ ਕੇ ਟਾਕਰਾ ਕੀਤਾ ਸਗੋਂ ਇਨ੍ਹਾਂ ਵਿਚ ਬਜ਼ੁਰਗ, ਬੱਚੇ, ਤੀਵੀਆਂ, ਨਵੇਂ ਵਿਆਹੇ ਜੋੜੇ ਅਤੇ ਬਾਹਾਂ ਵਿਚ ਨਵੇਂ ਜੰਮੇ ਬਾਲ ਚੁੱਕੀ ਜਵਾਨ ਇਸਤਰੀਆਂ ਵੀ ਸ਼ਾਮਲ ਸਨ।

ਬਹੁਤ ਸਾਰੇ ਸਿੱਖਾਂ ਦੇ ਹੱਥ ਉਨ੍ਹਾਂ ਦੀਆਂ ਪੱਗਾਂ ਨਾਲ ਪਿਛਲੇ ਪਾਸੇ ਬੰਨ੍ਹਣ ਉਪਰੰਤ ਉਨ੍ਹਾਂ ਨੂੰ ਨੇੜਿਉਂ ਗੋਲੀ ਮਾਰ ਦਿੱਤੀ ਗਈ ਸੀ। ਇਹ ਕਤਲੇਆਮ, ਆਜ਼ਾਦ ਭਾਰਤ ਦੇ ਇਤਿਹਾਸ ਦਾ ਸਭ ਤੋਂ ਭਿਆਨਕ ਸਾਕਾ ਮੰਨਿਆ ਜਾਵੇਗਾ।'

ਧੰਨਵਾਦ ਸਹਿਤ -ਗੁਰਦਰਸ਼ਨ ਸਿੰਘ ਢਿੱਲੋਂ ਹਿਸਟੋਰੀਅਨ ਲਿਖ਼ਤ

ਚੌਰਾਸੀ

ਪ੍ਰਕਰਮਾ ਵਿਛੇ ਨਿਹੱਥੇ ਤੇ ਫੌਜ
ਦਰਬਾਰ ਸਾਹਿਬ ਚੌਰਾਸੀ
ਇੱਲਾਂ- ਕਾਂਵਾਂ ਦਾ ਭੋਜ

—

ਤੂੜੇ ਬਟੂਏ ਜ਼ੇਵਰ ਘੜੀਆਂ
ਗਰਮ ਖੀਸੇ ਤੇ ਪਰਕ੍ਰਮਾ ਸਾਰੀ
ਲਾਸ਼ਾਂ ਧਰੀਕਣ ਕਰਿੰਦੇ ਸਰਕਾਰੀ

—

ਸੰਗਮਰਮਰ, ਸਰੋਵਰ ਦੋਵੇਂ ਲਾਲ
ਵਰਦੀ ਅਤੇ ਸ਼ਹੀਦਾਂ ਦਾ
ਬਾਜ ਕਿਆਸੇ ਅਨੁਪਾਤ

—

ਲੰਘਦੀ ਕੂੜਾ-ਗੱਡੀ
ਭਾਈ ਘਨਈਆ ਛਬੀਲ ਥਾਂਣੀ
ਸੁਣੇ ਮੱਧਮ ਆਵਾਜ਼ 'ਹਾਏ ਪਾਣੀ'

—

ਪਹੁੰਚੀਆਂ ਸ਼ਮਸ਼ਾਨ, ਵੱਲੋਂ ਤਖ਼ਤ-ਅਕਾਲ
ਕੂੜੇ ਵਾਲੀਆਂ ਗੱਡੀਆਂ
ਸੜਕ ਕਰਕੇ ਲਾਲ

—

ਡੱਕਿਆ ਹੋਇਆ ਸੱਤਵਾਦੀ
ਦਹਾਕਿਆਂ ਤੋਂ ਗੱਦੀ-ਨਸ਼ੀਨ ਅੱਤਵਾਦੀ
ਸਲਾਖਾਂ 'ਚ ਗਲਦੀ ਜਵਾਨੀ

—

ਜੇ ਕਲਮ ਥੀਂ ਨਾ ਉਤਰ ਸਕਿਆ
ਲਹੂ, ਤੂੰ ਅੱਖੋਂ ਕਿਉਂ ਨਾ ਵਗਿਆ
ਐਂਵੇਂ ਖੌਲਦਾ ਸੁੱਕਿਆ

—

ਪੰਦਰਾਂ ਅਗਸਤ ਸੰਤਾਲੀ
ਇਕ ਗ਼ੁਲਾਮੀ ਲਾਹੀ ਸਿੱਖਾਂ
ਪਾਈ ਦੂਜੀ ਗਲ਼ ਪੰਜਾਲੀ

ਸਿੱਖੀ ਨੇ ਭਾਰਤ ਨੂੰ ਆਪਣਾ ਪਿਆਰਾ ਦੇਸ ਸਮਝ ਕੇ ਉਸ ਸਮੇਂ ਦੇਸ ਦੇ ਹਰ ਪੱਖੋਂ ਹੱਦ ਦੀ ਗਿਰਾਵਟ ਵਿੱਚ ਡਿੱਗੇ ਨੂੰ ਕੱਢਣ ਲਈ ਜਿਸ ਤਰੀਕੇ ਨਾਲ ਤੇ ਜੋ ਕੁਝ ਕਰਨਾ ਸ਼ੁਰੂ ਕੀਤਾ ਤੇ ਕੀਤਾ, ਉਸਨੂੰ ਇਤਿਹਾਸ ਦੇ ਵਰਕੇ ਆਪਣੇ ਵਿੱਚ ਸੰਭਾਲੀ ਬੈਠੇ ਹਨ। ਉਨ੍ਹਾਂ ਵਿੱਚੋਂ ਬਹੁਤੇ ਵਰਕੇ ਇੰਜ ਲੱਗਦਾ ਹੈ ਕਿ ਉਹ ਸਿੱਖੀ ਖ਼ੂਨ ਨਾਲ ਲਿਖੇ ਗਏ ਹਨ। ਖ਼ੂਨ ਵੀ ਉਹ ਜਿਸਨੂੰ ਇਹ ਸਭ ਕੁਛ ਲਿਖਣ ਲਈ ਆਪਣੇ ਸੁਆਰਥ ਲਈ ਨਹੀਂ, ਸਭ ਕੁਛ ਦੇਸ ਭਾਰਤ ਦੀ ਸਭਿਅਤਾ, ਅਣਖ ਤੇ ਇੱਜ਼ਤ ਬਚਾਉਣ, ਬਰਕਰਾਰ ਰੱਖਣ ਅਤੇ ਹੋਰ ਵੀ ਚੜ੍ਹਦੀ ਕਲਾ ਵਿੱਚ ਕਰਨ ਲਈ ਦਿੱਤਾ ਗਿਆ। ਰਾਜਭਾਗ ਤੇ ਕਾਬਜ਼ ਫਿਰਕੂ ਸੋਚ ਨੇ, ਸਿੱਖ ਕੌਮ ਨਾਲ ਉਹ ਜਬਰ-ਜ਼ੁਲਮ ਕੀਤਾ ਜੋ ਕਦੇ ਵੀ ਭੁਲਾਇਆ ਨਹੀਂ ਜਾ ਸਕਦਾ। ਭਾਰਤ ਦੀ ਬਹੁਗਿਣਤੀ ਵਾਲੀ ਵਸੋਂ ਆਜ਼ਾਦੀ ਦੇ ਸੰਘਰਸ਼ ਸਮੇਂ ਵੀ ਚਾਣਕਿਆ ਰਾਜਨੀਤੀ ਹੀ ਖੇਡਦੀ ਰਹੀ ਹੈ ਅਤੇ ਅੱਜ ਵੀ ਜਾਰੀ ਹੈ।

ਕਤਲ-ਏ-ਆਮ

ਖ਼ੂਨੀ ਵਿਸਾਖੀ ਦੇ ਛਿੱਟੇ ਉੱਡੇ ਅਮ੍ਰਿਤਸਰ ਸ਼ਹਿਰ ਦੇ ਵਿਚੋਂ
ਅਠੱਤਰ ਬਲਾਰਪੁਰ ਰਹਿੰਦੇ, ਦਿਲ ਨੂੰ ਆਰਾਮ ਨਹੀਂ ਸੀ

ਫਿਰ ਚੜ੍ਹਿਆ ਉੱਨੀ ਸੌ ਅੱਸੀ, ਅਫ਼ਰੀਕਾ ਜਾ ਲੱਭੀ ਨੌਕਰੀ
ਚੌਵੀ ਘੰਟੇ ਦਾ ਪਹਿਲਾ ਹਵਾਈ ਸਫ਼ਰ, ਆਸਾਨ ਨਹੀਂ ਸੀ

ਖ਼ੂੰਖਾਰ ਭੀੜ ਫਿਰੇ ਲੱਭਦੀ, ਹਰ ਸਿੱਖ ਨੂੰ ਘਰੋਂ-ਘਰੀ
ਚੌਰਾਸੀ 'ਚ ਪਰਤਿਆ ਜਦ, ਸ਼ਹਿਰ ਤੋਂ ਅੰਜਾਨ ਨਹੀਂ ਸੀ

ਕਈ ਯਾਰਾਂ ਬਦਲੀ ਅੱਖ ਤੇ ਗੈਰਾਂ ਦੀ ਅੱਖ 'ਚ ਖ਼ੂਨ ਸੀ
ਕਿਉਂ ਖੋਲ੍ਹਦਾ ਬੂਹਾ ਖੜਕਦਾ, ਮੈਂ ਇਤਨਾ ਨਾਦਾਨ ਨਹੀਂ ਸੀ

ਭਾਰਤ 'ਚ ਪੱਗਾਂ ਦਾੜ੍ਹੀਆਂ, ਭੀੜਾਂ ਨੇ ਕੋਹ-ਕੋਹ ਕੇ ਸਾੜੀਆਂ
ਕੌਣ ਕਹਿੰਦੈ ਦੰਗਾ, ਇਹ ਸਿੱਖ ਕਤਲ -ਏ- ਆਮ ਨਹੀਂ ਸੀ

ਭਾਰਤੀ ਗਣਿਤ

ਨੇਤਾਵਾਂ ਜੋੜੇ
ਡਾਲਰ ਅਰਬਾਂ
ਚਿੱਤ ਖੁਭਿਆ
ਮਾਇਆ ਦੀਆਂ ਜਰਬਾਂ

ਮਨਫ਼ੀ ਹਿੰਮਤ
ਵੇਹਲੇ ਦੂਲਿਆਂ ਅੰਦਰੋਂ
ਹੁਣ ਦੇਸ਼-ਪ੍ਰੇਮ ਨਾ
ਟੁੰਬਦਾ ਤਰਬਾਂ

ਤਕਸੀਮ ਕਰੋ ਜੀ
ਹਥਿਆਰ ਦਲਾਲੀ
ਮਨਾਉਣਗੇ ਵਿਚੋਲੇ
ਸ਼ਾਨਦਾਰ ਦਿਵਾਲੀ

ਖ੍ਰੀਦੋ ਜਹਾਜ਼ ਘਟੀਆ
ਤੋਪ ਤੇ ਬੰਦੂਕ
ਅੰਧ-ਭਗਤਾਂ ਦੇ ਵੋਟ
ਐਤਕੀ ਮੁੱਠਣੇ ਨੇ ਖੂਬ

ਰਿਸ਼ਵਤ ਲੱਖਾਂ ਡਾਲਰ
ਵਿਚ ਸਵਿਸ ਬੈਂਕ ਜੋੜੋ
ਚਲੋ ਬਾਈ ਚਲੋ
ਹੁਣ ਮਸਜਿਦਾਂ ਤੋੜੋ

ਵੀਹ ਸਾਲਾਂ ਲਈ
ਸਿੰਘ ਜੇਲਾਂ ਵਿਚ ਤੂੜੇ
ਤੀਹ-ਪੈਂਤੀ ਸਾਲ ਗੁਜ਼ਰੇ
ਅਜੇ ਵੀ ਨਾ ਛੋੜੇ

ਗੋਧਰੇ ਗੈਂਗ ਲੁੱਟੀ ਬਿਲਕੀਸ
ਫਿਰ ਗਿਆਰਾਂ ਜੀਅ ਕੋਹੇ
ਅੱਜ ਪੰਦਰਾਂ ਅਗਸਤ
ਦੋਸ਼ੀ ਬਾਰਾਂ ਰਿਹਾਅ ਹੋਏ

ਵੀਹਵੀਂ ਸਦੀ ਦੇ ਮਹਾਨ ਸਿੱਖ ਸੰਤ ਜਰਨੈਲ ਸਿੰਘ ਭਿੰਡਰਾਂਵਾਲੇ ਸਿੱਖ ਧਾਰਮਿਕ ਸੰਗਠਨ ਦਮਦਮੀ ਟਕਸਾਲ ਦੇ ਆਗੂ ਸਨ। ਉਹ ਪੰਜਾਬ ਵਿੱਚ ਮੁੜ-ਸੁਰਜੀਤੀਵਾਦੀ ਅਤੇ ਬਾਗ਼ੀ ਲਹਿਰ ਦਾ ਪ੍ਰਤੀਕ ਬਣੇ। ਉਨ੍ਹਾਂ ਨੇ ਸਿੱਖਾਂ ਨੂੰ ਸ਼ੁੱਧ ਹੋਣ ਲਈ ਕਿਹਾ ਤੇ ਸ਼ਰਾਬ ਪੀਣ, ਨਸ਼ੇ ਕਰਨ, ਧਾਰਮਿਕ ਕੰਮਾਂ ਵਿੱਚ ਲਾਪਰਵਾਹੀ ਅਤੇ ਸਿੱਖ ਨੌਜਵਾਨਾਂ ਦੇ ਕੇਸ ਕਟਾਉਣ ਦੀ ਨਿਖੇਧੀ ਕੀਤੀ। ਕਾਂਗਰਸ ਦੀਆਂ ਗਤੀਵਿਧੀਆਂ ਨੇ 1980 ਦਹਾਕੇ ਦੇ ਅਰੰਭ ਵਿੱਚ ਉਨਾਂ ਨੂੰ ਇੱਕ ਵੱਡੇ ਨੇਤਾ ਦੇ ਰੁਤਬੇ ਤਕ ਪਹੁੰਚਾਇਆ।

1982 ਵਿੱਚ, ਭਿੰਡਰਾਂਵਾਲੇ ਅਤੇ ਅਕਾਲੀ ਦਲ ਨੇ ਧਰਮ ਯੁੱਧ ਮੋਰਚਾ ਸ਼ੁਰੂ ਕੀਤਾ, ਜਿਸਦਾ ਉਦੇਸ਼ ਸਿੱਖਾਂ ਲਈ ਅਨੰਦਪੁਰ ਸਾਹਿਬ ਮਤੇ ਦੇ ਅਧਾਰ ਤੇ ਮੰਗਾਂ ਦੀ ਸੂਚੀ ਦੀ ਪੂਰਤੀ ਹੈ। ਇਸ ਵਿਚ ਸਿੰਜਾਈ ਵਾਲੇ ਪੰਜਾਬ ਦੇ ਪਾਣੀਆਂ ਦੀ ਪ੍ਰਾਪਤੀ ਅਤੇ ਚੰਡੀਗੜ੍ਹ ਨੂੰ ਪੰਜਾਬ ਵਿਚ ਸ਼ਾਮਲ ਕਰਨ ਦੀ ਮੰਗ ਵੀ ਸੀ। ਜੂਨ 1984 ਵਿੱਚ ਹਰਿਮੰਦਰ ਸਾਹਿਬ ਦੀਆਂ ਇਮਾਰਤਾਂ ਵਿਚੋਂ ਜਰਨੈਲ ਸਿੰਘ ਭਿੰਡਰਾਂਵਾਲੇ ਅਤੇ ਉਨ੍ਹਾਂ ਦੇ ਸਾਥੀਆਂ ਨੂੰ ਹਟਾਉਣ ਲਈ ਬੰਬਾਂ, ਤੋਪਾਂ, ਹੈਲੀਕਾਪਟਰਾਂ ਤੇ ਅਤਿ ਆਧੁਨਿਕ ਹਥਿਆਰਾਂ ਨਾਲ ਲੈਸ ਲੱਖਾਂ ਭਾਰਤੀ ਫੌਜੀਆਂ ਦੁਆਰਾ ਅਪ੍ਰੇਸ਼ਨ ਬਲਿਊਸਟਾਰ ਚਲਾਇਆ ਗਿਆ ਸੀ। ਇਸ ਧਰਮ-ਯੁੱਧ ਵਿੱਚ ਭਾਰਤੀ ਫੌਜ ਅਤੇ ਅਕਾਲ ਤਖ਼ਤ ਦੀ ਇਮਾਰਤ ਦਾ ਬਹੁਤ ਵੱਡਾ ਨੁਕਸਾਨ ਹੋਣ ਦੇ ਬਾਦ ਭਿੰਡਰਾਂਵਾਲੇ ਤੇ ਉਨ੍ਹਾਂ ਦੇ ਬਹੁਤ ਸਾਰੇ ਸਾਥੀ ਸ਼ਹੀਦ ਹੋ ਗਏ।

ਘੁਰਕੀਆਂ

ਅੱਜ ਸਾਰੇ ਸੰਸਾਰ ਤੇ ਕਾਬਜ਼
ਮੁੱਠੀ-ਭਰ ਧਨਾਡ ਹਸਤੀਆਂ

ਮਾਨਵਤਾ ਬਾਕੀ ਸਭ ਗੁਲਾਮ
ਦਹਿਸ਼ਤ ਅੰਦਰ ਬਸਤੀਆਂ

ਅਮੀਰਾਂ ਲਈ ਜੱਜ, ਇਨਸਾਫ਼
ਗਰੀਬ ਲਹੂ ਤੇ ਜਾਨਾਂ ਸਸਤੀਆਂ

ਕੌਮਾਂ ਅਣਖੀ ਚਰਖੜੀ ਪੀੜੀਆਂ
ਪੀਂਦੇ ਹਾਕਮ ਰੱਤ ਲੈ ਚੁਸਕੀਆਂ

ਮਾਰ-ਸਾੜ ਭਜਾਇਆ ਬੋਧੀਆਂ
ਸਿੱਖ ਲੈਂਦਾ ਆਖ਼ਰੀ ਸਿਸਕੀਆਂ

'ਜਰਨੈਲ' ਹੋਇਆ ਜੇ 'ਸੁਰਜੀਤ'
ਮੁੜ ਸਿੱਖ ਮਾਰਨਗੇ ਘੁਰਕੀਆਂ

ੴ ੴ ੴ

ਸੰਤ ਜਰਨੈਲ ਸਿੰਘ ਭਿੰਡਰਾਂਵਾਲੇ ਅਤੇ ਜਨਰਲ ਸੁਬੇਗ ਸਿੰਘ 1984 ਜੂਨ ਦੇ ਉਹ ਸਿੱਖ
ਸ਼ਹੀਦ ਹਨ, ਜਿਨ੍ਹਾਂ ਦੀਆਂ ਤਸਵੀਰਾਂ ਤੋਂ ਕੱਟੜਵਾਦੀਆਂ ਨੂੰ ਅੱਜ ਵੀ ਡਰ ਲੱਗਦਾ ਹੈ। ਹੱਦ
ਦਰਜੇ ਦੀ ਕਮੀਨਗੀ ਕਰਦੇ ਹਨ ਜਦ ਇਹ ਸੰਤਾਂ ਦੀ ਤਸਵੀਰ ਦਾ ਨਿਰਾਦਰ ਕਰਦੇ ਹਨ।
ਜਿੰਨਾ ਮਰਜ਼ੀ ਸਿੱਖੀ ਦੇ ਦੁਸ਼ਮਣ ਜ਼ੋਰ ਲਾ ਲੈਣ ਸਿੱਖੀ ਨੂੰ ਮਿਟਾਉਣ ਵਾਲੇ ਆਪ ਹੀ ਮਿਟਦੇ
ਰਹੇ ਹਨ। ਜਿਸ ਨੇ ਵੀ ਸ੍ਰੀ ਦਰਬਾਰ ਸਾਹਿਬ ਅੰਮ੍ਰਿਤਸਰ ਸਾਹਿਬ ਨਾਲ ਟੱਕਰ ਲਈ ਹੈ,
ਉਸ ਦੀ ਕੁਲ ਹੀ ਖ਼ਤਮ ਹੁੰਦੀ ਆਈ ਹੈ।

ਪਾਕਿਸਤਾਨ ਨੂੰ ਹੋਂਦ ਵਿੱਚ ਲਿਆਉਣ ਸਮੇਂ ਦੂਰ-ਅੰਦੇਸ਼ ਮੁਸਲਮਾਨ ਲੀਡਰ ਮਿਸਟਰ ਜਿਨਾਹ ਨੇ ਭਾਰਤ ਦੇ ਪੁਰਾਤਨ ਹੁਕਮਰਾਨ ਵਰਗ ਦੇ ਤਜਰਬੇ ਨੂੰ ਧਿਆਨ ਵਿੱਚ ਰੱਖਦਿਆਂ ਸਿੱਖ ਲੀਡਰਾਂ ਨੂੰ ਸਾਵਧਾਨ ਕਰਦਿਆਂ ਕੋਸ਼ਿਸ਼ ਕੀਤੀ ਕਿ ਅਸੀਂ ਤਾਂ ਹੁਣ ਆਪਣਾ ਜੁਦਾ ਮੁਲਕ ਪਾਕਿਸਤਾਨ ਲੈ ਹੀ ਲੈਣਾ ਹੈ ਪਰ...ਦੇਸ ਦੀ ਅਖੰਡਤਾ ਦੇ ਮਤਵਾਲਿਆਂ ਨੂੰ ਜਲਦੀ ਹੀ ਪਤਾ ਲੱਗ ਜਾਏਗਾ...ਤੇ ਤੁਸੀਂ ਇਨ੍ਹਾਂ ਮੋਮੋਠਗਣਿਆਂ ਦੀਆਂ ਲੂੰਬੜਚਾਲਾਂ ਰਾਹੀਂ ਗਲੇ ਪਈ ਅਧੀਨਗੀ, ਹਾਂ ਜੀ..ਅਧੀਨਗੀ, ਦਾ ਸਵਾਦ ਚੱਖੋਗੇ। ਜੇ ਇਸ ਰਾਸ਼ਟਰ ਵਿਚ ਰਹਿਣ ਦੀ ਸ਼ਰਤ ਬੁੱਤ-ਪੂਜ ਹੋਣਾ ਹੈ ਤਾਂ ਹੁਣ ਸਿੱਖਾਂ ਤੇ ਦੂਜੀਆਂ ਘੱਟ -ਗਿਣਤੀਆਂ ਨੇ ਸੋਚਣਾ ਹੈ ਕਿ ਜੇ ਉਹ ਬੁੱਤ -ਪੂਜ ਨਹੀਂ ਹਨ, ਤਾਂ ਉਨ੍ਹਾਂ ਦਾ ਦੇਸ਼ ਕਿਹੜਾ ਹੈ?

ਸਰਕਾਰ

ਧਰਤੀ, ਪਾਣੀ, ਬੋਲੀ, ਸੁਫ਼ਨੇ
ਖੋਹੇ ਹੱਕ, ਜਵਾਨੀ, ਰੁਜ਼ਗਾਰ
ਘੱਟ-ਗਿਣਤੀਆਂ ਦੇ ਸਾਰੇ ਵੈਰੀ
ਭਾਰਤ ਦੀ ਕੋਈ ਬਣੇ ਸਰਕਾਰ

ਹਿੰਦੂ ਰਾਸ਼ਟਰ 'ਚ ਰਹਿਣ ਦੀ
ਸ਼ਰਤ ਜੇ ਸਿਰਫ ਹਿੰਦੂ ਹੋਣਾ ਹੈ
ਸਭ ਜਾਣਦੇ ਹਨ ਸਿੱਖ ਹਿੰਦੂ ਨਹੀਂ
ਤਾਂ ਫਿਰ ਸਿੱਖਾਂ ਦਾ ਦੇਸ਼ ਕਿਹੜਾ ਹੈ

ਆਜ਼ਾਦ ਮੁਲਕ ਸੀ ਦੇਸ਼-ਪੰਜਾਬ
'ਸੁਰਜੀਤ' ਹਿੰਦ ਸੀ ਸਾਡਾ ਵਿਹੜਾ
ਸਿੱਖ ਹੁੰਦੇ ਬਾਗ਼ੀ ਜਾਂ ਬਾਦਸ਼ਾਹ
ਸਾਨੂੰ ਇਥੋਂ ਕੱਢਣ ਵਾਲਾ ਕਿਹੜਾ

ਫਿਰਕਾਪ੍ਰਸਤੀ ਨੇ ਹਿੰਦੁਸਤਾਨ ਦੀ ਹਾਲਤ, ਹਰ ਪੱਖੋਂ, ਬਦ ਤੋਂ ਬਦਤਰ ਕਰਕੇ ਰੱਖ ਦਿੱਤੀ ਹੈ। 2021 ਵਿਚ ਯੂਕੇ ਆਧਾਰਿਤ ਸੰਸਥਾ ਵੱਲੋਂ 157 ਦੇਸ਼ਾਂ ਦੇ ਕੀਤੇ ਗਏ 'ਮਨੁੱਖੀ ਨਾ - ਬਰਾਬਰੀ ਇੰਡੈਕਸ' ਵਿਚ ਭਾਰਤ ਨੂੰ ਸ਼ਰਮਨਾਕ 147ਵਾਂ ਦਰਜਾ ਮਿਲਿਆ ਹੈ। ਭਾਰਤ ਸਰਕਾਰ ਅਤੇ ਉਹਨਾਂ ਦੇ ਦੇਸ਼-ਵਿਦੇਸ਼ ਦੇ ਦੁੱਮਛੱਲਿਆਂ ਵੱਲੋਂ, ਭਾਰਤ ਦੀ ਤਰੱਕੀ ਦੀਆਂ ਬੜੀਆਂ ਡੀਂਗਾਂ ਮਾਰੀਆਂ ਜਾਂਦੀਆਂ ਹਨ ਪਰ ਸਮੇਂ-ਸਮੇਂ ਜਾਰੀ ਅੰਤਰਰਾਸ਼ਟਰੀ ਰਿਪੋਰਟਾਂ ਨਾਲ ਭਾਰਤ ਦੇ ਝੂਠ ਦਾ ਪੋਲ ਖੁੱਲ੍ਹ ਜਾਂਦਾ ਹੈ।

ਰਿਪੋਰਟ ਅਨੁਸਾਰ ਭਾਵੇਂ ਭਾਰਤ ਦਾ ਟੈਕਸ-ਢਾਂਚਾ ਕਾਗਜ਼ ਤੇ ਬਹੁਤ ਵਧੀਆ ਲਿਖਿਆ ਹੋਇਆ ਹੈ ਪਰ ਅਮੀਰਾਂ ਤੋਂ ਕਦੇ ਟੈਕਸ ਇਕੱਠਾ ਨਹੀਂ ਕੀਤਾ ਜਾਂਦਾ। ਭਾਰਤ ਵਿਚ ਮਜ਼ਦੂਰਾਂ ਦੀ ਸਥਿਤੀ ਬਹੁਤ ਮਾੜੀ ਹੈ। ਇਸ ਰਿਪੋਰਟ ਦੇ ਅਧਾਰ ਤੇ ਭਾਰਤ, ਦੁਨੀਆਂ ਦੇ ਸਭ ਤੋਂ ਮਾੜੇ ਦੇਸ਼ਾਂ ਵਿਚ ਸ਼ੁਮਾਰ ਹੁੰਦਾ ਹੈ। ਹਰ ਸ਼ਹਿਰ ਤੇ ਪਿੰਡ ਵਿਚ ਇਸਦੀ ਗਰੀਬੀ ਦਾ ਹਨ੍ਹੇਰਾ ਪਸਰਿਆ ਹੈ।

ਪੰਜਾਬ ਤੇ ਉਸਦੇ ਕਿਸਾਨਾਂ ਨਾਲ ਤਾਂ ਸ਼ੁਰੂ ਤੋਂ ਹੀ ਮਤਰੇਈ ਔਲਾਦ ਵਾਲਾ ਸਲੂਕ ਕੀਤਾ ਗਿਆ ਹੈ। ਮੌਜੂਦਾ ਹਾਲਤ ਵਿਚ 2021 ਵਿਚ ਕਿਸਾਨਾਂ ਦੇ 15 ਮਹੀਨੇ ਲੰਬੇ ਚੱਲੇ ਸੰਘਰਸ਼ ਵਿਚ 750 ਕਿਸਾਨਾਂ ਨੂੰ ਕੁਰਬਾਨੀ ਦੇਣੀ ਪਈ ਹੈ ਤਾਂ ਜਾ ਕੇ ਪ੍ਰਧਾਨ ਮੰਤਰੀ ਮੋਦੀ ਨੇ ਕਿਸਾਨਾਂ ਖਿਲਾਫ ਤਿੰਨੇ ਕਾਲ਼ੇ ਕਾਨੂੰਨ ਵਾਪਸ ਲਏ ਹਨ।

ਕਿਸਾਨਾਂ ਤੇ ਉਨ੍ਹਾਂ ਦੇ ਪਰਵਾਰਾਂ ਨੇ ਪੁਲਿਸ ਦੀਆ ਲਾਠੀਆਂ, ਪਾਣੀ ਦੀਆਂ ਬੁਛਾੜਾਂ, ਸਰਦ ਰਾਤਾਂ, ਬਰਸਾਤ, ਤੱਪਦੀ ਲੂ, ਭਗਵਾ ਸਰਕਾਰੀ ਗੁੰਡਿਆਂ ਦੇ ਹਮਲਿਆਂ ਤੇ ਦੇਸ਼-ਧ੍ਰੋਹੀ ਇਲਜਾਮਾਂ ਨੂੰ ਆਪਣੇ ਪਿੰਡੇ ਹੰਢਾਇਆ ਹੈ। ਸ਼ਰਮਨਾਕ ਗੱਲ ਇਹ ਹੈ ਕਿ ਅੱਜ 1 ਫਰਵਰੀ 2022 ਤੱਕ ਵੀ ਮੋਦੀ ਸਰਕਾਰ ਵੱਲੋਂ ਮੰਗਾਂ ਪੂਰੀਆਂ ਨਹੀਂ ਕੀਤੀਆਂ ਗਈਆਂ।

ਵਿਸ਼ਵਗੁਰੂ

ਰਫ਼ੇਲ ਦਲਾਲੀ ਸੀ ਵੰਡਣੀ ਤਾਂ, ਆਇਆ ਯਾਦ ਅੰਬਾਨੀ
ਕਿੰਨੇ ਅੱਡੇ ਹਵਾਈ ਤੇ ਸਮੁੰਦਰੀ, ਦੇ ਦਿੱਤੇ ਹੱਥ ਅਡਾਨੀ

ਖੋਹੇ ਬਿਜਲੀ, ਪਾਣੀ, ਇੱਜ਼ਤ, ਹੁਣ ਨਜ਼ਰ ਜ਼ਮੀਨਾਂ ਉੱਪਰ
ਸਿੱਖੋ ਸਭ ਜਾਉ ਤੁਸੀਂ ਬਾਡਰ ਤੇ, ਪਾਕ-ਯੁੱਧ ਮੰਗੇ ਕੁਰਬਾਨੀ

ਸੰਸਾਰ 'ਚ ਸਭ ਤੋਂ ਵੱਧ ਗਊ-ਮਾਸ ਪਿਆ ਵੇਚੇ ਹਿੰਦੁਸਤਾਨ
ਭਗਵਾ ਗੁੰਡਿਆਂ ਸ਼ੱਕ 'ਚ ਦਰਜਨਾਂ ਮੁਸਲਮ ਕੀਤੇ ਕੁਰਬਾਨ

ਅਣਖੀ ਕਿਰਸਾਨ ਹਰੀ ਪੱਗ ਵਾਲ਼ਾ, ਗੱਦਾਰ ਤੁਸਾਂ ਨੂੰ ਲੱਗਦਾ
ਜੋ ਸਰਹੱਦ ਤੇ ਨਹੀਂ ਖੜ੍ਹਾ ਸਿੱਖ, ਉਹ ਖ਼ਾਲਿਸਤਾਨੀ ਦਿੱਸਦਾ

ਲਿਖਣਗੇ ਇਤਿਹਾਸ ਕਿਰਤੀ ਸਿੱਖ, ਨਾ ਹੋਸੀ ਕੋਈ ਹੈਰਾਨੀ
ਵਿਸ਼ਵਗੁਰੂ ਭਾਰਤ ਦੇ ਅੰਤ 'ਚ 'ਸੁਰਜੀਤ' ਜੇ ਬਚੀ ਨਿਸ਼ਾਨੀ

ਹਮਾਮ

ਟੈਕਸ-ਚੋਰ ਧਨਾਢ, ਬੈਂਕ-ਲੁੱਟ 'ਚ ਮਗਨ
ਦੇਸ਼-ਧ੍ਰੋਹੀ ਹਮਾਮ 'ਚ, ਰਈਸ ਭਾਰਤੀ ਨਗਨ

ਲੰਡਨ ਉੱਘੇ ਠੱਗਾਂ ਦੇ, ਮਹਿਲ ਆਲੀਸ਼ਾਨ
ਹਥਿਆਰਾਂ ਦੇ ਦਲਾਲ ਨੇ ਸਰਕਾਰੀ ਮਹਿਮਾਨ

ਅਰਬਾਂ ਕਾਲ਼ਾ-ਧੰਨ, ਸਵਿੱਸ ਪਨਾਮਾ ਗਲੇ
ਨਿਗੂਣੇ ਜਿਹੇ ਕਰਜ਼ੇ ਪਿੱਛੇ, ਫਾਹੇ ਲੈਂਦੇ ਕਿਸਾਨ

ਖ਼ੂਨੀ ਬਾਦਲਾਂ ਦਾ ਬਦਲ ਅਜੇ ਲੱਭਿਆ ਨਾ ਸੀ
ਗੋਧਰੇ ਦੇ ਕਾਤਿਲ ਮਾਰ ਘੱਤੇ, ਅੱਠ ਸੌ ਕਿਸਾਨ

ਨਸਲਕੁਸ਼ੀ ਮਨੁੱਖਤਾ ਦੇ ਖਿਲਾਫ਼ ਅਪਰਾਧ ਹੈ ਅਤੇ ਇੱਕ ਭਾਈਚਾਰੇ ਨੂੰ ਪੂਰੀ ਤਰ੍ਹਾਂ ਖਤਮ ਕਰਨ ਦੀ ਇੱਛਾ ਹੁੰਦੀ ਹੈ। ਇਸ ਲਈ ਨਸਲਕੁਸ਼ੀ ਮਨੁੱਖਤਾ ਦੇ ਖਿਲਾਫ਼ ਸਭ ਤੋਂ ਘਟੀਆ ਅਤੇ ਸਭ ਤੋਂ ਵੱਡਾ ਜ਼ੁਰਮ ਹੁੰਦਾ ਹੈ।

1984 ਤੋਂ 1996 ਦੌਰਾਨ ਪੰਜਾਬ ਦੇ ਪਿੰਡਾਂ ਵਿੱਚ ਸਿੱਖ ਕੌਮ 'ਤੇ ਹੋਏ ਜ਼ੁਲਮ ਦਾ ਹਿਸਾਬ ਸਰਕਾਰ ਤੋਂ ਮੰਗਿਆ ਜਾਵੇ।

ਇਕ ਗਿਣੀ-ਮਿਥੀ ਸਾਜਿਸ਼ ਤਹਿਤ ਲੱਖਾਂ ਬੇਕਸੂਰ ਤੇ ਬੇਹਥਿਆਰ ਨੌਜਵਾਨਾਂ ਦਾ 'ਨਕਲੀ ਮੁਕਾਬਲਿਆਂ' ਵਿਚ ਭਾਰਤੀ ਸਰਕਾਰੀ ਏਜੰਸੀਆਂ ਅਤੇ 'ਬਲੈਕ ਕੈਟਸ' ਦਵਾਰਾ ਕਤਲ ਕੀਤਾ ਗਿਆ।

ਅਣਪਛਾਤੀਆਂ ਲਾਸ਼ਾਂ ਕਹਿਕੇ ਪੰਜਾਬ ਦੇ ਸ਼ਹਿਰੀਂ ਸ਼ਮਸ਼ਾਨਾਂ ਵਿਚ ਫੂਕ ਦਿੱਤੇ ਗਏ, ਜਿਨ੍ਹਾਂ ਨੂੰ ਜੱਗ-ਜਾਹਿਰ ਕਰਨ ਦੇ ਇਵਜ਼ ਮਨੁੱਖੀ ਅਧਿਕਾਰਾਂ ਦੇ ਸਿਤਾਰੇ ਜਸਵੰਤ ਸਿੰਘ ਖਾਲੜਾ ਦੇ ਟੋਟੇ ਕਰਕੇ ਦਰਿਆ ਵਿਚ ਸੁੱਟ ਦਿੱਤੇ ਗਏ। ਇਸ ਵਿਚ ਕੋਈ ਸ਼ੱਕ ਨਹੀਂ ਕਿ ਉਸ ਕਾਲ਼ੇ ਦੌਰ ਤੋਂ ਬਾਦ ਪੰਜਾਬ ਦੇ ਦਰਜਨਾਂ ਪਿੰਡਾਂ ਵਿਚ 20-22 ਸਾਲ ਤਕ ਕੋਈ ਬਰਾਤ ਨਹੀਂ ਚੜ੍ਹੀ।

ਨਵੀਂ ਪੀੜ੍ਹੀ ਨੂੰ ਡੋਬਣ ਵਾਸਤੇ ਏਜੰਸੀਆਂ ਨੇ ਪਹਿਲਾਂ ਹੀ ਛੇਵੇਂ ਦਰਿਆ ਨਸ਼ੀਲੀ ਗੋਲ਼ੀਆਂ ਤੇ 'ਚਿੱਟੇ' 'ਦਾ ਬੰਦੋਬਸਤ ਕੀਤਾ ਹੋਇਆ ਸੀ। ਅੱਜ ਤਕ ਹਜ਼ਾਰਾਂ ਨੌਜਵਾਨ ਇਸ ਜਿੱਲ੍ਹਣ ਵਿਚ ਅੱਡੀਆਂ ਰਗੜ ਰਹੇ ਹਨ।

ਡਰਨੇ

ਸਰਹਿੰਦ ਦੇ ਹੰਕਾਰ ਦਾ ਜਦੋਂ
ਸਿਰ ਲਾਹਿਆ ਗਿਆ
ਜੇਤੂ ਬਹਾਦਰ ਬੰਦੇ ਨੂੰ
ਵਜ਼ੀਰ ਖਾਨ ਦੇ ਤਖ਼ਤ
ਤੇ ਬਿਠਾਇਆ ਗਿਆ

ਖਾਲਸਾ ਫੌਜਾਂ ਨੇ ਉਡਦੇ
ਟਿੱਡੀ-ਦਲ ਦੇ ਖ਼ੰਭ ਛੰਡਤੇ
ਬੰਦਾ ਸਿੰਘ ਨੇ ਕਾਮਿਆਂ ਨੂੰ
ਜਗੀਰਦਾਰਾਂ ਦੇ ਸਾਰੇ ਖੇਤ
ਬਰਾਬਰ ਹਿੱਸਿਆਂ 'ਚ ਵੰਡਤੇ

ਰੰਕ-ਰਾਉ ਦੀ ਵਿੱਥ ਤਾਂ ਮਿਟੀ
ਪਰ ਉਨ੍ਹਾਂ ਜਰਵਾਣਿਆਂ ਦੀ ਰੂਹ
ਖੇਤਾਂ ਦੇ ਡਰਨਿਆਂ 'ਚ ਜਾ ਟਿਕੀ

ਹੁਣ ਖੇਤਾਂ 'ਚ ਅਹਿਲ ਖੜ੍ਹੇ ਡਰਨੇ
ਮੂੰਹ-ਹਨ੍ਹੇਰੇ ਮੌਤ ਦੇ ਵਣਜਾਰੇ ਬਣ
ਆਦਮ-ਬੂ ਕਰਦੇ ਖੇਤਾਂ ਵਿਚ ਜਾਂਦੇ ਹਨ

ਅੰਮ੍ਰਿਤ ਵੇਲੇ ਨਾਮ ਜਪਦੀ ਜਵਾਨੀ ਨੂੰ
ਗੁਮਨਾਮ ਲਾਸ਼ਾਂ ਬਣਾਉਂਦੇ ਹਨ

ਸ਼ਾਮ ਉਨ੍ਹਾਂ ਦਾ ਮੁੱਲ ਵੱਟਣ ਲਈ
ਥਾਣੇਦਾਰ ਅਫਸਰਾਂ ਸਾਹਵੇਂ
ਸਿੱਖ-ਕੜਿਆਂ ਦੇ ਢੇਰ ਲਾਉਂਦੇ ਹਨ

ਪੁਲਸੀਆਂ ਨੇ ਹਿੰਦ ਪ੍ਰੈਸ ਨੂੰ
ਕੁਛ ਇਸੇ ਤਰ੍ਹਾਂ ਸਮਝਾਇਆ ਹੈ
ਚੌਰਾਸੀ ਤੋਂ ਛਿਆਨਵੇਂ ਤਕ ਕੀਤਾ
ਲੱਖਾਂ ਨੌਜਵਾਨਾਂ ਦਾ ਐਨਕਾਊਂਟਰ
ਡਰਨਿਆਂ ਦੇ ਖਾਤੇ ਪਾਇਆ ਹੈ

ਜਸਵੰਤ ਖਾਲੜਾ ਨੇ ਲੱਭ ਬੇਨਾਮ ਲਾਸ਼ਾਂ
ਸ਼ਮਸ਼ਾਨਾਂ ਤੋਂ ਸ਼ਹੀਦੀ ਰਜਿਸਟਰ ਭਰ ਲਏ

ਸਰਕਾਰੀ 'ਕੈਟਾਂ' ਨੇ ਉਸਦੇ ਕਰ ਡੱਕਰੇ
ਨਹਿਰ ਕੰਢੇ ਬੋਰੀਆਂ 'ਚ ਭਰ ਲਏ

ਕਤਲਾਂ ਦਾ ਦੋਸ਼ ਡਰਨਿਆਂ ਤੇ ਲਾਕੇ
ਵਰਦੀਆਂ ਨੇ ਦਾਮਨ ਸਾਫ਼ ਕਰ ਲਏ

ਕੋਈ ਵਰਦੀ ਵਾਲਾ ਜਾਂ 'ਕੈਟ' ਸਰਕਾਰੀ
'ਸੁਰਜੀਤ' ਕਦੇ ਫਾਹਿਆ ਤਾਂ ਨਹੀਂ ਜਾਣਾ

ਜਸਵੰਤ ਖਾਲੜਾ ਤੇਰਾ ਕਰਜ਼ ਵੀ ਕਦੇ
ਪਰ ਸਿੱਖ-ਕੌਮ ਤੋਂ ਲਾਹਿਆ ਨਹੀਂ ਜਾਣਾ

ਤੇਰਾ
ਕੀਤਾ

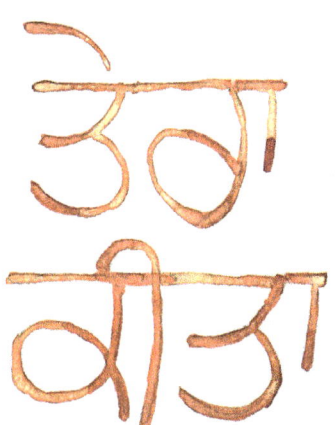

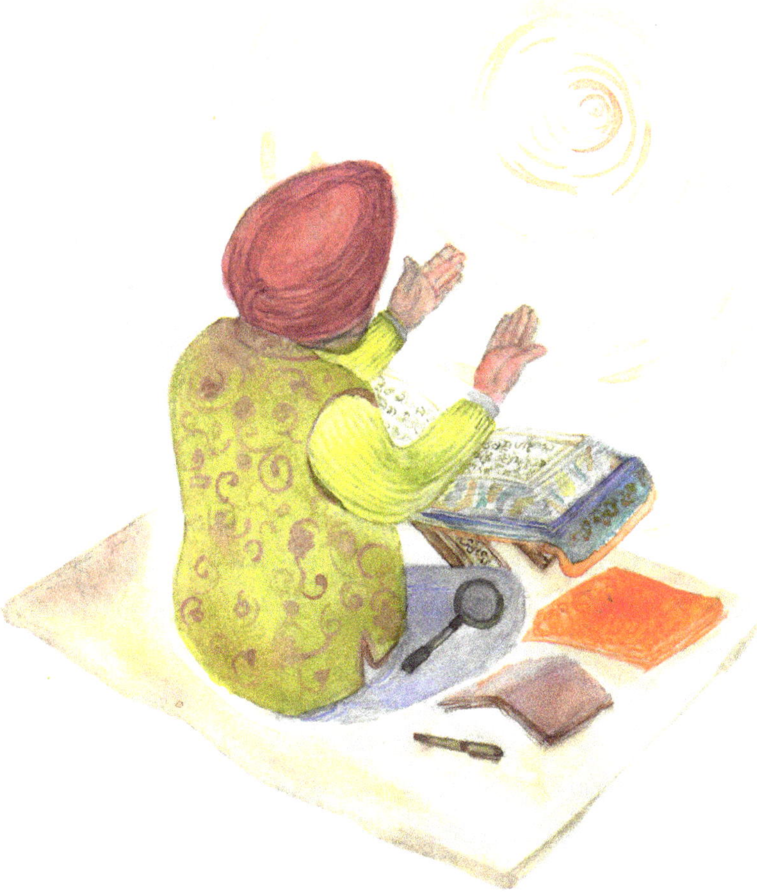

ਰੱਬ ਦੀ ਹੋਂਦ ਦਾ ਵਿਸ਼ਾ ਟਟੋਲਣਾ ਅੰਨਿਆਂ ਤੋਂ ਹਾਥੀ ਬਾਰੇ ਜਾਣਨ ਦੀ ਕੋਸ਼ਿਸ਼ ਕਰਨ ਬਰਾਬਰ ਹੈ, ਬਿਲਕੁਲ ਉਸੇ ਤਰ੍ਹਾਂ ਜਿਵੇਂ 'ਆਪ ਨਾ ਮਰੀਏ ਸਵਰਗ ਨਾ ਜਾਈਏ'। ਕੁਝ ਸਥੂਲ ਦ੍ਰਿਸ਼ਾਂ ਦੀਆਂ ਉਦਾਹਰਣਾਂ ਲਏ ਬਿਨਾਂ ਉਸ ਘਟ-ਘਟ ਵਿਚ ਰਮੇ ਹੋਏ, ਸਰਬ-ਵਿਆਪੀ ਬਾਰੇ ਕੁਝ ਵੀ ਲਿਖ ਸਕਣਾ ਅਸੰਭਵ ਸੀ, ਜੋ ਉਸੇ ਨੇ ਆਪਣੀ ਹੋਂਦ ਬਾਰੇ, ਆਪ ਹੱਥ ਫੜਕੇ ਲਿਖਾਇਆ, ਉਹ ਆਪਦੀ ਨਜ਼ਰ ਹੈ...

ਤੇਰੀ ਹੋਂਦ

ਮੁਨਕਰ ਹੋਵਾਂ ਜੇ ਪਲ ਵੀ, ਹੋਂਦ ਤੋਂ ਤੇਰੀ, ਤੂੰ
ਭੇਜ ਹਵਾ ਕਿਸੇ ਟਾਹਣੀ ਨੂੰ ਹਿਲਾ ਦਿੰਨਾਂ ਏਂ

ਬੰਦੇ ਢੀਠ ਨਾ ਰੰਗਦੇ ਜਾਂ ਰੰਗ ਤੇਰੇ
ਤਾਂ ਤੂੰ ਪੱਤਿਆਂ ਦੇ ਰੰਗ ਬਦਲਾ ਦਿੰਨਾਂ ਏਂ

ਵੇਸਵਾ ਸੰਤ ਲਈ ਇਕੋ ਹਵਾ, ਪਾਣੀ
ਪਰਜਾ ਲਈ ਤੇਰਾ ਨਿਆਂ ਕਿੰਨਾ ਏ

ਲੱਭਦੇ ਅੱਖ ਵਾਲੇ ਆਲੀਸ਼ਾਨ ਗੁੰਬਦਾਂ ਵਿਚ
ਅੰਨ੍ਹੇ ਦਸਦੇ, ਤੂੰ ਤਾਂ ਡੰਗੋਰੀ ਜੇਹਾ ਲੰਮਾਂ ਏਂ

ਤੋੜ ਸਕਾਂ ਜੇ ਖਿੰਨ ਖਿਆਲਾਂ ਦੀ ਲੜੀ ਤਾਂ
ਲਗਦੈ, ਤੂੰ ਦੋ ਸੋਚਾਂ ਵਿਚਲੀ ਵਿੱਥ ਜਿੰਨਾਂ ਏਂ

ਸੁਣਦੇ ਹਾਂ ਤੂੰ ਲੱਭ ਪਿਆ, ਕਿਸੇ ਢੂੰਢ ਲਿਆ
ਨਾ ਜਾਣਾਂ ਰੱਬ ਗੁੰਮੇ, ਚਿਰ ਹੋਇਆ ਕਿੰਨਾ ਏ

ਤੂੰ ਉਸਤਤ ਸੁਣ-ਸੁਣ, ਖੁਸ਼ ਜਿਵੇਂ ਹੋਂਵਦਾ ਏਂ
'ਸੁਰਜੀਤ' ਨਾਲ ਰਲ਼ਦਾ ਤੇਰਾ ਸੁਭਾਅ ਕਿੰਨਾ ਏ

ਹਰ ਕੰਪਿਊਟਰ ਵਿੱਚ ਇਸਤੇਮਾਲ ਹੁੰਦੀ ਬਾਈਨਰੀ ਪ੍ਰਣਾਲੀ ਇਕ ਭਾਸ਼ਾ ਹੈ ਜੋ 0 ਅਤੇ 1 ਦੀ ਵਰਤੋਂ ਕਰਦੀ ਹੈ, ਜਿੱਥੇ ਹਰੇਕ ਪ੍ਰਤੀਕ ਆ ਕੇ ਬਿਜਲਈ ਸੁਨੇਹਾ ਬਣਦਾ ਹੈ, ਜਿਸ ਨੂੰ ਅੰਗਰੇਜ਼ੀ ਵਿਚ ਕਹਿੰਦੇ ਹਨ- ਬਾਈਨਰੀ ਬਿੱਟ।

ਟੋਟਲ 8 ਬਿੱਟ ਇੱਕ ਬਾਈਟ ਦਾ ਗਠਨ ਕਰਦੇ ਹਨ ਅਤੇ ਹਰੇਕ ਬਾਈਟ ਵਿੱਚ ਇੱਕ ਅੱਖਰ, ਪੱਤਰ ਜਾਂ ਸੰਖਿਆ ਹੁੰਦੀ ਹੈ. ਬਸ ਇਹ ਸਮਝ ਲਉ ਕਿ ਉਸ 'ਇਕ' ਬਿਨ੍ਹਾਂ ਕੰਪਿਊਟਰ ਦਾ ਦਿਮਾਗ਼ ਯਾਨੀ ਕਿ 'ਪਰੋਸੈਸਰ' ਕੋਈ ਭਾਸ਼ਾ ਨਹੀਂ ਸਮਝ ਸਕਦਾ। ਤੱਤ ਇਹ ਕਿ 'ਏਕੇ' ਬਿਨਾ ਕੰਪਿਊਟਰ ਯਾ ਇੰਜੀਨੀਅਰ ਦੀ ਆਪਣੀ ਸਮਝ ਕੋਈ ਕੰਮ ਨਹੀਂ ਕਰਦੀ।

ਸਾਰੇ ਸੰਸਾਰ ਦੇ ਸ੍ਰੇਸ਼ਟ ਵਿਗਿਆਨੀ ਰਲ ਕੇ, ਬੇਸ਼ਕੀਮਤੀ ਮਸ਼ੀਨਾਂ ਔਜ਼ਾਰਾਂ ਦੀ ਸਹਾਇਤਾ ਨਾਲ ਧਰਤੀ ਦੇ ਬਹੁਤ ਥੱਲੇ ਸਥਾਪਿਤ ਕੀਤੀਆਂ ਸੁਪਰ ਕੰਪਿਊਟਰਾਂ ਦੀਆਂ ਕਤਾਰਾਂ ਨਾਲ ਰੱਬੀ-ਕਣ ਨੂੰ ਲੱਭਣ ਦੀ ਕੋਸ਼ਿਸ਼ ਵਿਚ ਹਨ, ਉਹ ਰੱਬੀ-ਕਣ ਜਿਸਨੇ ਸਾਰੀ ਸ੍ਰਿਸ਼ਟੀ ਦੀ ਨੀਂਹ ਰੱਖੀ ਸੀ। ਜੇ ਸ੍ਰਿਸ਼ਟੀ ਨੂੰ ਇਕ ਜਵਾਬ ਸਮਝ ਲਈਏ ਤਾਂ ਫਿਰ ਇਸਦਾ ਸਵਾਲ ਲੱਭਣ ਦੀ ਕੋਸ਼ਿਸ਼ ਯੁਗਾਂ ਤੋਂ ਜਾਰੀ ਹੈ ...

(ਇਹ ਰੈਪ ਸਟਾਈਲ ਵਿਚ ਲਿਖੀ ਹੈ)

ਜ਼ੀਰੋ

ਕੰਪਿਊਟਰ ਸਾਹਵੇਂ
ਬੰਦਾ ਬੈਠਾ
ਕੁਝ ਵੀ ਲਿਖੇ
ਭਾਵੇਂ ਬੋਲੇ
ਮੋਨੀਟਰ ਵਿਚੋਂ
ਵਿੰਡੋ ਖੋਲ੍ਹੇ

ਬਟਨ ਕੋਈ
ਕੀਬੋਰਡ ਦਾ ਨੱਪੇ

ਮਾਊਸ ਨੂੰ
ਕੁਤਕੁਤਾਰੀ ਕਢੇ
ਤਾਂ ਜ਼ੀਰੋ ਇਕ ਦੀ
ਬਣ ਕਤਾਰ
ਬਿਜਲਈ ਸੁਨੇਹਾ
ਜਾਂਦਾ ਹੈ
ਜੋ ਸਿਫ਼ਰ ਦਾ
ਮਾਣ ਵਧਾਂਦਾ ਹੈ

ਜਦ ਏਕਾ
ਸਿਫ਼ਰ ਨੂੰ ਲੱਗ ਜਾਂਦੈ
ਤਾਂ ਵਜ਼ਨ
ਸਿਫ਼ਰ ਦਾ ਵਧ ਜਾਂਦੈ
ਇੰਜੀਨੀਅਰ ਸਮਝੇ
ਉਹ ਹੀਰੋ ਹੈ
ਉਸ ਇੱਕ ਬਿਨ
ਅਸਲ 'ਚ ਜ਼ੀਰੋ ਹੈ

ਓਹਦਾ ਕੀਤਾ
ਕੋਈ ਕਿਵੇਂ ਵਿਸਾਰੇ
ਲੋਹਾ, ਲੱਕੜੀ,
ਚੰਮ, ਸਿਤਾਰੇ
ਜੇ ਨੀਝ ਨਾਲ
ਕੋਈ ਅਣੂ ਨਿਹਾਰੇ
ਖੁਰਦਬੀਨ ਹੇਠਾਂ
ਇਕੋ ਨੇ ਸਾਰੇ

ਕਿਉਂ ਵਿਗਿਆਨੀ
ਭਾਲ਼ 'ਚ ਗਾਹੁੰਦੇ
ਅਕਾਸ਼ ਪਾਤਾਲ
ਤੇ ਹਵਾ ਜ਼ਮੀਨ
ਅਮਰੀਕੀ ਡਾਲਰ
ਉੱਪਰ ਛਪਦੈ
ਰੱਬ ਤੇ ਸਾਡਾ
ਪੂਰਾ ਯਕੀਨ

ਇਹ ਨੰਗ
ਕੀ ਕੱਜਣਗੇ
ਇਹ ਢਿੱਡ
ਕੀ ਭਰਨਗੇ
ਇਖ਼ਲਾਕ ਤਾਂ
ਲੀਰ-ਲੀਰੋ ਹੈ
ਉਸ ਇੱਕ ਬਿਨ
ਅਸਲ 'ਚ ਜ਼ੀਰੋ ਹੈ

ਪ੍ਰਿਥਵੀ ਥੱਲੇ
ਯੰਤਰ ਤੇ ਖੋਜੀ
ਲਭਦੇ ਰੱਬ-ਕਣ
ਲੁਕਿਆ ਚੋਜੀ
ਮੌਤਾਂ ਵੰਡਦੇ
ਨਸ਼ੇ 'ਚ ਫੌਜੀ
ਵਰਦੀ ਸਮਝੇ
ਉਹ ਹੀਰੋ ਹੈ
ਉਸ ਇੱਕ ਬਿਨ
ਅਸਲ 'ਚ ਜ਼ੀਰੋ ਹੈ

ਮਲਬੇ ਛੋਕਣ
ਚੀਕ-ਪੁਕਾਰਾਂ
ਕੰਧ-ਕਲਾ ਕਰਦੀਆਂ
ਲਹੂ ਦੀਆਂ ਧਾਰਾਂ
ਮੁਰਗੇ, ਮੁੱਲਾਂ ਦੀ
ਨਾ ਬਾਂਗ ਕਿਥਾਈਂ
ਸੜੇ ਲੋਕਾਈ
ਹਨ੍ਹੇਰ ਹੈ ਸਾਂਈਂ
ਬੰਸਰੀ ਵਜਾਂਦਾ
ਨਿੱਤ ਨੀਰੋ ਹੈ
ਉਸ ਇੱਕ ਬਿਨ
ਅਸਲ 'ਚ ਜ਼ੀਰੋ ਹੈ

ਜੇ ਏਕਾ
ਪਹਿਲਾਂ ਲੱਗ ਜਾਏ
ਜ਼ੀਰੋ ਬਣਦੀ
ਫਿਰ ਹੀਰੋ ਹੈ
ਜੇ ਏਕਾ
ਜ਼ੀਰੋ ਬਾਦ ਲੱਗੇ
ਜ਼ੀਰੋ ਰਹਿੰਦੀ
ਫਿਰ ਜ਼ੀਰੋ ਹੈ

ਸਮਝੇ 'ਸੁਰਜੀਤ'
ਉਹ ਹੀਰੋ ਹੈ
ਉਸ ਇੱਕ ਬਿਨ
ਅਸਲ 'ਚ ਜ਼ੀਰੋ ਹੈ

2015 ਵਿਚ ਸਾਡੀ ਪਹਿਲੀ ਛੋਟੀ ਫ਼ਿਲਮ ਇਬਾਦਤ ਦੀ ਕਹਾਣੀ ਫਾਈਨਲ ਹੁੰਦੇ ਹੀ ਡਾਇਰੈਕਟਰ ਸਤਦੀਪ ਨਾਲ ਇਹ ਸਲਾਹ ਹੋਈ ਕਿ ਟਾਈਟਲ ਨਜ਼ਮ ਮੈਨੂੰ ਹੀ ਲਿਖਣੀ ਪਵੇਗੀ, ਉਹ ਵੀ ਵਕਤ ਦੀ ਪਾਬੰਦੀ ਵਿਚ, ਸੋ ਅਗਲੇ ਤਿੰਨ-ਚਾਰ ਦਿਨ ਪੁਲਾੜ ਪਹਾੜਾਂ ਵਿਚ ਉਸਦੀ ਇਬਾਦਤ ਤੇ ਖੋਜ ਕਰਦੇ ਗੁਜ਼ਰੇ ਸਨ ...

ਇਬਾਦਤ

ਇਬਾਦਤ ਵਿਚ ਰੁੱਤਾਂ
ਮਹਿਕਦੀਆਂ ਹਵਾਵਾਂ
ਕਣੀਆਂ ਨੇ ਲਿਖਿਆ
ਸਾਗਰ ਤੇ ਸਿਰਨਾਵਾਂ
ਪੁਲਾੜ ਪਹਾੜਾਂ ਤੱਕ
ਗਾਹੀਆਂ ਕਈ ਥਾਵਾਂ

ਛੱਡ ਗਿਆ ਸਾਥ ਮੇਰਾ
ਜਦ ਮੇਰਾ ਪਰਛਾਵਾਂ
ਕਿਤੇ ਡੂੰਘਿਉਂ ਹੂਕ ਉੱਠੀ
ਤਾਂ ਚਮਕ ਪਈਆਂ ਰਾਹਾਂ
ਜੜ੍ਹ ਹੋਏ ਕਦਮ ਮੇਰੇ
ਉਹ ਖੋਲ੍ਹ ਖੜ੍ਹਾ ਬਾਹਵਾਂ

ਤੱਕ ਮੈਨੂੰ ਉਹ ਹੱਸਿਆ
ਜਾਂ ਝਾਤ ਅੰਦਰ ਪਾਵਾਂ
'ਸੁਰਜੀਤ' ਦੀ ਹੁਣ ਇੱਛਾ
ਬੁਲ੍ਹੇ ਵਾਂਗਰ ਗਾਵਾਂ

ਸੌਂਹ ਰੱਬ ਦੀ

ਕਿਸੇ ਉੱਠ ਅਮ੍ਰਿਤ ਵੇਲੇ
ਕਿਸੇ ਸ਼ਾਮ ਨੂੰ ਮਖਮੂਰ ਵੇਖਿਆ
ਕਿਸੇ ਤੱਕਿਆ ਸੋਝੀ ਆਣ ਤੇ
ਕਿਸੇ ਵਿਚ ਨਸ਼ੇ ਚੂਰ ਵੇਖਿਆ

ਕਿਸੇ ਡਿੱਠਾ ਪੱਛਮ ਵੱਲੇ
ਕਿਸੇ ਡਿੱਠਾ ਬੁੱਤਖਾਨੇ
ਕਿਸੇ ਵਿਚ ਭਿਖਾਰੀ
ਕਿਸੇ ਵਿਚ ਹੂਰ ਦੇਖਿਆ

ਜਦ ਸਾਰੀ ਹੀ ਦੁਨੀਆਂ
ਕਰਦੀ ਹੈ ਗੱਲ ਉਸਦੀ
ਫਿਰ ਕਿਸੇ ਨਾ ਕਿਸੇ ਤਾਂ
ਹੈ ਉਹਨੂੰ ਜ਼ਰੂਰ ਦੇਖਿਆ

ਜਦ ਜਦ ਵੀ ਮੈਂ ਉਸਨੂੰ
ਪਾਇਆ ਕੋਈ ਇਮਤਿਹਾਨ
ਅਸਤ ਹੁੰਦਾ ਆਪਣਾ
ਹੀ ਗਰੂਰ ਵੇਖਿਆ

ਹਟਿਆ ਹੈ ਜਦ-ਜਦ ਵੀ
ਅੱਖੋਂ ਭਰਮ ਦਾ ਪਰਦਾ
ਫਿਰ ਤਾਂ ਹਰ ਪਾਸੇ
ਉਸਦਾ ਹੀ ਨੂਰ ਵੇਖਿਆ

ਜਦ ਵੀ ਮਿਲੀ ਹੈ ਫ਼ੁਰਸਤ
ਦੁਬਿਧਾ ਦੇ ਚੱਕਰਵਿਹੂ ਤੋਂ
ਮੈਨੂੰ ਸੌਂਹ ਰੱਬ ਦੀ
ਜ਼ਾਹਰ ਜ਼ਹੂਰ ਵੇਖਿਆ

ਹੈਰਾਨ ਹਾਂ, ਪਰੇਸ਼ਾਨ ਹਾਂ
ਮਹਿਫ਼ਲ ਚੋਂ ਪਰਤ ਕੇ
ਜਿੱਥੇ ਵਾਹੁ ਵਾਹੁ ਕਰਦਿਆਂ
'ਸੁਰਜੀਤ' ਵੇਖਿਆ

ਠਹਿਰਾਉ ਤੇਰਾ ਕੀਤਾ ਸੌਂਹ ਰੱਬ ਦੀ

ਪ੍ਰਮਾਤਮਾ ਦੀ ਸਿਫਤ ਸਲਾਹ ਗਾਉਣ ਵਾਲਿਆ ਦਾ ਅੰਤ ਨਹੀਂ। ਕੋਈ ਮਨੁਖ ਪ੍ਰਮਾਤਮਾ ਦੀ ਸਾਜਣ ਤੇ ਨਸ਼ਟ ਕਰਨ ਦੀ ਸ਼ਕਤੀ ਦੇ ਗੁਣ ਗਾਉਂਦਾ ਹੈ ਤੇ ਕੋਈ ਜੀਵਾਂ ਨੂੰ ਜ਼ਿੰਦਗੀ ਦੇਣ ਤੇ ਫਿਰ ਕੱਢ ਲੈਣ ਦੀ ਸ਼ਕਤੀ ਦੀ ਵਡਿਆਈ ਕਰਦਾ ਹੈ। ਰੱਬ ਜੋ ਸਭ ਨੂੰ ਹੁਕਮ ਦਿੰਦਾ ਹੈ ਉਸ ਦਾ ਹੁਕਮ ਹੀ ਸਾਰੀ ਸ੍ਰਿਸ਼ਟੀ ਨੂੰ ਚਲਾ ਰਿਹਾ ਹੈ। ਉਸਦਾ ਹੁਕਮ ਇਕ ਸਿਸਟਮ ਹੈ ਜਿਸ ਅਨੁਸਾਰ ਸਾਰਾ ਵਿਸ਼ਵ ਚੱਲ ਰਿਹਾ ਹੈ ਜਿਸ ਨੂੰ ਕੋਈ ਵੀ ਪੂਰੀ ਤਰ੍ਹਾਂ ਬਿਆਨ ਨਹੀ ਕਰ ਸਕਦਾ।

ਤੁੱਛ-ਮੂੰਹੀ

ਜਦ ਜ਼ਿੰਦਗੀ ਬੇਰੰਗ ਲੱਗਦੀ ਹੈ
ਫੁੱਲਾਂ ਦੇ ਰੰਗ ਵਿਚ ਆ ਜਾਨੈਂ
ਸੁਰਤ ਮੇਰੀ ਜਦ ਖਿੰਡਰ ਜਾਵੇ
ਤਿਤਲੀ ਰੰਗਾਂ ਨਾਲ ਪਰਚਾਨੈ
ਕਦੇ ਖ਼ਾਕ ਉਡਾ ਸਿਵਿਆਂ ਵਿਚੋਂ
ਨਵ - ਜੰਮੇ ਵਿਚ ਫਿਰ ਮੁਸਕਾਨੈਂ

ਅਨੰਤ ਅਸੀਮ ਔਗੁਣ ਮੇਰੇ
ਉਪਕਾਰ ਤੇਰੇਮਣਾਂ – ਮੂੰਹੀ
ਕੀ ਸਿਫ਼ਤ ਕਰੇ ਇਹ ਤੁੱਛ -ਮੂੰਹੀ
ਤੂੰ ਹੀ...ਤੂੰ ਹੀ...ਤੂੰ ਹੀ...ਤੂੰ ਹੀ

ਅਗਵਾਈ ਤੇਰੀ ਸੂਰ ਚੰਨ ਤਾਰੇ
ਸਾਗਰ, ਜਵਾਲਾ ਤੇਰੇ ਇਸ਼ਾਰੇ
ਭੁਚਾਲ, ਸੁਨਾਮੀ ਕਰਨ ਗੁਲਾਮੀ
ਇਹ ਇਨਸਾਨ ਕੀ ਜੰਤ ਵਿਚਾਰੇ

ਅਦਿੱਖ ਹੱਥ ਆਸਰੇ ਹੀ ਉਠਿਆਂ
ਡਿਗਿਆਂ ਜਦ ਵੀ ਭਾਰ - ਮੂੰਹੀ
ਕੀ ਸਿਫ਼ਤ ਕਰੇ ਇਹ ਤੁੱਛ-ਮੂੰਹੀ
ਤੂੰ ਹੀ... ਤੂੰ ਹੀ... ਤੂੰ ਹੀ... ਤੂੰ ਹੀ

ਕੱਕਰ ਪਾਲਾ ਯੱਖ ਹਿਮਾਲਾ
ਦਰਿਆ ਸਾਗਰ ਵੀ ਜੰਮ ਜਾਵੇ
ਹਿਮ ਚਾਦਰ ਥੱਲੇ ਜਲਜੰਤੂ
ਡੂੰਘੇ ਰਸਦ ਉਹੀ ਪਹੁੰਚਾਵੇ
ਰੱਬੀ-ਕਣ ਵਿਗਿਆਨੀ ਲੱਭੇ
'ਸੁਰਜੀਤ' ਕਾਹੇ ਆਦਿ ਨੂੰ ਧਾਵੇ

ਪਰਬਤ ਕਾਂਬਾ, ਤੁਰੀਆਂ ਝੀਲਾਂ
ਹੁਕਮ ਹੋਇਆ, ਤੇਰਾ ਜਿਉਂ ਹੀ
ਕੀ ਸਿਫ਼ਤ ਕਰੇ ਇਹ ਤੁੱਛ-ਮੂੰਹੀ
ਤੂੰ ਹੀ... ਤੂੰ ਹੀ... ਤੂੰ ਹੀ... ਤੂੰ ਹੀ

ਕਹਿੰਦੇ ਹਨ ਕਿ ਆਉਣ ਵਾਲੀ ਕਵਿਤਾ ਦੀ ਪਦਚਾਪ ਇਤਨੀ ਮੌਨ ਹੁੰਦੀ ਹੈ ਕਿ ਚੁੱਪ ਦੇ ਉਦਰ ਉਤੇ ਕੰਨ ਲਾ ਕੇ ਸੁਣਨੀ ਪੈਂਦੀ ਹੈ, ਜਿਵੇਂ ਅਣਜੰਮੇ ਬਾਲ ਦੀ ਦਿਲ ਦੀ ਧੜਕਣ ਸੁਣਨ ਲਈ ਕੰਨ ਲਾਣੇ ਪੈਂਦੇ ਹਨ।

ਨੇੜਲੇ ਭਵਿਖ ਵਿਚ ਉਗਮਣ ਵਾਲੀ ਕਵਿਤਾ ਦੀ ਧੜਕ ਸੁਣਨ ਲਈ ਸ੍ਰਿਸ਼ਟੀ ਦੇ ਸ਼ੋਰ ਤੋਂ ਕੰਨ ਬੰਦ ਕਰਨੇ ਪੈਂਦੇ ਹਨ ਨਹੀਂ ਤਾਂ ਹਰ ਪਲ ਅੱਖਾਂ ਸਾਹਮਣੇ ਵਿਚਰ ਰਹੀ ਕਵਿਤਾ ਦੀ ਅਣਦੇਖੀ ਹੁੰਦੀ ਰਹਿੰਦੀ ਹੈ।

ਅੰਮ੍ਰਿਤ ਵੇਲੇ ਜਾਗੀ ਚਿੜੀ ਦੀ ਚਹਿਕ ਤੋਂ ਲੈ ਕੇ ਅੱਧਨੀਂਦ ਦੀ ਮਦਹੋਸ਼ੀ ਤੱਕ ਖਵਰੇ ਕਿੰਨੀਆਂ ਕਵਿਤਾਵਾਂ ਬਿਨਾਂ ਉਗਮੇ ਦੰਮ ਤੋੜ ਦਿੰਦੀਆਂ ਹਨ...

ਕਵਿਤਾ ਦੇ ਸਨਮੁਖ

ਮੈਂ ਤੇ ਮੇਰੀ ਕਵਿਤਾ
ਕਦੀ ਕਦੀ ਅਸੀਂ ਦੋਵੇਂ
ਲੁਕਣ-ਮੀਟੀ ਖੇਡਦੇ ਹਾਂ

ਲੱਗਦਾ ਰਹਿੰਦਾ ਹੈ
ਉਹ ਕਿਤੇ ਆਸ-ਪਾਸ ਹੀ ਹੈ
ਉਸਦੀ ਆਮਦ ਦੀ ਖੁਸ਼ਬੋਈ
ਦੁਆਲੇ ਪਸਰੀ ਰਹਿੰਦੀ ਹੈ

ਕਈ ਵਾਰ ਜਦੋਂ ਮੈਂ ਉਸਨੂੰ
ਲੱਭਦੇ-ਲੱਭਦੇ ਹਫ਼ ਜਾਂਦਾ ਹਾਂ
ਤਾਂ ਉਹ ਬਾਲੜੀ ਅਚਾਨਕ ਹੀ
ਮੇਰੀ ਪਿੱਠ ਪਲੋਸ ਕੇ
ਮਿੱਠੀ ਜਿਹੀ 'ਝਾਤ' ਕਹਿੰਦੀ ਹੈ

ਇਕ ਦਿਨ ਕਵਿਤਾ ਦੀ ਪਹਿਲਾਂ ਕਨਸੋਅ
ਫਿਰ ਟੋਹ ਤੇ ਅੰਤ ਛੋਹ ਆਈ
ਅੰਦਰਲੇ ਖਲਾਅ ਨੂੰ ਗਾਹ ਮਾਰਿਆ

ਫੇਰ ਲੱਭਿਆ ਬਾਹਰ ਵੇਲਾਂ, ਰੁੱਖਾਂ ਤੇ
ਤਿਤਲੀਆਂ ਦੇ ਸੋਹਲ ਖੰਭਾਂ ਉਤੇ
ਸ਼ਾਂਤ ਝੀਲ ਦੇ ਪਾਣੀ ਕਿਨਾਰੇ
ਹੱਸਦੇ ਫੁੱਲਾਂ ਅਤੇ ਤ੍ਰੇਲੀਆਂ ਤਿੜਾਂ ਉੱਤੇ
ਉਸਦਾ ਝਾਉਲਾ ਜਿਹਾ ਤਾਂ ਪਿਆ
ਪਰ ਉਹ ਕਿਤੇ ਦਿਸੀ ਨਾ

ਸ਼ਾਮੀਂ ਜੀਵਨ-ਸਾਥਣ ਨਾਲ
ਗੁਰਦਵਾਰੇ ਮੱਥਾ ਟੇਕ ਬੈਠਣ ਲਗਿਆਂ
ਮੇਰੀ ਨਜ਼ਰ ਉਸਤੇ ਪੈ ਗਈ
ਉਹ ਆਪਣੇ ਕੂਲੇ-ਕੂਲੇ ਪੈਰ
ਦਾਦੇ ਦੀ ਝੋਲ਼ੀ ਵਿਚ
ਰੱਖ ਕੇ ਸੁੱਤੀ ਪਈ ਸੀ

ਚਿੱਟੇ ਬਲਬ ਦੀ
ਦੂਧੀਆ ਰੋਸ਼ਨੀ ਵਿਚ
ਗੁਲਾਬੀ ਭਾਹ ਮਾਰਦਾ
ਉਸਦਾ ਮਾਸੂਮ ਜਿਹਾ

ਅਚਿੰਤ ਚੇਹਰਾ
ਜਿਸਤੇ ਕਦੀ ਛੋਟੀ
ਕਦੀ ਵੱਡੀ ਮੁਸਕਾਨ
ਖੇਲਦੀ ਪਈ ਸੀ

ਸੋ, ਅੱਜ ਮੇਰੀ ਕਵਿਤਾ
ਉਥੇ ਸੁੱਤੀ ਪਈ ਸੀ
ਤੇ ਮੈਂ ਉਸਨੂੰ ਕਿੱਥੇ- ਕਿੱਥੇ
ਲੱਭ ਆਇਆ ਸਾਂ

ਬਜ਼ੁਰਗ ਬੜੇ ਲਾਡ ਨਾਲ
ਬੱਚੀ ਨੂੰ ਆਪਣੀ ਗੋਦ
ਵਿਚ ਖਿੱਚ ਲੈਂਦਾ ਹੈ
ਨਾਲ ਪਈਆਂ ਛੋਟੀਆਂ
ਖੜਤਾਲਾਂ ਚੁੱਕਕੇ ਉਹ
ਤੋਤਲੀ ਆਵਾਜ਼ ਵਿੱਚ
'ਵਾਹਿਗੁਲੂ, ਵਾਹਿਗੁਲੂ'
ਆਖਦੀ ਹੈ ਤਾਂ

ਕੋਈ ਇਲਾਹੀ ਦੁਆਰ
ਖੁੱਲ੍ਹਦਾ ਜਾਪਦਾ ਹੈ
ਨੀਲੇ ਚਾਨਣ ਦੀਆਂ
ਵਿਸਮਾਦ ਘੁਲੀਆਂ
ਨਿੱਘੀਆਂ ਨੂਰੀ ਰਿਸ਼ਮਾਂ
ਦੁਆਰੇ ਤੋਂ ਬਾਹਰ
ਛਲਕ-ਛਲਕ ਪੈਂਦੀਆਂ ਹਨ

ਅਚਾਨਕ ਹੀ ਉਹ
ਬਾਲੜੀ ਉੱਠ ਜਾਂਦੀ ਹੈ
ਕਿਲਕਾਰੀ ਮਾਰਕੇ
ਰਿੜ੍ਹਦੀ ਹੋਈ ਬਜ਼ੁਰਗ ਦੀ
ਪਿੱਠ ਦਾ ਸਹਾਰਾ ਲੈ ਉਹ
ਖੜ੍ਹੀ ਹੋ ਕੇ ਦੇਵੇਂ ਹੱਥ
ਉਸਦੇ ਮੋਢਿਆਂ ਤੇ ਰੱਖ
ਆਪਣੇ ਜਾਗਣ ਦੀ
ਖ਼ਬਰ ਦਿੰਦੀ ਹੈ

ਬਾਲੜੀ ਕਵਿਤਾ ਦਾ ਮੁਖੜਾ
ਮੇਰੇ ਅਚੇਤਨ ਵਿਚ ਢਲ ਰਿਹਾ ਹੈ
ਅੱਧਨੀਂਦਰੀ ਧੁੰਦ ਦੇ ਛੱਲਿਆਂ ਵਿੱਚ
ਰੇਸ਼ਮ ਦੇ ਗੋਹੜੇ ਵਰਗੇ ਨਕਸ਼
ਮੈਂ ਅਛੋਪਲੇ ਸਮੇਟ ਰਿਹਾ ਹਾਂ

ਧਨਾਸਰੀ ਰਾਗ ਦੀ ਲੈਅ ਤੇ
ਸਿਮਰਨ ਲਹਿਰਾਂ ਵਿਚ ਘੁਲੇ ਬੋਲ
ਆਪ-ਮੁਹਾਰੇ ਗੂੰਜਣ ਲੱਗ ਪਏ ਹਨ

ਅਰਜ਼ੋਈ ਹੈ ਜੇ ਹੁਣ ਕੋਈ
ਰੁਬਾਈ ਮੈਨੂੰ ਲੱਭਦੀ ਆਏ ਤਾਂ
ਉਸਨੂੰ 'ਸੁਰਜੀਤ' ਕਲਾਉਡ ਦਾ
ਆਰਜ਼ੀ ਪਤਾ ਜ਼ਰੂਰ ਦਸ ਦੇਣਾ

੪ ੪ ੪

ਇਤਿਹਾਸ
ਦੀ ਲੋਅ

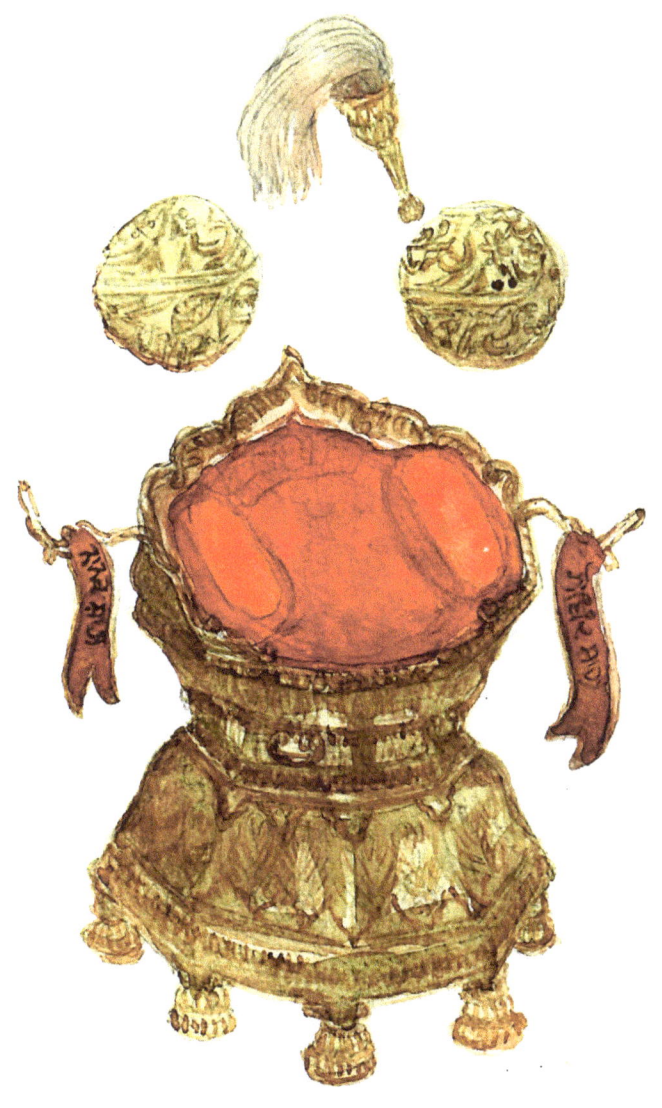

ਭਾਰਤ ਦਾ ਇਕੋ ਇਕ ਸੂਬਾ ਜਿੱਥੇ ਸਿੱਖ ਕੌਮ ਮਸੇ-ਮਸੇ ਬਹੁਗਿਣਤੀ ਵਿੱਚ ਹੈ, ਉਹ ਵੀ ਜਲਦੀ ਬਹੁ-ਮੱਤ ਧਰਮ, ਬੁੱਤ-ਪੂਜ ਰਾਸ਼ਟਰ ਅਤੇ ਬ੍ਰਹਾਮਣੀ ਸੱਭਿਆਚਾਰ ਦੇ ਅਧੀਨ ਹੋ ਜਾਵੇ, ਆਜ਼ਾਦੀ ਬਾਦ 75 ਸਾਲਾਂ ਤੋਂ ਲੈ ਕੇ ਅੱਜ ਤੱਕ ਭਾਰਤੀ ਸਰਕਾਰ ਐਸੀ ਕੋਸ਼ਿਸ਼ ਵਿਚ ਹੈ। ਇਸਦਾ ਮੁੱਖ ਕਾਰਨ ਸਿੱਖ ਕੌਮ ਦੇ ਅੰਦਰੂਨੀ ਗੰਭੀਰ ਵਖਰੇਵੇਂ ਹਨ, ਯੋਗ ਅਗਵਾਈ ਅਤੇ ਨਾਇਕ ਦੀ ਘਾਟ ਹੈ ਜੋ ਅੱਜ ਬੁਰੀ ਤਰ੍ਹਾਂ ਰੜਕ ਰਹੀ ਹੈ।

ਸਿੱਖ ਕੌਮ ਅੱਜ ਆਪਣੇ ਸਰਬੰਸਦਾਨੀ ਦਸਵੇਂ ਪਾਤਸ਼ਾਹ ਗੁਰੂ ਗੋਬਿੰਦ ਸਿੰਘ ਜੀ ਦਾ ਪ੍ਰਕਾਸ਼ ਉਤਸਵ ਵੱਖਰੀਆਂ ਤਿੰਨ-ਤਿੰਨ ਤਰੀਕਾਂ ਤੇ ਮਨਾ ਰਹੀ ਹੈ। ਸਾਡੀ ਕੌਮ ਅੱਜ ਸਿੱਖ ਵਿਚਾਰਧਾਰਾ ਤੋਂ ਇੰਨੀ ਨਿੱਘਰ ਚੁੱਕੀ ਹੈ ਕਿ ਉਹ ਅੱਜ ਆਪਣੇ ਨਾਨਕਸ਼ਾਹੀ ਕੈਲੰਡਰ ਤੇ ਵੀ ਇੱਕ-ਮੱਤ ਨਹੀਂ ਹੋ ਸਕੀ।

ਭਾਰਤ ਵਿਚ ਸਮੇਂ ਦੇ ਅਜਗਰਨੁਮਾ ਸ਼ਾਸਕ, ਬੋਧੀਆਂ ਅਤੇ ਜੈਨੀਆਂ ਨੂੰ ਨਿਗਲਣ ਤੋਂ ਬਾਦ ਦੇਸ਼-ਪੰਜਾਬ ਤੇ ਉਸਦੇ ਸਭਿਆਚਾਰ ਨੂੰ ਹੜੱਪ ਕਰਨ ਦੀਆਂ ਕੋਝੀਆਂ ਕੋਸ਼ਿਸ਼ਾਂ ਵਿਚ ਲਿਪਤ ਹਨ। ਸਾਡੇ ਵਿਲੱਖਣ ਇਤਿਹਾਸ, ਸਭਿਆਚਾਰ, ਸਿੱਖ ਸਿੱਕਿਆਂ ਅਤੇ ਗੌਰਵਮਈ ਵਿਰਾਸਤ ਨੂੰ ਸੰਭਾਲਣ ਦੀ ਲਗਾਤਾਰ ਤੇ ਅਣਥੱਕ ਕੋਸ਼ਿਸ਼ ਜ਼ਰੂਰੀ ਹੈ।

ਪਹਿਲਾ ਸਿੱਕਾ

ਸਿੱਖ ਰਾਜ ਦੇ ਸਿੱਕੇ ਖੋਜਣ ਲਈ
ਭਿੰਨ ਦਸਤਾਵੇਜ਼ ਫਰੋਲ਼ ਲਏ
ਖੁਸ਼ਵਕ਼ਤ, ਕਨਿੰਘਮ, ਖ਼ਾਫ਼ੀਖਾਂ
ਤੇ ਲਤੀਫ ਲਿਖਾਰੀ ਬੋਲ ਪਏ

ਸਦੀਵ ਸਿੱਖ ਇਤਿਹਾਸ ਦੀ ਲੋਅ
ਭਵਿਖ ਦੀ ਪੈੜ ਰੁਸ਼ਨਾਉਂਦੀ ਹੈ
ਨਹੀਂ ਅਲਵਿਦਾ, ਮਿਲਾਂਗੇ ਫੇਰ
ਤਹਿਰੀਕ ਇਹ ਕਹਿਕੇ ਜਾਂਦੀ ਹੈ

ਅਰਜਨ ਸਿਰਜਦੈ ਹਰਗੋਬਿੰਦ
ਤੇਗ਼ਾਂ ਦੀ ਛਾਂਵੇਂ ਪਲਦੈ ਗੋਬਿੰਦ
ਧੁਖਦੇ ਸਿਵਿਆਂ ਦੀ ਚੰਗਿਆੜੀ
ਮੁੜ ਭਾਂਬੜ ਬਣਕੇ ਆਉਂਦੀ ਹੈ

ਬਵੰਜਾ ਰਾਖੇ ਸਨ, ਸੱਠ ਤੋਪਚੀ
ਰਣ ਸੱਤ ਸੌ ਘੋੜ-ਸਵਾਰ ਸਜੇ
ਦਿੱਲੀਓਂ ਉੱਚਾ, ਦਰਬਾਰ ਸਾਹਵੇਂ
ਉਹ ਤਖ਼ਤ ਅਕਾਲ ਉਸਾਰ ਗਏ

ਗੋਬਿੰਦ ਨੂੰ ਵਿਰਾਸਤ ਵਿਚ ਮਿਲਿਆ
ਖੱਪਰ, ਰੱਤ ਇਸ਼ਕ ਦਾ ਕਾੜ੍ਹਾ ਸੀ
ਹਿੰਦ ਰਾਜਿਆਂ ਨੂੰ ਛੇੜੇ ਕੰਬਣੀ
ਫੌਜ-ਖਾਲਸਾ, ਹਾਥੀ, ਨਗਾੜਾ ਸੀ

ਕਿਲ੍ਹਿਆਂ ਵਿਚ ਸਿਦਕੀ ਰਾਖੇ ਸਨ
ਸੌ ਮੀਲ ਚੌਤਰਫ਼ੇ ਹੱਦ-ਬੰਨ੍ਹੇ
ਨੀਂਹ ਖਾਲਸਾ-ਰਾਜ ਦੀ ਪੈ ਗਈ ਸੀ
ਅੱਜ ਕੋਈ ਮੰਨੇ ਜਾਂ ਨਾ ਮੰਨੇ

ਬੰਦਾ ਨਾ ਰਚੇ ਇਤਿਹਾਸ ਕੋਈ
ਇਤਿਹਾਸ ਬੰਦੇ ਨੂੰ ਰਚਦਾ ਹੈ
ਗੋਬਿੰਦ, ਹਰਗੋਬਿੰਦ ਘਾਲ ਥਾਏਂ
ਜਦ ਪਹਿਲਾ ਸਿੱਕਾ ਢਲ਼ਦਾ ਹੈ

ਯੁੱਧ ਭਾਰਤ-ਚੀਨ ਉਡੀਕੋ ਕਿਉਂ
ਦੇਸ਼ ਪੁੰਗਰਨ ਦੀ ਨਾ ਬਹਾਰ ਕੋਈ
ਰਹਿਬਰ ਯਾ ਮਸੀਹਾ ਨਹੀਂ ਆਉਣਾ
ਨਾ ਜਰਨੈਲੀ ਹੋਣੀ ਯਲਗਾਰ ਕੋਈ

ਫਿਰ ਮਰੀਆਂ ਜ਼ਮੀਰਾਂ ਉੱਠ ਪੈਸਣ
ਸੁਣ ਹੱਕ-ਸੱਚ ਦੀ ਵੰਗਾਰ ਕੋਈ
ਜੁਗਰਾਫੀਏ ਹੋ ਜਾਂਦੇ 'ਸੁਰਜੀਤ'
ਜਦੋਂ ਹੁੰਦੀ ਕੌਮ ਤਿਆਰ ਕੋ

ਕਿਸੇ ਰਾਜ ਦਾ ਪਹਿਲਾ ਸਿੱਕਾ ਢਾਲਣ ਲਈ ਲੱਖਾਂ ਯੋਧਿਆਂ ਦੀ ਚਰਬੀ ਪਿਘਲਦੀ ਹੈ

ਕਿਸੇ ਵੀ ਦੇਸ਼-ਕੌਮ ਦੇ ਇਤਿਹਾਸ ਵਿਚ ਜਦੋਂ ਪਹਿਲਾ ਸਿੱਕਾ ਢਲਦਾ ਹੈ ਤਾਂ ਉਹ ਉਨ੍ਹਾਂ ਦੀ ਆਜ਼ਾਦ ਹਸਤੀ ਦੀ ਸਦੀਵੀ ਮੋਹਰ-ਨਿਸ਼ਾਨੀ ਬਣ ਜਾਂਦੀ ਹੈ। ਸੈਂਕੜੇ ਧਰਮ, ਕੌਮਾਂ, ਤੇ ਬੋਲੀਆਂ ਇਸ ਸੰਸਾਰ ਵਿਚੋਂ ਲੁਪਤ ਹੋ ਚੁੱਕੀਆਂ ਹਨ।

ਨੌਜਵਾਨ, ਜੋ ਕਿ ਸਾਡੇ ਭਵਿਖ ਦੇ ਰਹਿਨੁਮਾ ਹਨ, ਉਨ੍ਹਾਂ ਨੂੰ ਪ੍ਰੇਰਿਤ ਕਰਨ ਲਈ ਅਤੇ ਆਪਣੀ ਬੇਸ਼ਕੀਮਤੀ ਵਿਰਾਸਤ ਨੂੰ ਸੰਭਾਲਣ ਲਈ, ਸਾਡੇ ਲੀਡਰਾਂ, ਲਿਖਾਰੀਆਂ ਤੇ ਧਾਰਮਕ ਸੰਸਥਾਵਾਂ ਨੂੰ ਹਮੇਸ਼ਾ ਪ੍ਰਯਤਨਸ਼ੀਲ ਰਹਿਣਾ ਪਵੇਗਾ।

ਇਸ ਮਹੱਤਵਪੂਰਣ ਪ੍ਰਯੋਜਨ ਨੂੰ ਮੁੱਖ ਰੱਖਦਿਆਂ ਅਜੋਕੇ ਹਾਲਾਤਾਂ ਨੂੰ ਇਤਿਹਾਸ ਦੀ ਲੋਅ ਵਿਚ ਨਾ ਸਿਰਫ਼ ਦੇਖਣ ਦਾ ਯਤਨ ਕੀਤਾ ਹੈ ਬਲਕਿ ਇਸ ਵਿਸ਼ੇ ਤੇ ਅਸੀਂ ਮਾਈਕ੍ਰੋਮੇਗ ਮੂਵੀਜ਼ ਮੌਂਟਰੀਅਲ (Micromeg Movies) ਵੱਲੋਂ ਸਿੱਖ ਰਾਜ ਦੇ ਸਿੱਕਿਆਂ ਉੱਪਰ ਦੋ ਫ਼ਿਲਮਾਂ ਵੀ ਬਣਾਈਆਂ ਹਨ ...'ਸਿੱਖ ਐਮਪਾਇਰ ਕੋਇਨਸ' (Sikh Empire Coins documentary) ਅਤੇ 'ਸਿੱਖ ਕੋਇਨ ਮਾਫ਼ੀਆ (Sikh Coin Mafia short film) ਜੋ ਕਿ ਯੂਟਿਊਬ (YouTube) ਵਿਚ ਦੇਖੀਆਂ ਜਾ ਸਕਦੀਆਂ ਹਨ।

1920 ਤੋਂ ਕੁਰਬਾਨੀਆਂ ਦੇ ਕੇ ਪ੍ਰਾਪਤ ਕੀਤੀ, ਗੁਰਦੁਆਰਾ ਪ੍ਰਬੰਧਕ ਕਮੇਟੀ ਨੇ ਨਿਰਮਲ ਪੰਥ ਨੂੰ ਕਰਮਕਾਂਡੀ ਬਣਾਕੇ, ਮੈਂਬਰ ਸਾਹਿਬਾਨ ਦੇ ਬਚਿਆਂ ਲਈ ਨੌਕਰੀ, ਅਕਾਲੀ ਦਲ ਨੂੰ ਬਦਨਾਮ ਕਰਨ ਤਕ ਹੀ ਸੀਮਿਤ ਰੱਖਿਆ ਹੈ। ਇਕ ਵੀ ਧਾਰਮਿਕ ਜਾਂ ਰਾਜਨੀਤਿਕ ਲੀਡਰ ਪੂਰੇ ਸਮਾਜ ਵਿਚ ਨਹੀਂ ਜਿਸ ਦਾ ਕੌਮ ਜਾ ਨਵੀਂ ਪੀੜ੍ਹੀ ਇਤਬਾਰ ਕਰ ਸਕੇ।

ਦਰਬਾਰ ਸਾਹਿਬ ਅੰਮ੍ਰਿਤਸਰ ਤੋਂ ਹਿੰਦੁਸਤਾਨੀ ਫੌਜ ਨੇ 1984 ਵਿਚ ਸਿੱਖ ਰੈਫ਼ਰੈਂਸ ਲਾਇਬ੍ਰੇਰੀ ਚੋਂ ਲੁਟਿਆ ਸਿੱਖਾਂ ਦਾ ਇਤਿਹਾਸਿਕ ਖਜ਼ਾਨਾ ਅਜੇ ਤਕ ਵਾਪਸ ਨਹੀਂ ਕੀਤਾ, 30 ਮਿਲੀਅਨ ਸਿੱਖ ਕੌਮ ਕਦੋਂ ਤੱਕ ਮੂਕ ਦਰਸ਼ਕ ਬਣਕੇ ਆਪਣੇ ਧਰਮ, ਗੁਰਬਾਣੀ, ਇਤਿਹਾਸ ਤੇ ਵਿਰਾਸਤੀ ਵਸਤੂਆਂ ਦੀ ਤਬਾਹੀ ਹੁੰਦੀ ਵੇਖਦੀ ਰਹੇਗੀ?

ਕੌਮਾਂ ਉਹੀ ਜ਼ਿੰਦਾ ਰਹਿੰਦੀਆਂ ਹਨ ਜੋ ਆਪਣੇ ਇਤਿਹਾਸ, ਬੋਲੀ, ਵਿਰਸੇ ਤੇ ਸੱਭਿਆਚਾਰ ਨੂੰ ਸੰਭਾਲਦੀਆਂ ਹਨ। ਸਾਕਾ ਨੀਲਾ ਤਾਰਾ, ਸਿੱਖ ਨਸਲਕੁਸ਼ੀ ਅਤੇ ਪੰਜਾਬ ਵਿਚ ਸੈਂਕੜੇ ਵਾਰ ਹੋਈ ਗੁਰਬਾਣੀ ਦੀ ਬੇਅਦਬੀ-ਇਹ ਉਹ ਸਮੇਂ ਹਨ, ਜੋ ਹਰ ਸਿੱਖ ਹਿਰਦੇ ਦੇ ਅੰਦਰ ਵਸੇ ਹੋਏ ਹਨ। ਗੁਰੂ ਗ੍ਰੰਥ ਸਾਹਿਬ ਦੀ ਬੇਅਦਬੀ ਦਾ ਵਿਰੋਧ ਕਰਨ ਵਾਲਿਆਂ ਤੇ ਪੁਲਿਸ ਦਾ ਗੋਲੀ ਚਲਾਉਣਾ ਤੇ ਪੁਲਿਸ ਦਾ ਅਨਿਆਂ ਪਹਿਲੀ ਵਾਰੀ ਸਿੱਖਾਂ ਨੇ ਵੇਖਿਆ। ਹਾਂ, ਜਾਗਦੀ ਜ਼ਮੀਰ ਵਾਲੇ ਸਿੱਖ ਕੌਮ ਵਿਚ ਬੈਠੇ ਗ਼ੱਦਾਰਾਂ, ਦਿੱਲੀ ਦੇ ਯਾਰਾਂ ਅਤੇ ਗੁਲਾਮੀ ਦੌਰਾਨ ਅੰਗਰੇਜ਼ਾਂ ਨਾਲ ਦੋਸਤੀ ਪੁਗਾਣ ਵਾਲੇ ਰਾਜਸੀ ਪ੍ਰਵਾਰਾਂ ਨੂੰ ਹੁਣ ਪਛਾਣਦੇ ਹਨ।

...ਰਾਜ ਬਿਨਾ ਨਾ ਧਰਮ ਚਲੈ ਹੈ

ਵਿਰਸਾ

ਅਜਾਇਬ-ਘਰ ਤੇ ਤੋਸ਼ੇ-ਖਾਨੇ ਸਿੰਜਕੇ ਰੱਤ ਬਣਾਏ
ਜਾਂਬਾਜ਼-ਰਾਖੇ ਸਿੰਘ ਅਣਖੀ, ਤੋਪਾਂ ਨਾਲ ਉਡਾਏ
ਢਕੀ ਜਾਂਦੇ ਸ਼ਾਨ-ਖਾਲਸਈ, ਕਾਰ-ਸੇਵਾ ਨਾਲ ਓਏ
ਵਿਰਸਾ ਸੰਭਾਲ਼ ਸਿੱਖਾ, ਵਿਰਸਾ ਸੰਭਾਲ਼ ਓਏ
ਲੁੱਟ ਗਿਆ ਮਾਲ ਕੌਮੀ, ਬੜਾ ਬੁਰਾ ਹਾਲ ਓਏ

ਅੱਜ ਵੀ ਰੱਤ-ਪਿਆਸੀਆਂ ਨੇ ਰੰਬੀਆਂ ਤੇ ਆਰੀਆਂ
ਖੋਪੜੀ ਤੇ ਕੇਸਾਂ ਲਾਈਆਂ, ਕੈਂਚੀ ਨਾਲ ਯਾਰੀਆਂ

ਕਿੱਥੇ ਗਈਆਂ ਪੱਗਾਂ, ਬਹੁਤੇ ਦਿਸਦੇ ਰੁਮਾਲ ਓਏ
ਵਿਰਸਾ ਸੰਭਾਲ਼ ਸਿੱਖਾ ...

ਸਿੱਖਾਂ ਵਾਂਗੂੰ ਭੇਸ ਬਣਾਏ, ਕਤਲੋ-ਗਾਰਤ ਕਰਦੇ
ਪਾਲਤੂ ਬੁਰਛੇ, ਛੱਡੇ ਕੈਦੋਂ, ਖੁੱਲ੍ਹੇ ਨਸ਼ੇ ਪਏ ਵੰਡਦੇ
ਦਿੱਲੀ-ਬਾਦਲ ਰੱਲ਼ ਗਏ ਦੋਹੇਂ, ਲਾਸ਼ਾਂ ਦੇ ਦਲਾਲ ਓਏ
ਵਿਰਸਾ ਸੰਭਾਲ਼ ਸਿੱਖਾ ...

ਪੁਲਸੀਆਂ ਤੇ ਭਗਵਿਆਂ ਪਾਇਆ ਸੇਵਾਦਾਰੀ ਭੇਸ ਏ
ਬਾਦਲੀ ਦੁੰਮਛੱਲਿਆਂ ਪਾਇਆ ਸੰਗਤ 'ਚ ਕਲੇਸ਼ ਏ
ਕੌਮ ਸਾਡੀ ਦੀ ਪੱਗ ਬਾਦਲਾ, ਦਿੱਤੀ ਤੂੰ ਉਛਾਲ ਓਏ
ਵਿਰਸਾ ਸੰਭਾਲ਼ ਸਿੱਖਾ ...

ਚਿੱਥੀ ਜਾਂਦੀ ਸੀ ਕੌਮ ਬਚਾਈ, ਮੁਗਲਈ ਜਬਾੜੇ ਚੋਂ
ਫੇਰ ਛੁੜਵਾਈਆਂ ਬੋਦੀਆਂ, ਗੋਰਿਆਂ ਦੇ ਦਰਾੜੇ ਚੋਂ
ਨਿਗਲਣਾ ਨਾ ਸੌਖਾ ਛੱਡ, ਅਜਗਰੀ ਖਿਆਲ ਓਏ
ਵਿਰਸਾ ਸੰਭਾਲ਼ ਸਿੱਖਾ... ਵਿਰਸਾ ਸੰਭਾਲ਼ ਓਏ
ਲੁੱਟ ਰਿਹਾ ਵਿਰਸਾ 'ਸੁਰਜੀਤ', ਬੜਾ ਬੁਰਾ ਹਾਲ ਓਏ
ਵਿਰਸਾ ਸੰਭਾਲ਼ ਸਿੱਖਾ ...ਵਿਰਸਾ ਸੰਭਾਲ਼ ਓਏ

ਦੋਹਤਰੇ ਦੀ ਦਸਤਾਰਬੰਦੀ ਮੌਕੇ ...

ਗੁਰਸ਼ਾਨ

ਗੁਰਸ਼ਾਨ ਵੇਖ ਤੇਰਾ ਚਾਅ
ਇਹੀ ਉੱਠਦੀ ਉਮੰਗ
ਅੱਜ ਸਾਰਿਆਂ ਸਬੰਧੀਆਂ ਦੀ
ਇਕੋ ਜਿਹੀ ਮੰਗ
ਪ੍ਰਭ ਜੀ ਸਦਾ ਤੇਰੇ ਅੰਗ
ਰਹਿਣ ਸਦਾ ਤੇਰੇ ਸੰਗ

ਹੋਵੇਂ ਇਕੋ ਨਾਮ ਲੇਵਾ
ਚਿੱਤ ਲਾਏ ਕਰੀਂ ਸੇਵਾ
ਲੋੜਵੰਦ ਗਰੀਬੜੇ ਤੇ
ਸਿੱਖੀ ਦੀ ਨਿਸ਼ੰਗ
ਪ੍ਰਭ ਜੀ ਸਦਾ ਅੰਗ ਸੰਗ

ਸਜਾ ਕੇ ਦਸਤਾਰ ਅੱਜ
ਸਾਂਈ ਦੇ ਦਰਬਾਰ ਅੱਜ
ਜਿੱਤ ਲਈ ਪਹਿਲੀ
ਤੁਸੀਂ ਜ਼ਿੰਦਗੀ ਦੀ ਜੰਗ
ਪ੍ਰਭ ਜੀ ਸਦਾ ਅੰਗ ਸੰਗ

ਮੇਘਲੇ ਵਰਸਣ ਮੇਹਰਾਂ ਦੇ
ਰੱਬੀ ਨੂਰ ਤੇ ਅਨੰਦ
ਖੁਰੇ ਨਾ ਯੁਗਾਂ ਤੀਕ
ਸ਼ਾਨ-ਏ-ਦਸਤਾਰ ਦਾ ਰੰਗ
ਪ੍ਰਭ ਜੀ ਸਦਾ ਅੰਗ ਸੰਗ

ਸਿੱਖ ਤੂੰ ਕਮਾਲ ਹੋਵੇਂ
ਧਰਮ ਦੀ ਮਿਸਾਲ ਹੋਵੇਂ
ਇੰਜ ਕਰ 'ਸੁਰਜੀਤ' ਸਿੱਖੀ
ਕਿ ਜ਼ਮਾਨਾ ਹੋ ਜਾਏ ਦੰਗ
ਪ੍ਰਭ ਜੀ ਸਦਾ ਅੰਗ ਸੰਗ

ਪ੍ਰਵਾਸੀ ਚੁਣਦੇ ਆਪ
ਮਨ ਪਸੰਦ ਦੇ ਦੋਸਤ, ਰਿਸ਼ਤੇਦਾਰ
ਭੁੱਲਣ ਨੂੰ ਸੰਤਾਪ

ਰੁੱਖ ਅੜੇ ਗੈਸ ਗੁਬਾਰੇ
ਫੜਫੜਾਉਣ ਉਤਾਂਹ ਜਾਉਣ ਨੂੰ
ਬੱਚਾ ਉਛਲੇ ਹਥ ਪਾਉਣ ਨੂੰ

ਸਵੇਰ ਤੋਂ ਦਸਤਕ ਦੇ ਰਹੀ
ਤੂਫ਼ਾਨੀ ਹਵਾ ਸ਼ਾਮ ਲੰਘ ਆਈ ਅੰਦਰ
ਸੱਜਣਾਂ ਦੇ ਸੰਗ

ਸੜਕ ਤੇ ਅਧਸੁੱਕਾ ਖ਼ੂਨ
ਟੁੱਟਾ ਹੋਇਆ ਚਸ਼ਮਾ
ਵਜਦਾ ਮੋਬਾਈਲ, ਖ਼ੂਨ-ਬੈਂਕ ਸਾਹਮਣੇ

ਸੰਗਤ ਦੇ ਬੰਦੇ ਪੱਚੀ-ਤੀਹ
ਬਾਲੂਸ਼ਾਹੀਆਂ ਢਾਈ ਸੌ
ਪਰਬੰਧਕਾਂ ਦੇ ਹਿੱਸੇ ਵੀਹ-ਵੀਹ

ਸੂਰਜ ਉੱਪਰ ਬੂਹਾ ਢੋਇਆ
ਗਵਾਂਢ ਸ਼ੀਸ਼ੇ ਚੋਂ ਅਕਸ ਬਣ ਕੇ
ਬਾਰੀਉਂ ਅੰਦਰ ਦਾਖਲ ਹੋਇਆ

ਔ ਔ ਔ

'ਗੋਦੀ' ਟੀਵੀ ਚੈਨਲ ਦੁਹਰਾਉਂਦੇ
ਖ਼ੁਦਕੁਸ਼ੀ ਦੀ ਖ਼ਬਰ
ਕਤਲ ਦਸਦੀ ਹਰ ਅਖਬਾਰ ਦੀ ਸੁਰਖੀ

ਔ ਔ ਔ

ਸਹਿੰਦੀਆਂ ਨੇਜ਼ੇ ਸ਼ਮਸ਼ੀਰਾਂ ਦੇ ਵਾਰ
ਲਾਠੀਆਂ ਨਾਲ ਰੁਲੇਗੀ ਕੀ
ਸਿੱਖ ਦੀ ਦਸਤਾਰ

ਔ ਔ ਔ

ਬੋਹੜ ਟੰਗੀ ਪਤੰਗ ਬੇਰੰਗ
ਮੁਢ ਤੇ ਡੂੰਘੇ ਹੋ ਰਹੇ
ਪੀਂਘ ਰੱਸੀਆਂ ਦੇ ਨਿਸ਼ਾਨ

ਔ ਔ ਔ

ਹਸਪਤਾਲੋਂ ਦੌੜੇ ਪਾਗ਼ਲ ਨਿਰਾਲੇ
ਇਕ ਸਿਆਣਾ ਲੱਭਣ ਲਈ
ਉਹਨਾਂ ਕਿੰਨੇ ਸ਼ਹਿਰ ਖੰਘਾਲੇ

ਔ ਔ ਔ

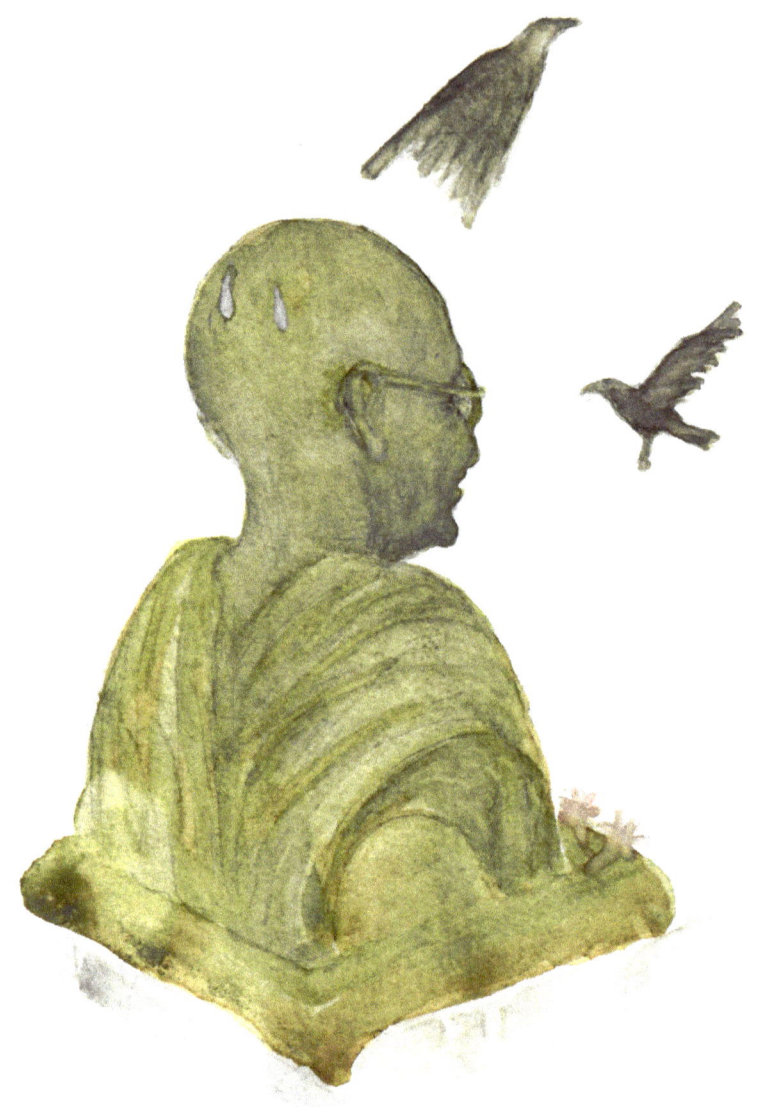

ਕਾਲ਼ਾ ਪੱਥਰ ਗਾਂਧੀ ਬੁੱਤ
ਸਿਰ ਸਦਾ ਹੀ ਚਿੱਟਾ
ਕਦੇ ਬਰਫ਼, ਫੁੱਲ ਜਾਂ ਵਿੱਠਾਂ

ਪਿਤਾ-ਦਿਵਸ ਤੇ ਉਹ ਤਲਾਸ਼ਦਾ
ਅਧੇੜ ਪਤਨੀ ਦੀਆਂ ਅੱਖਾਂ ਚੋਂ
ਪਹਿਲਾ ਪੁੱਤ ਜਣਨ ਦੀ ਉਮੰਗ

ਨਵਾਂ ਸਾਲ, ਸਰਕਾਰੀ ਭੇਟ
ਠੇਕੇ, ਬਾਰ ਖੁੱਲ੍ਹੇ
ਬੰਦ ਇੰਡੀਆ ਗੇਟ

ਨਗਰ ਕੀਰਤਨ ਅਧਵਾਟੇ
ਬਜ਼ੁਰਗ ਜਪਦੇ ਵਾਹਿਗੁਰੂ
ਜਵਾਨਾਂ 'ਚ ਅੰਤਰਾਕਸ਼ੜੀ ਸ਼ੁਰੂ

ਦਰਬਾਰ ਸੰਗਤ ਜੁੜੀ
ਨਜ਼ਰਾਂ ਮੁਖ-ਦਵਾਰ ਵੱਲ
ਦੁਲਹਨ ਦੀ ਆਮਦ

ਹੈ ਕੋਈ ਯੰਤਰ ਜੋ ਨਾਪ ਸਕੇ
ਕੌਮੀ ਕਿਰਦਾਰ ਤੇਜ਼ੀ ਨਾਲ ਡਿਗਦਾ
ਯਾ ਭਾਰਤੀ ਰੁਪਈਆ

ਅੱਗੇ ਵਧੇ ਆਰੀ ਵਾਲਾ ਹੱਥ
ਪਰਾਂਹ-ਪਰਾਂਹ ਹੋਵੇ
ਗਵਾਂਢੋ ਉਲੂਰੀ ਟਾਹਣੀ

❦ ❦ ❦

ਪੱਥਰਾਂ ਤੋਂ ਨਹੀਂ ਡਰਦਾ
ਰਹਿੰਨਾਂ ਸ਼ੀਸ਼-ਘਰ
ਨਿਤ ਗਲੀ ਚੋਂ ਲੰਘਦੀ ਦੇਖ ਸਕਾਂ

❦ ❦ ❦

ਘਾਹ, ਸਾਗਰ ਤੇ ਝਾੜ
ਪਲਾਸਟਿਕ ਲਿੱਫ਼ਾੜ੍ਹੇ ਬੋਤਲਾਂ ਕੱਜੇ
ਰੱਬੀ ਕਲਾ ਵਿਗਾੜ

❦ ❦ ❦

ਸਹਿੰਦੀ ਸਰਬ ਲੋਹ ਦੇ ਵਾਰ
ਰਬੜ ਦੀਆਂ ਗੋਲੀਆਂ ਵਿਗਾੜਨਗੀਆਂ ਕੀ
ਮੇਰੀ ਦਸਤਾਰ

❦ ❦ ❦

ਲੰਘਾਈ ਤੀਜੀ ਵਾਰ
ਘਾਹ ਕੱਟਣ ਦੀ ਵੱਡੀ ਮਸ਼ੀਨ
ਆਕੜੀ ਖੜ੍ਹੀ ਉਹੋ ਤਿੜ

❦ ❦ ❦

ਪਚਵੰਜਾ ਸਾਲਾਂ ਦਾ ਸਾਥ
ਬਿਨਾਂ ਮੇਰੇ ਕੁਝ ਕਹੇ, ਕੰਨ ਤੇ ਹੱਥ ਧਰ ਕਹਿੰਦਾ
ਕੀ ਕਿਹਾ...? ਜ਼ਰਾ ਮੁੜ ਕੇ ਆਖ

ਨਵੇਂ ਮਕਾਨ 'ਚ ਗਵਾਂਢੀ ਤੇ ਬੱਚੇ
ਤੋੜਦੇ ਆਲ੍ਹਣੇ, ਮਾਰਦੇ ਬੋਟ
ਚੀਂ-ਚੀਂ ਦਾ ਵਿਰਲਾਪ

ਲੜਦੇ ਦੰਪਤੀ ਆ ਬੈਠੇ
ਬੈਂਚ ਤੇ ਕਲੋਲਾਂ ਕਰਦਾ
ਉਡਿਆ ਪੰਛੀ ਜੋੜਾ

ਠਹਿਰਾਉ ਬੌਣੀ ਕਵਿਤਾ

ਬਾਹਰੋਂ ਪੁੱਟ, ਅੰਦਰ
ਗਮਲੇ ‘ਚ ਲਾਇਆ
ਫੁੱਲ ਕੁਮਲਾਇਆ

ಌ ಌ ಌ

ਕੁਦਰਤ ਦਾ ਬਲਾਤਕਾਰ
ਰੁੱਦਰ ਦੇਵਤੇ ਕਰ ਰਹੇ ਜ਼ਿੰਦਾ ਦਫ਼ਨ
ਇਨਸਾਨ ਬਿਨਾ ਕਫ਼ਨ

ಌ ಌ ಌ

ਪੂਰਨਮਾਸ਼ੀ ਦਾ ਚੰਨ
ਖਿਲੀ ਚਾਨਣੀ ਪਸਰਦੀ
ਪਰਛਾਵੇਂ ਉਦਾਸ

ಌ ಌ ಌ

ਨਿੱਤ ਪਾਣੀ, ਗੋਡੀ, ਖਾਦ ਸੰਭਾਲ਼
ਫਿਰ ਵੀ ਬਗੀਚੀ ਡੇਲੀਆ ਮਰਦਾ
ਡੰਡੇਲੀਅਨ ਸੜਕ ਤ੍ਰੇੜ ‘ਚ ਖਿੜਿਆ

ಌ ಌ ಌ

ਟਿੱਡੀ ਕੱਲ੍ਹ ਸੀ ਮਾਰੀ
ਕੀੜੀ-ਦਲ ਪਿੰਜਰ ਘੜੀਸਦਾ
ਅੱਜ ਘਟਿਆ ਅਫ਼ਸੋਸ

ಌ ಌ ಌ

ਕੋਰੇ ਕਾਗਜ਼ ਤੇ
ਕਾਲੇ ਹਰਫ਼ ਦੇ ਨਾਲ ਫੈਲਿਆ
ਕੋਸਾ ਤਿਪਕਾ

ੴ ੴ ੴ

ਪੰਛੀ ਤੇ ਮੈਂ ਦੇਖਦੇ
ਵੱਖਰੀ ਵੱਖਰੀ ਆਸ ਨਾਲ
ਹੁਣੇ ਖਿਲਾਰੇ ਬੀਜ

ੴ ੴ ੴ

ਹੱਸੋ ਭਾਵੇਂ
ਨਾ
ਮੁਸਕਰਾਉਗੇ
ਜ਼ਰੂਰ

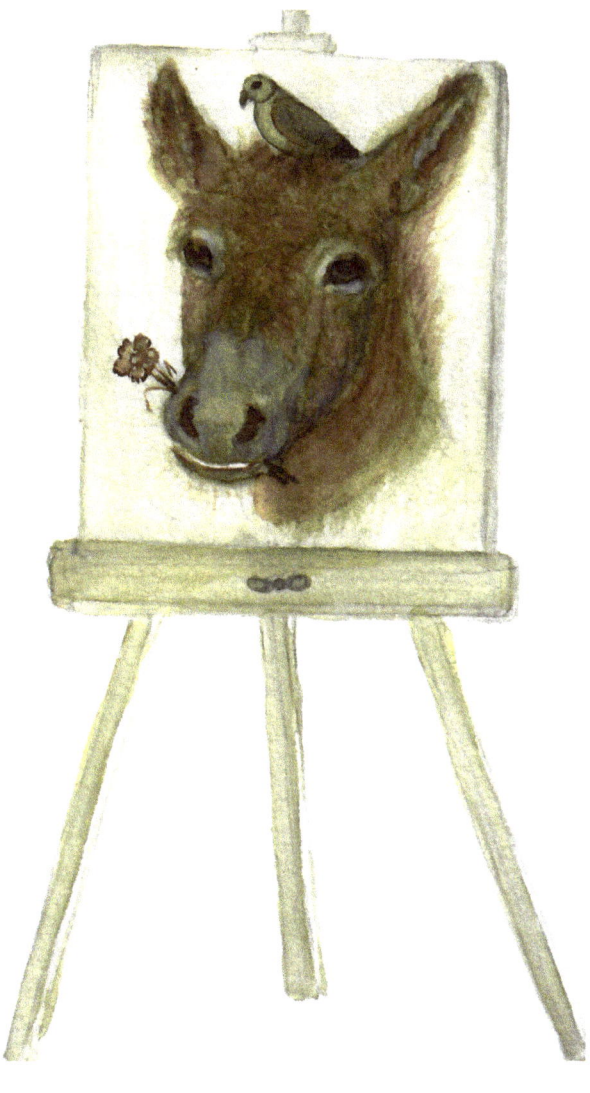

ਹੜ੍ਹ ਤੋਂ ਬਚੇ

ਹੈਲੀਕਾਪਟਰ ਚੋਂ ਸੁੱਟੇ ਰੱਸੇ ਨਾਲ
ਦੱਸ ਬੰਦੇ ਲਟਕੇ ਤੇ ਇਕ ਜਨਾਨੀ

ਵੇਖਕੇ ਰੱਸੇ ਦੀ ਹਾਲਤ ਪਤਲੀ
ਸਲਾਹ ਸਾਰਿਆਂ ਰਲ ਕੇ ਕੀਤੀ
ਦੇਣੀ ਹੀ ਪਵੇਗੀ ਇਕ ਕੁਰਬਾਨੀ

ਬਿਨ ਆਈ ਮਰਨ ਲਈ ਕੌਣ ਤਿਆਰ
ਆਖ਼ਰ ਇਕ ਬੀਬੀ ਨੇ ਕੀਤਾ ਮਰਨਾ ਸਵੀਕਾਰ

ਇਹ ਆਖਦਿਆਂ ਕਿ –
ਸੁਰਜੀਤ ਜੀ,
ਪਤੀ ਤੇ ਔਲਾਦ ਲਈ ਨਿੱਤ ਹੀ
ਮਰਦੀਆਂ ਨੇ
ਕਿਸਮਤੋਂ ਮਾੜੀਆਂ

ਬੀਬੀ ਦੀ ਸਪੀਚ ਅਜੇ
ਖਤਮ ਵੀ ਨਹੀਂ ਸੀ ਹੋਈ
ਬੰਦੇ ਸਾਰੇ ਵਜਾਉਣ ਲੱਗੇ ਤਾੜੀਆਂ

ਤੇਜ਼ ਸੱਸ

ਵੱਡੀ ਭਾਰੀ ਦੀਵਾਰ ਘੜੀ
ਡਿਗੀ ਤਾਂ ਜ਼ਰੂਰ
ਪਰ ਸੱਸ ਲੰਘ ਜਾਣ ਦੇ
ਇਕ ਮਿੰਟ ਬਾਅਦ
ਕੁਝ ਨਾ ਆਇਆ ਸਵਾਦ

ਬੁਲਾ ਕੇ ਨੌਕਰ ਨੂੰ ਝਾੜਿਆ
ਨਿਕੰਮਿਆਂ, ਤੇਰੀ ਸੁਸਤੀ ਨੇਂ
ਸਾਰਾ ਕੰਮ ਵਿਗਾੜਿਆ

ਕਿੰਨੀ ਵਾਰ ਤੈਨੂੰ ਕਿਹਾ
ਠੀਕ ਕਰ ਘੜੀ,
ਇਕ ਮਿੰਟ ਲੇਟ ਚਲਦੀ ਹੈ

ਆਖਦੈ – ਪਾਹਵਾ ਜੀ
ਮੇਰਾ ਨਹੀਂ ਕੋਈ ਕਸੂਰ
ਤੁਹਾਡੀ ਸੱਸ ਹੀ
ਕੁਛ ਤੇਜ਼ ਚਲਦੀ ਹੈ

ਮਕਾਨ ਮਾਲਕਣ

ਉਪਰਲੀ ਮੰਜਿਲ਼, ਕਿਰਾਏ ਕਮਰੇ 'ਚ
ਅੱਧੀ ਰਾਤ ਮੁੜੇ, ਫੌਜੀ ਨੇ
ਇਕ ਬੂਟ ਲਾਹ ਮਾਰ ਵਗਾਹਿਆ
ਤਾਂ ਅਚਾਨਕ ਹੇਠਾਂ ਸੁੱਤੀ
ਮਾਲਕਣ ਦਾ ਗੁੱਸਾ ਚੇਤੇ ਆਇਆ
ਸੋ ਉਸਨੇ ਦੂਜਾ ਬੂਟ ਹੌਲ਼ੀ ਜਿਹੀ ਲਾਹਿਆ

ਦਸ ਮਿੰਟ ਬਾਦ ਮਾਲਕਣ ਦਰਵਾਜਾ ਭੰਨਿਆ
ਤੈਨੂੰ ਕਿੰਨੀ ਵਾਰ ਸਮਝਾਇਆ, ਨਿਕੰਮਿਆਂ!

ਚਲ ਹੁਣ ਸਾਡੇ ਤੇ ਜ਼ਰਾ ਮੇਹਰਬਾਨੀ ਕਰ
ਤੇ ਹੁਣ ਆਪਣਾ ਦੂਜਾ ਬੂਟ ਵੀ ਲਾਹ ਮਰ!

ਤੇਰੇ ਦੂਜੇ ਬੂਟ ਦਾ ਸਿਆਪਾ ਜਦ ਵੀ ਹੋ ਜਾਸੀ
ਤਾਂ ਮੇਰਾ ਟੱਬਰ ਵੀ ਸੁਖ ਦੀ ਨੀਂਦਰ ਸੌਂ ਜਾਸੀ

ਛੱਡ ਦਿਉ ਸੀਟ

"ਮੰਮੀ, ਮੰਮੀ...
ਅਜੇ ਸਵੇਰੇ ਡੈਡਾ ਦੇ ਨਾਲ
ਬਸ ਵਿਚ ਜਦੋਂ ਮੈਂ ਜਾਂਦਾ
ਵੇਖ ਕੇ ਤੇਰੇ ਵਰਗੀ ਸੁਹਣੀ
ਮੈਨੂੰ ਡੈਡਾ ਇਓਂ ਸਮਝਾਂਦਾ

ਉੱਠ ਪੁੱਤਰਾ ਤੂੰ ਇਹਨੂੰ ਬਿਠਾ ਦੇ
ਇਹ ਫਰਜ਼ ਅਸਾਂ ਮਰਦਾਂ ਦਾ"

"ਬਹੁਤ ਹੀ ਚੰਗੀ ਗੱਲ ਇਹ ਪੁੱਤਰਾ
'ਸੁਰਜੀਤ' ਡੈਡਾ ਤੈਨੂੰ ਸਮਝਾਈ
ਛੱਡ ਦਿਉ ਸੀਟ ਜਨਾਨੀਆਂ ਖਾਤਰ
ਕਿਉਂ ਤੈਨੂੰ ਸਮਝ ਨਾ ਆਈ "

"ਮੰਮੀ-ਮੈਂ ਤਾਂ ਉੱਠ ਗਿਆ ਸਾਂ, ਪਰ ਉੱਠਿਆਂ ਹੌਲ਼ੀ-ਹੌਲ਼ੀ
ਕਿਉਂ ਜੋ ਮੈਂ ਕਿਸੇ ਸੀਟ ਤੇ ਨਾ ਸੀ, ਮੈਂ ਤਾਂ ਬੈਠਾ ਸੀ ਡੈਡੀ ਦੀ ਝੋਲ਼ੀ"

ਤੋਹਫ਼ਾ

ਸੱਸ ਆਪਣਾ ਅੱਸੀਵਾਂ ਜਨਮ-ਦਿਨ ਮਨਾ ਰਹੀ ਸੀ,
ਪਰ ਐਤਕੀ ਬੁਢੜੀ ਨੂੰ ਹੋਰ ਤੋਹਫ਼ਾ ਕੀ ਦਈਏ
ਜਵਾਈ ਨੂੰ ਅਜੇ ਕੁਛ ਸਮਝ ਨਹੀਂ ਆ ਰਹੀ ਸੀ

ਪਿਛਲਾ ਜਨਮ- ਦਿਨ, ਭਾਵੇਂ ਸੀ ਛੋਟਾ
ਉਸਨੇ ਤਾਂ ਲੈ ਦਿੱਤਾ ਸੀ ਮਹਿੰਗੇ ਕਬਰਿਸਤਾਨ 'ਚ
ਜ਼ਮੀਨ ਦਾ ਇਕ ਟੋਟਾ ਸੱਸ ਨਿਹੋਰਾ ਮਾਰਿਆ,
ਵੇ ਜਵਾਈਆ! ਅੱਜ ਮੇਰਾ ਵੱਡਾ ਦਿਨ, ਕੁਛ ਲਿਆਇਆ?

ਦਰਵਾਜੇ ਨੂੰ ਜਾਂਦਾ ਜਵਾਈ ਝੱਟ ਪਰਤਿਆ
ਆਖੇ-ਹੋਰ ਕੀ ਦੇਵੇ 'ਸੁਰਜੀਤ'
ਅਜੇ ਤਾਂ ਤੁਸੀਂ ਪਿਛਲਾ ਤੋਹਫ਼ਾ ਵੀ ਨਹੀਂ ਵਰਤਿਆ?

❧ ❧ ❧

ਖੋਤਾ

ਚਾਈਂ-ਚਾਈਂ ਮੰਦਰ ਆਇਆ
ਮੂੰਹ ਤੇ ਲਾਲੀ ਖਾਸ
ਰਾਮ ਲੁਭਾਏ ਕਰਾਈ
ਖੋਤਾ ਗੁੰਮਣ ਦੀ ਅਰਦਾਸ

ਆਖੇ ਗ਼ਮ ਨਹੀਂ ਜੇ
ਖੋਤਾ ਗੁੰਮਿਆ ਮੇਰਾ
ਭਾਵੇਂ ਅਜੇ ਨਾ ਲੱਭਿਆ
ਫਿਰ ਵੀ ਸ਼ੁਕਰ ਹੈ ਤੇਰਾ

ਪੁੱਛਾਂ ਰਾਮ ਲੁਭਾਏ
ਅਰਦਾਸ ਇਹ ਬੜੀ ਨਿਰਾਲੀ
ਤੇਰਾ ਤਾਂ ਖੋਤਾ ਗੁੰਮਿਆ
ਖੁਸ਼ੀ ਨਾ ਜਾਏ ਸੰਭਾਲੀ

ਨਤਮਸਤਕ ਹੋ ਬੋਲਿਆ
'ਸੁਰਜੀਤ' ਰੱਬ ਦਾ ਹੈ ਸ਼ੁਕਰ
ਗੁੰਮਿਆ ਸੀ ਜਦ ਮੇਰਾ ਖੋਤਾ
ਮੈਂ ਬੈਠਾ ਨਹੀਂ ਸਾਂ ਉੱਪਰ

ਗਵਾਂਢੀ

ਮੂਸਲਾਧਾਰ ਮੀਹਂ ਵਿਚ
ਗਵਾਂਢੀ ਆ ਕੇ
ਨਾ ਹਾਲ ਪੁੱਛਦਾ
ਨਾ ਬਾਤ ਪੁੱਛਦਾ
ਬਸ ਕੁਝ ਵੱਡੇ ਭਾਂਡੇ
ਤੇ ਪਰਾਤ ਪੁੱਛਦਾ

ਮੈਂ ਪੁਛਿਆ ਬਈ
ਅਸੀਂ ਵੀ ਆਈਏ
ਲਗਦੈ ਕੋਈ ਵੱਡੀ
ਪਾਰਟੀ ਪਈ ਹੋਂਦੀ ਹੈ

ਗਵਾਂਢੀ ਕਹਿੰਦਾ -
ਸੁਰਜੀਤ ਜੀ!
ਜ਼ਰੂਰ ਤੇ ਜਲਦੀ ਆਇਓ
ਨਾਲ ਹੋਰ ਵੱਡੇ
ਭਾਂਡੇ ਵੀ ਲਿਆਇਓ
ਕਿਉਂਕਿ ਮੇਰੀ ਸਾਰੀ
ਛੱਤ ਪਈ ਚੋਂਦੀ ਹੈ

ਟ੍ਰੈਫ਼ਿਕ

ਬਸ ਵਿਚ ਹਰ ਰੋਜ਼ ਘਰੋਂ
ਦਫ਼ਤਰ ਪਹੁੰਚਣ ਨੂੰ
ਉਸਨੂੰ ਲੱਗਦਾ ਸੀ
ਪੂਰਾ ਇਕ ਘੰਟਾ

ਟ੍ਰੈਫ਼ਿਕ ਤੋਂ ਤੰਗ ਆਏ ਨੇ
ਮੈਨੇਜਰੀ ਛੱਡ ਕੇ ਸਮਝਿਆ
ਮੁਕਾ ਲਿਆ ਹੁਣ
ਨਿੱਤ ਟ੍ਰੈਫਿਕ ਜਾਮ ਦਾ ਟੰਟਾ

ਮੈਂ ਸੋਚਿਆ, ਬੰਦਾ ਹੁਸ਼ਿਆਰ
ਬੜੀ ਜਲਦੀ ਟ੍ਰੈਫ਼ਿਕ ਤੋਂ
ਛੁਟਕਾਰਾ ਪਾ ਗਿਆ ਤੇ
ਨਵਾਂ ਕੰਮ ਵੀ ਛੇਤੀ ਹੀ
ਓਹਦੇ ਅੜਿੱਕੇ ਆ ਗਿਆ

ਮਿਲਿਆ ਤਾਂ ਕਹਿੰਦਾ -
ਕੰਮ ਨਵਾਂ ਲੱਭ ਲਿਐ 'ਸੁਰਜੀਤ'
ਹੁਣ ਤਾਂ ਮੈਂ ਧੂੜਾਂ ਉਡਾਉਂਦਾ ਹਾਂ
ਅੱਜ ਕੱਲ੍ਹ ਸ਼ਹਿਰ ਵਿਚ ਹੀ ਸਾਰਾ
ਦਿਨ ਟੈਕਸੀ ਚਲਾਉਂਦਾ ਹਾਂ

ਪੁਲਿਸ ਰਿਪੋਰਟ

ਕਰੈਡਿਟ ਕਾਰਡ ਗੁੰਮਣ ਦੇ
ਤੀਸਰੇ ਮਹੀਨੇ ਬਾਦ ਵੀ
ਜਦ ਦੋਸਤ ਨੇ
ਪੁਲਿਸ ਰਿਪੋਰਟ ਨਹੀਂ ਲਿਖਵਾਈ

ਉਹਦੇ ਚੇਹਰੇ ਤੇ
ਬਿਲਕੁਲ ਅਫਸੋਸ ਨਾ
ਬਲਕਿ ਖੁਸ਼ੀ ਨਜ਼ਰ ਆਈ

ਹੈਰਾਨ ਹੋ ਕੇ ਪੁੱਛਿਆ -
ਯਾਰ, ਤੈਨੂੰ ਡਰ ਨਹੀਂ ਲੱਗ ਰਿਹੈ?

ਕਹਿੰਦੈ-
"ਡਰ ਕਾਹਦਾ ਦੋਸਤ
ਚੋਰ ਤਾਂ ਬੀਵੀ ਤੋਂ,
ਅੱਧਾ ਖਰਚ ਕਰ ਰਿਹੈ!

੩ ੩ ੩

ਦੂਜਾ ਫੇਰਾ

ਦੂਜਾ ਫੇਰਾ ਸੀ ਵਿਆਹ ਦੇ ਮਗਰੋਂ
ਜਦੋਂ ਇਹ ਕੁੜੀ ਪੇਕੇ ਘਰ ਆਈ
ਮੌਕਾ ਤਾੜ ਕੇ ਸੱਸ ਨੂੰ ਇਉਂ
ਆਖਣ ਲੱਗਾ ਜਵਾਈ –

ਥੋਡੀ ਕੁੜੀ ਵਿਚ ਹੋਏ ਨਾ ਜਿਹੜੀ,
ਉਹ ਲੱਭੇ ਨਾ ਬੁਰਿਆਈ,
ਫਿਰ ਜਾਣ-ਬੁਝ ਕੇ ਤੁਸੀਂ ਇਹ ਆਫ਼ਤ
ਕਿਉਂ ਮੇਰੇ ਪੱਲੇ ਪਾਈ?

ਅਗੋਂ ਸੱਸ ਕਹਿੰਦੀ- 'ਸੁਰਜੀਤ
ਅਸੀਂ ਤਾਂ ਸਿਰਫ਼ ਜਵਾਈ ਲੱਭਦੇ ਸਾਂ
ਹੋਵੇ ਲੰਗੜਾ, ਭਾਵੇਂ ਟੁੰਡਾ
ਅਕਲੋਂ-ਅੰਨ੍ਹਾ ਮਿਲ ਹੀ ਗਿਆ
ਸਾਨੂੰ ਤੇਰੇ ਵਰਗਾ ਮੁੰਡਾ"

ਪੰਜਵੇਂ ਦਿਨ

ਰੇਡੀਓ ਸਟੇਸ਼ਨ ਤੋਂ
ਸੈਕਟਰੀ ਦਾ ਫੋਨ ਆਇਆ:
ਸੁਰਜੀਤ ਜੀ – ਹਾਸ ਰਸ ਤੇ
ਕੋਈ ਹੈ ਮਸਾਲਾ ਤਿਆਰ?

ਮੈਂ ਕਿਹਾ: ਆਪਣੇ ਕੋਲ ਤਾਂ
ਹਮੇਸ਼ਾ ਰਹਿੰਦੇ ਟੋਟਕੇ ਹਜ਼ਾਰ
ਕਹਿੰਦੀ: ਫਿਰ ਪੰਜਵੇਂ ਦਿਨ
ਦਫਤਰ ਆ ਜਾਇਓ
ਪਰ ਤੁਹਾਨੂੰ ਮਿੰਟ
ਮਿਲਣਗੇ ਸਿਰਫ ਚਾਰ

ਮੈਂ ਪੁੱਛਿਆ:
ਚਲੋ ਮਿੰਟ ਚਾਰ ਹੀ ਸਹੀ
ਪਰ ਮੈਨੂੰ ਪੰਜਵੇਂ ਹੀ ਦਿਨ
ਕਿਓਂ ਬੁਲਾਇਆ ਹੈ?

ਉਹ ਆਖਦੀ: ਸੁਰਜੀਤ ਜੀ
'ਜ਼ਿੰਦਗੀ ਹੈ ਬਸ ਚਾਰ ਦਿਨ'
ਸਾਡਾ ਬਾਸ ਅੱਜ ਹੀ ਕਿਤੋਂ
ਸੁਣ ਕੇ ਆਇਆ ਹੈ

੬ ੬ ੬

ਸਾਇਕੋਲੋਜੀਕਲ

ਮਾਂ-ਪਿਉ ਕਰ ਰਹੇ ਸੀ
ਕਿਸੇ ਟੁੱਟ ਰਹੀ ਮੈਰਿਜ ਦੀ ਗੱਲ
ਉਹਨਾਂ ਦੇ ਯਾਰਾਂ ਸਾਲ ਦੇ ਮੁੰਡੇ ਨੇ
ਅਚਾਨਕ ਦਿੱਤਾ ਦਖ਼ਲ

ਕਹਿਣ ਲੱਗਾ-ਇਹ ਤਾਂ ਪ੍ਰਾਬਲਮ
ਲੱਗਦੀ ਹੈ ਨਿਰੀ ਸਾਇਕੋਲੋਜੀਕਲ
ਸੁਣਦੇ ਹੀ ਦੋਵੇਂ ਪਏ ਉੱਛਲ
"ਉਹ ਕਿਵੇਂ?"

ਮੁੰਡਾ ਕਹਿੰਦਾ-
ਮੈਨੂੰ ਤਾਂ ਤੁਹਾਡੀਆਂ ਗੱਲਾਂ
ਸੁਣਦੇ ਹੀ ਆ ਗਈ ਸੀ ਸਮਝ

ਕਿ ਬੰਦਾ ਤਾਂ ਹੈ ਨਿਰਾ 'ਸਾਈਕੋ'
ਤੇ ਬੀਵੀ ਲੱਗ ਰਹੀ ਹੈ,
ਪੂਰੀ-ਪੂਰੀ 'ਲੋਜੀਕਲ'

ਤੇ ਹੁਣ ਦੋਹਾਂ ਨੂੰ ਮਿਲਾ ਕੇ ਦੇਖੋ
ਫੇਰ ਹੋਈ ਨਾ ਪ੍ਰਾਬਲਮ
ਨਿਰੀ... ਸਾਇਕੋ-ਲੋਜੀਕਲ!

༒ ༒ ༒

ਸੀ. ਵੀ.

ਦੋਸਤ ਦੀ ਬੀਵੀ ਬੜੀ ਹਤਾਸ਼
ਭੇਜ ਚੁੱਕੀ ਸੀ ਦੋ ਸੌ ਸੀ. ਵੀ.
ਆਇਆ ਨਾ ਸੀ ਕੋਈ ਜਵਾਬ

ਕਹਿੰਦੀ-
ਹਫ਼ਤਾ ਲਾ ਬਣਾਇਆ ਮੈਂ ਤਾਂ
ਫਿਰ ਵੀ ਜ਼ਰਾ ਨਿਗਾਹ ਮਾਰਿਉ
ਗਲਤੀ ਤਾਂ ਲੱਭਣੀ ਨਹੀਂ ਕੋਈ
ਤੁਸੀਂ ਜ਼ਰਾ ਇਸਨੂੰ ਸੁਧਾਰਿਉ

ਬਈ ਪਹਿਲੀ ਲਾਈਨ ਪੜ੍ਹਦੇ ਹੀ
ਸੁਰਜੀਤ ਤਾਂ ਹੋ ਗਿਆ ਬੇਚੈਨ
ਸਭ ਤੋਂ ਉੱਪਰ ਹੀ ਲਿਖਿਆ ਸੀ
ਡੀਅਰ ਸਰ ਸਲੈਸ਼ ਮੈਡਮੈਨ

ਸੁਰਗਾਂ ਵਿਚ

ਸੁਰਗਾਂ 'ਚ ਧਰਮ ਰਾਜ ਭਾਈ ਜੀ ਨੂੰ
ਜਦ ਛੋਟੀ ਜਿਹੀ ਝੋਂਪੜੀ ਦਿਖਾ ਰਹੇ ਸਨ

ਪਰ ਟੈਕਸੀ ਡ੍ਰਾਈਵਰ ਵਾਸਤੇ
ਉਹ ਵੱਡਾ ਬੰਗਲਾ ਸਜਵਾ ਰਹੇ ਸਨ

ਭਾਈ ਜੀ ਨੂੰ ਹੈਰਾਨ-ਪਰੇਸ਼ਾਨ ਵੇਖ
ਧਰਮ ਰਾਜ ਇੰਜ ਸਮਝਾ ਰਹੇ ਸਨ

ਕਿ ਤੁਹਾਡਾ ਕੀਰਤਨ ਤਾਂ ਸਦਾ ਹੀ
ਜਾਗਦਿਆਂ ਨੂੰ ਸੁਆਉਂਦਾ ਰਿਹਾ ਹੈ

ਪਰ 'ਸੁਰਜੀਤ' ਦੀ ਤੇਜ਼ ਰਫ਼ਤਾਰ ਟੈਕਸੀ ਵਿੱਚ
ਸਵਾਰੀਆਂ ਨੂੰ ਸਦਾ ਰੱਬ ਯਾਦ ਆਉਂਦਾ ਰਿਹਾ ਹੈ

ਚੋਰੀ

ਜੱਜ ਕੈਦੀ 'ਸੁਰਜੀਤ' ਨੂੰ ਪੁੱਛਦੈ
ਕੀ ਗੱਲ ਅੱਜ ਫੇਰ ਕੋਈ ਵਕੀਲ
ਆਇਆ ਨਹੀਂ ਤੈਨੂੰ ਬਚਾਣ ਨੂੰ

"ਜੀ ਵਕੀਲ ਤਾਂ ਸਾਰੇ ਸਮਝ ਗਏ ਨੇਂ
'ਸੁਰਜੀਤ' ਨੇ ਚੋਰੀ ਹੀ ਨਹੀਂ ਕੀਤੀ
ਫਿਰ ਉਹਨੇ ਫ਼ੀਸ ਕਿਥੋਂ ਦੇਣੀ ਹੈ
ਜੇ ਪੱਲੇ ਧੇਲਾ ਨਹੀਂ ਜ਼ਹਿਰ ਖਾਣ ਨੂੰ

ਜਾਚ ਮੈਨੂੰ ਆ ਗਈ

ਜਾਚ ਮੈਨੂੰ ਆ ਗਈ, ਅੰਬ ਖਾਣ ਦੀ
ਹੌਲ਼ੀ ਹੌਲ਼ੀ ਚੂਪ ਕੇ ਛਿਲਕੇ ਲਾਹਣ ਦੀ

ਚੰਗਾ ਹੋਇਆ ਗਿਟਕ ਭੁੰਜੇ ਢਹਿ ਪਈ
ਮੁੱਕ ਗਈ ਚਿੰਤਾ ਮਖੀਆਂ ਉਡਾਣ ਦੀ

ਡੰਮੀ

ਆਖ਼ਰ ਮੇਰੀ ਪਤਨੀ ਤੋਂ
ਰਿਹਾ ਨਾ ਗਿਆ
ਤੇ ਓਹਨੇ ਸਾਡੀ ਗਵਾਂਢਣ
ਜਿਸਦਾ ਨਵਾਂ ਤਲਾਕ ਹੋਇਆ ਸੀ
ਉਸਤੋਂ ਛੇਤੀ-ਦਣੀ ਪੁੱਛ ਹੀ ਲਿਆ

"ਰੋਜ਼ੀ, ਅੱਠ ਘੰਟੇ ਨੌਕਰੀ ਤੋਂ ਬਾਦ,
"ਤੂੰ ਸ਼ਾਮ ਦਾ ਸੀ ਪੀ ਆਰ
ਯਾਨੀ ਫ਼ਰਸਟ-ਏਡ
ਕੋਰਸ ਕਿਉਂ ਲੈ ਲਿਆ
ਤੈਨੂੰ ਔਖਾ ਨਹੀਂ ਲੱਗਦਾ?"

ਉਹ ਤੜਾਕ-ਦਣੀ ਬੋਲੀ -
"ਸੁਣ ਗੁੱਡੀ ਭੋਲ਼ੀ!
ਮੈਂ ਅੱਗੇ ਵੀ ਤਾਂ
ਇਹੋ ਕਰਦੀ ਸੀ,
ਪਿਛਲੇ ਬੱਤੀ ਸਾਲਾਂ ਤੋਂ ਓਸ
ਡੰਮੀ ਜਿਹੇ ਪਤੀ ਵਿਚ
ਹਵਾ ਈ ਭਰਦੀ ਸੀ"

ਜੀਨੀ

ਤਲਾਕ ਸ਼ੁਦਾ ਇਕ ਬੀਬੀ ਨੂੰ
ਜੀਨੀ ਲੈਂਪ ਜਦ ਲੱਭਿਆ
"ਤਿੰਨ ਵਾਰ ਜੋ ਮਰਜ਼ੀ ਮੰਗੋ'
ਉੱਚੀ ਆਖ ਕੇ ਜੀਨੀ ਹੱਸਿਆ

ਫੇਰ ਹੌਲ਼ੀ ਜਿਹੀ ਕਹਿੰਦਾ:
"ਪਰ ਤੇਰੇ ਐਕਸ-ਪਤੀ ਨੂੰ ਡਬਲ ਮਿਲੂ"
ਬੀਬੀ ਨੇ ਮੰਗੇ ਲੱਖ ਡਾਲਰ
ਪਤੀ ਨੂੰ ਮਿਲੇ ਦੋ ਲੱਖ ਡਾਲਰ
ਸੋਨਾ ਮੰਗਿਆ ਇਕ ਟ੍ਰਾਲਰ
ਪਤੀ ਨੂੰ ਮਿਲ ਗਏ ਦੋ ਟ੍ਰਾਲਰ

ਬਸ ਤੀਜੀ ਤੇ ਆਖ਼ਰੀ ਮੰਗ ਤੇ
ਹੋ ਗਈ ਪਿਛਲੇ ਪਤੀ ਦੀ ਖੋਟੀ
ਜਦੋਂ ਉਹ ਅੱਤ ਸਿਆਣੀ ਬੀਬੀ
ਕੱਢ ਲਿਆਈ ਮੋਟੀ ਜਿਹੀ ਸੋਟੀ

ਕਹਿੰਦੀ: "ਜੀਨੀ ਭਾ ਜੀ -
ਹੁਣ ਮੈਨੂੰ ਮਾਰ-ਮਾਰ
ਅੱਧਮੋਇਆ ਕਰਦੇ
ਪਰ ਇਸ ਕਮੀਨੇ ਦਾ
ਅੱਜ ਪੂਰੇ ਦਾ ਪੂਰਾ
ਫਸਤਾ ਹੀ ਵੱਢਦੇ"

ਜੱਜ ਸਾਹਬ

ਜੱਜ ਸਾਹਿਬ ਹਰ ਸ਼ੁਕਰਵਾਰ
ਸ਼ਾਮ ਬੜੀ ਮੌਜ ਵਿਚ ਮਨਾਂਦੇ
ਕਾਰ ਦਫ਼ਤਰ ਵਿਚ ਹੀ ਛੱਡਕੇ
ਕਿਸੇ ਪੱਬ-ਕਲੱਬ ਵਿਚ ਵੜ ਜਾਂਦੇ

ਐਸੇ ਹੀ ਮਸਤ ਇਕ ਸ਼ੁਕਰਵਾਰ
ਜੱਜ ਦੀ ਤਬੀਅਤ ਹੋ ਗਈ ਢਿੱਲੀ
ਉਲਟੀ ਨਾਲ ਸਾਰੀ ਚਿੱਟੀ ਕਮੀਜ਼
ਹੋਈ ਡੱਬ-ਖੜੱਬੀ, ਪੀਲੀ ਤੇ ਗਿੱਲੀ

ਤੱਕ ਗੁਸੈਲ ਬੀਵੀ ਘਰ ਪਹੁੰਚਣ ਤੇ
ਜੱਜ ਝੱਟ ਹੜਬੜਾ ਕੇ ਬੋਲਿਆ
ਬੱਸ ਵਿਚ ਮੇਰੇ ਨਾਲ ਬੈਠੇ ਬੰਦੇ ਨੇ
ਸੱਚੀਂ! ..ਇਹ ਸਾਰਾ ਗੰਦ ਘੋਲਿਆ

ਸੋਮਵਾਰ ਦਫਤਰੋਂ ਫੋਨ ਤੇ ਆਖੇ
ਡਾਰਲਿੰਗ, ਕੀ ਤੂੰ ਸੁਣਿਆ ਹੈ
ਓਸ ਟੁੰਨ ਸ਼ਰਾਬੀ ਬੰਦੇ ਨੂੰ ਫੜ ਮੈਂ
ਜੇਲ੍ਹ ਵਿਚ ਤੁੰਨਿਆ ਹੈ, ਸਗੋਂ ਹੋਰ
ਸੌ ਜੁਰਮਾਨਾ ਲਾ ਸਿਰ ਵੀ ਮੁੰਨਿਆ ਹੈ

ਅੱਗੋਂ ਬੀਵੀ ਕਹਿੰਦੀ:
ਛੱਡੋ ਜੱਜ ਸਾਹਬ, ਇਹ ਨਾ ਸਮਝੋ
ਦੋਸ਼ੀ ਨੂੰ ਬਹੁਤ ਸਜ਼ਾ ਕਰ ਦਿੱਤੀ ਹੈ
ਘੱਟੋ-ਘੱਟ ਦੋ-ਤਿੰਨ ਸੌ ਤਾਂ ਹੋਰ ਵਸੂਲੋ
ਅੱਜ ਲਾਂਡਰੀ ਕਰਦੇ ਮੈਂ ਦੇਖਿਆ
ਓਸ ਬੰਦੇ ਨੇ ਤਾਂ ਤੁਹਾਡੀ ਪੈਂਟ ਵੀ
ਸ਼ਿੱਟ ਨਾਲ ਭਰ ਦਿੱਤੀ ਹੈ

ਹਵਾਈ ਅੱਡਾ

ਅੱਡਾ ਹਵਾਈ, ਜਿੱਥੇ
ਸਿਕਿਉਰਿਟੀ ਵਧਾਉਣ ਬਾਦ ਜਦ
ਸੁਝਾਉ ਪੇਟੀ ਖੁਲਵਾਈ
ਉਸ ਵਿਚੋਂ ਅਫਸਰ ਬੀਬੀ ਛੇ
ਸ਼ਿਕਾਇਤਾਂ ਕੱਢ ਲਿਆਈ

ਦੋ ਯਾਤਰੀ ਤਾਂ ਇਹ ਆਖਦੇ
ਸਾਡੇ ਸਰੀਰਾਂ ਨੂੰ ਇਧਰ-ਉਧਰ ਹੱਥ
ਲਗਾਉਣਾ ਬਹੁਤ ਵਧ ਗਿਆ ਹੈ

ਬਾਕੀ ਚਾਰੋ ਸ਼ਿਕਾਇਤਾਂ ਨੇੜੇ ਦੇ
ਮਸਾਜ-ਪਾਰਲਰ ਦੀਆਂ ਸਨ
ਅਖੇ ਅੱਜ ਕੱਲ੍ਹ ਸਾਡਾ ਬਿਜ਼ਨੇਸ ਤਾਂ
ਬਹੁਤ ਘੱਟ ਗਿਆ ਹੈ

ਪਾਸਸਪੋਰਟ

ਦਿੱਲੀ ਪਾਸਪੋਰਟ ਦਫਤਰ ‘ਚ
ਲੱਗੀ ਸੀ ਲੰਬੀ ਕਤਾਰ, ਕੋਲ ਮੇਰੇ ਆ ਖਲੋਤਾ
ਇਕ ਸੋਹਣਾ ਜਿਹਾ ਸਰਦਾਰ
ਆਖੇ- ਪੜ੍ਹੇ ਲਿਖੇ ਲੱਗਦੇ ਹੋ
ਤੁਹਾਡੇ ਕੋਲ ਪੈਨੱ ਤਾਂ ਹੋਊ ਜਰੂਰ
ਤੇ ਜੇ ਪੈਨੱ ਹੀ ਦੇਣ ਲੱਗੇ ਹੋ
ਤਾਂ ਇਕ ਕਿਰਪਾ ਕਰੋ ਹਜ਼ੂਰ
ਮੇਰਾ ਫਾਰਮ ਹੀ ਭਰਵਾ ਦਿਉ
ਸ਼ਕਲ ਤੋਂ ਤੁਸੀਂ ਏਜੰਟ ਲੱਗਦੇ ਹੋ
ਜੇ ਕਿਤੇ ਜਹਾਜੇ ਹੀ ਚੜ੍ਹਾ ਦਿਉ

ਪੁੱਛਿਆ ਨਾਮ ਦੱਸ ਮੁੰਡਿਆ
ਜੀ- ਸਿੰਘ ਸਵੀਟੀ ਲਿਖ ਦਿਉ
ਤੇ ਰੰਗ ਕੀ ਲਿਖਾਂ ਤੇਰਾ
ਜੀ- ਵੀਟੀ ‘Wheaty’ ਲਿਖ ਦਿਉ
ਮਾਂ ਕਿਰਪਾਲ ਤੇ ਪਿਓ, ਕੰਗਾਲ ਲਿਖ ਦਿਉ
ਬੈਂਕ ਬੈਲੰਸ ‘Bank Balance ਦਾ ਬੜਾ
ਬੁਰਾ ਹਾਲ ਲਿਖ ਦਿਉ
ਅੱਖਾਂ ਦਾ ਰੰਗ ਬਲੂ ‘Blue’ ਤੇ
ਬਲੈਕ ‘Black’ ਵਾਲ਼ ਲਿਖ ਦਿਉ
‘ਸੁਰਜੀਤ’ ਪੁੱਛੇ ਬਈ
ਮਦਰ-ਟੰਗ ‘Mother Tongue’?
ਕਹਿੰਦਾ-ਜੀ, ‘ਲਾਲ’ ਲਿਖ ਦਿਉ

ਨਿਊਯਾਰਕ

ਨਿਊਯਾਰਕ ਮੇਰਾ ਇਕ ਯਾਰ
ਉਸਦੇ ਕੋਲ ਸਨ ਠੀਕ-ਠਾਕ
ਹੀ ਟਾਇਰ ਪੁਰਾਣੇ ਚਾਰ

ਉਹਨੇ 'ਫ਼ਰੀ' ਦੀ ਤਖਤੀ ਲਾ
ਬਾਹਰ ਟਾਇਰ ਪੁਰਾਣੇ ਰੱਖੇ
ਤਿੰਨ ਚਾਰ ਦਿਨ ਬੀਤ ਗਏ
ਪਰ ਕਿਸੇ ਨੇ ਉਹ ਨਾ ਚੱਕੇ

ਸੁਰਜੀਤ ਦੋਸਤ ਨੇ ਜ਼ਰਾ ਸੋਚ ਕੇ
ਨਵੀਂ ਸਕੀਮ ਬਣਾਈ
ਬਦਲੀ ਤਖਤੀ, ਉੱਪਰ
ਕੀਮਤ 80 ਡਾਲਰ ਲਾਈ

ਅੰਦਰ ਆਕੇ ਐਨਕ ਲਾ ਕੇ
ਨਿਗਾਹ ਬਾਹਰ ਨੂੰ ਮੋੜੀ
ਵੇਖਕੇ ਹੋਈ ਨਾ ਜ਼ਰਾ ਹੈਰਾਨੀ
ਟਾਇਰ ਹੋ ਚੁਕੇ ਸਨ ਚੋਰੀ

ਗੁਲਜ਼ਾਰ

ਦੋਸਤੀ ਫੁੱਲ ਹੈ, ਵਿਚ ਰੰਗ ਖੁਸ਼ਬੂ ਤੇ ਪਿਆਰ ਰਲ਼ਿਆ ਹੈ
ਸ਼ੁਭ ਇੱਛਾਵਾਂ, ਰੱਜ ਕੇ ਸਤਿਕਾਰ ਮਿਲਿਆ ਹੈ
ਬੜੇ ਅਹਿਸਾਨਮੰਦ ਹਾਂ ਤੁਹਾਡੇ, ਦੋਸਤੋ
ਕਿਸੇ ਇਕ ਫੁੱਲ ਨਹੀਂ ਮਿਲਦਾ
ਸਾਨੂੰ ਗੁਲਜ਼ਾਰ ਮਿਲਿਆ ਹੈ

ਰਿਣੀ ਹਾਂ

ਠਹਿਰਾਉ ਦੇ ਪਲ ਵਿਰਲੇ ਹੀ ਹੁੰਦੇ ਹਨ ਤੇ ਇਸੇ ਲਈ ਅਣਮੁੱਲੇ ਵੀ। ਇੰਨ੍ਹਾਂ ਅਣਮੁੱਲੇ ਪਲਾਂ ਵਿਚਕਾਰਲੀ ਚੁੱਪ ਦੀ ਵਿੱਥ ਥਾਣੀ ਲੰਘਕੇ ਹੀ ਕੋਈ ਅਮਿਉ ਰਸ ਵਿਚ ਸ਼ਰਾਬੋਰ ਹੋ ਸਕਦਾ ਹੈ। ਠਹਿਰਾਉ ਦੀ ਮਸਤੀ ਦੇ ਲਟਕਾਉ ਵਿਚ ਅਕਸਰ ਕਵਿਤਾ ਸਿਰਜੀ, ਪੜ੍ਹੀ ਜਾਂ ਸੁਣੀ ਜਾ ਸਕਦੀ ਹੈ।

ਮੇਰੇ ਜਿਹਾ ਅਧਕਚਰਾ ਕਵੀ ਕਿਤਾਬ ਛਪਾਣ ਦੇ ਕਾਬਲ ਹੋ ਗਿਆ, ਇਸ ਪਿੱਛੇ ਮੇਰੀ ਹੌਸਲਾ ਬੁਲੰਦ ਜੀਵਨ-ਸਾਥਣ **ਹਰਿੰਦਰ** ਥੰਮ੍ਹੀ ਵਾਂਗ ਖਲੋਤੀ ਹੈ ਜੋ ਆਪਣਾ ਵਿਰਾਮ ਤੇ ਵਿਸ਼ਰਾਮ ਭੁੱਲਕੇ ਆਪਣੇ ਹਿੱਸੇ ਦਾ ਸਾਰਾ ਸੰਤੋਖ ਤੇ ਸੁਕੂਨ ਨਿਸ਼ਕਾਮ ਭਾਵ ਨਾਲ ਆਪਣੇ ਆਲਸੀ ਸਾਥੀ ਦੇ ਸਾਹਮਣੇ ਪਰੋਸ ਦਿੰਦੀ ਹੈ। ਮੇਰੀ ਸਾਰੀ ਰਾਸ ਤੇ ਇਸ ਕਿਤਾਬ ਦਾ ਹਰ ਅੱਖਰ, ਮੇਰੀ ਪਹਿਲੀ ਪਾਠਕ, ਸਰੋਤੀ ਤੇ ਅਲੋਚਕ **ਹਰਿੰਦਰ** ਵਾਸਤੇ ਸਨੇਹ ਤੇ ਸਤਿਕਾਰ ਨਾਲ ਗੜੁੱਚ ਹੈ।

ਮਸ਼ਕੂਰ ਹਾਂ ਮੌਂਟਰੀਅਲ ਦੇ ਸਾਰੇ ਕਾਵਿ ਮਿੱਤਰਾਂ ਦਾ ਜਿਨ੍ਹਾਂ ਨੇ ਪੰਜਾਬੀ ਕਲਮ ਕੇਂਦਰ ਜਿਹੀ ਸੰਸਥਾ ਥਾਪ ਕੇ ਅਲਸਾਏ ਹੋਏ ਕਵੀਆਂ ਤੇ ਸਰੋਤਿਆਂ ਨੂੰ ਹਲੂਣ ਕੇ ਕਾਵਿ-ਰਸ ਨਾਲ ਸਰਸ਼ਾਰ ਕਰ ਦਿਤਾ। ਇੱਥੇ ਪੰਜਾਬੀ ਕਲਮ ਕੇਂਦਰ ਦੀ ਸੱਥ ਜੁੜਦੀ ਹੈ ਤਾਂ ਕਵਿਤਾ ਕਵੀਆਂ ਨਾਲ ਕੋਕਲਾ-ਛਪਾਕੀ ਖੇਲਣ ਆਉਂਦੀ ਹੈ।

ਰੁਪਿੰਦਰ ਔਲਖ ਨੇ ਕਿਤਾਬ ਦੀ ਦਿੱਖ ਤੇ ਖ਼ੂਬਸੂਰਤੀ ਵਿਚ ਕਲਾਕਾਰੀ ਦੀਆਂ ਝਾਲਰਾਂ ਤੇ ਸਿਤਾਰੇ ਜੜ੍ਹਨ ਲਈ ਬੜੀ ਲਗਨ ਤੇ ਸ਼ਿੱਦਤ ਨਾਲ ਆਪਣੀ ਕਲਾ-ਪ੍ਰਵੀਣ ਅੱਖ ਤੇ ਕਲਾਤਮਕ ਸੂਝ ਵੰਡੀ ਹੈ। **ਮਨਜੀਤ ਚਾਤ੍ਰਿਕ** ਤੇ **ਗੁਰਲੀਨ ਕੌਰ ਆਨੰਦ** ਦੀ ਖੁੱਲ੍ਹ-ਦਿਲੀ ਦਾ ਧੰਨਵਾਦ ਜਿਨ੍ਹਾਂ ਨੇ ਆਪਣੀਆਂ ਜੀਵਨ ਭਰ ਦੀਆਂ ਬੇਸ਼ਕੀਮਤੀ ਕਲਾਕ੍ਰਿਤੀਆਂ ਦਾ ਪਿਟਾਰਾ ਬੇਸ਼ਰਤ ਮੇਰੇ ਅੱਗੇ ਰੱਖ ਦਿਤਾ। **ਹਰਜਿੰਦਰ ਪੱਤੜ**, **ਗੁਰਿੰਦਰ**, ਨੌਜਵਾਨ ਕਵੀਆਂ **ਮੋਹਨਪ੍ਰੀਤ** ਤੇ **ਅਮਨ** ਨੇ ਹਮੇਸ਼ਾ ਲੋੜੀਂਦੀ ਸਲਾਹ, ਸਮਾਂ ਤੇ ਧਰਵਾਸ ਦਿੱਤਾ ਹੈ।

ਹਰਜਿੰਦਰ ਪੱਤੜ ਨੇ ਅਥੱਕ ਸੁਧਾਈ ਕੀਤੀ ਹੈ, ਖਰੜੇ ਦੇ ਹਰ ਸਫ਼ੇ ਤੇ ਉਸਦੇ ਹਸਤਾਖਰ ਹਨ ਤੇ ਆਪਣੀ ਸੋਧ-ਸੂਝ ਬੇਝਿਜਕ ਵੰਡੀ ਹੈ। ਪਾਲੀ ਕੋਹਲੀ, ਗੁਰਦੀਪ ਤ੍ਰੇਹਨ, ਕੇ ਐਲ ਮਦਾਨ, ਹਰਦਿਆਲ ਬਾਸਰਕੇ, ਬਲਜੀਤ ਗਿੱਲ, ਸੁਰਜੀਤ ਸ਼ਿਨਹਟ, ਹਰਭਜਨ ਰਈਅਤ ਤੇ ਅਮਰਜੀਤ ਗਜ਼ਲਗੌ ਨੇ ਕਵਿਤਾ ਨੂੰ ਕੰਨ ਤੇ ਉਤਸ਼ਾਹ ਦਿੱਤੇ ਹਨ। ਟੋਰੰਟੋ ਤੋਂ

ਅਰਸ਼ਦੀਪ ਰਈਅਤ ਨੇ ਆਪਣਾ ਕੀਮਤੀ ਵਕਤ ਤੇ ਤਜਰਬਾ ਵੰਡਿਆ ਹੈ। **ਡਾਕਟਰ ਸੁਖਪਾਲ** ਜੀ ਨੇ ਖਰੜਾ ਪੜ੍ਹਿਆ, ਮਾਣਿਆ ਤੇ ਈਮੇਲ ਸੁਨੇਹਿਆਂ ਦਵਾਰਾ ਲੇਖਕ ਦਾ ਇਰਾਦਾ ਮਜਬੂਤ ਕੀਤਾ ਹੈ।

ਖਾਸ ਤੌਰ ਤੇ ਕਿਰਤੱਗ ਹਾਂ ਸੁਹਿਰਦ ਤੇ ਹਰਮਨ ਪਿਆਰੇ ਪੰਜਾਬੀ ਦੇ ਸਿਰਮੌਰ ਕਵੀ **ਸੁਰਜੀਤ ਪਾਤਰ** (ਪਦਮ ਸ੍ਰੀ ਸਨਮਾਨ ਪ੍ਰਾਪਤ) ਤੇ 'ਲੀਲ੍ਹਾ' ਕਾਵਿ-ਸੰਗ੍ਰਹਿ ਦੇ ਸਹਿ-ਰਚਨਹਾਰੇ **ਨਵਤੇਜ ਭਾਰਤੀ** ਜੀ ਦਾ ਜਿੰਨ੍ਹਾਂ ਨੇ ਬਹੁਤ ਮਸਰੂਫੀਅਤ ਦੇ ਬਾਵਜੂਦ ਇਸ ਨਿਗੂਣੇ ਜਿਹੇ ਲਿਖਾਰੀ ਨੂੰ ਪਹਾੜ ਜਿੰਨਾ ਮਾਣ ਬਖਸ਼ਿਆ ਹੈ ਹਾਲਾਂਕਿ ਉਨ੍ਹਾਂ ਦੀਆਂ ਰਚਨਾਵਾਂ ਸਾਹਵੇਂ ਮੇਰੀਆਂ ਸਤਰਾਂ ਕਿਸੇ ਬਾਲ ਦੀਆਂ ਪਹਿਲੀਆਂ ਝਰੀਟਾਂ ਤੋਂ ਵੱਧ ਨਹੀਂ। ਪਰਵਾਸੀ ਸਾਹਿਤਕ ਮਾਹੌਲ ਵਿਚ ਕਵਿਤਾ ਦੇ ਇਹ ਬਾਬੇ ਬੋਹੜ ਆਪਣੀ ਨਿੱਘੀ ਛਾਂ ਲੈ ਕੇ ਉਭਰਦੇ ਕਵੀਆਂ ਦੀ ਕੰਡ ਥਾਪੜਨ ਸਰਦ ਮੌਂਟਰੀਅਲ ਵਿਚ 'ਲਫ਼ਜ਼ਾਂ ਦੀ ਲੋਇ' ਦਾ ਨਿੱਘ ਮਾਣਨ ਆਉਂਦੇ ਹਨ ਤੇ ਪੰਜਾਬੀ ਕਵਿਤਾ ਦੇ ਚਿਰਾਂ ਤੋਂ ਬੰਦ ਪਏ ਛੇ ਦਰਵਾਜੇ ਖੋਲ੍ਹ ਜਾਂਦੇ ਹਨ।

ਅਕਸਰ ਤਕਨੀਕੀ ਮਸਲੇ ਤੇ ਨਵੀਆਂ ਰਚਨਾਵਾਂ ਦੇ ਕਾਵਿ-ਚਿੰਤਨ ਲਈ ਕਵੀ ਮਿੱਤਰਾਂ ਤੋਂ ਇਲਾਵਾ ਮੇਰੀ ਦੂਸਰੀ ਢੋਈ ਰਹੇ ਬੇਟੇ **ਜਨਮੀਤ** ਤੇ ਪੁਤ੍ਰੀ **ਰਿਤੂ ਬਸਰਾ** ਦੀ ਤਵੱਜੋ ਮਿਲਦੀ ਰਹੀ ਹੈ ਜਿਹਨਾਂ ਨੇ ਮੇਰੀ ਕਲਮ ਦੀ ਸਿਆਹੀ ਸੁੱਕਣ ਨਹੀਂ ਦਿਤੀ। ਇੰਡੀਆ, ਅਮਰੀਕਾ, ਕੈਨੇਡਾ ਦੇ ਬੀਸੀ, ਮੌਂਟਰੀਅਲ, ਟੋਰੰਟੋ, ਕਾਰਨਵਾਲ ਤੇ ਔਟਵਾ ਦੇ ਸਾਰੇ ਸਰੋਤਿਆਂ ਦਾ ਵੀ ਦਿਲੋਂ ਰਿਣੀ ਹਨ ਜਿੰਨ੍ਹਾਂ ਦੀਆਂ ਕਿਲਕਾਰੀਆਂ ਤੇ ਠਹਾਕਿਆਂ ਨੇ ਹਾਸਰਸ ਨਾਲ ਮੇਰੀ ਚੰਗੀ ਸਾਂਝ ਪੁਆਈ ਰੱਖੀ। ਸਾਡੇ ਅੰਤਰ-ਰਾਸ਼ਟਰੀ ਸ੍ਰੋਤਿਆਂ ਤੋਂ ਲਗਾਤਾਰ ਮਿਲ ਰਹੇ ਥਾਪੜੇ ਤੇ ਹੌਸਲਾ ਅਫਜਾਈ ਨੇ ਸਪੋਟੀਫਾਈ ਦੀ ਪੋਡਕਾਸਟ ਜਾਰੀ ਰੱਖਣ ਦੀ ਹਿੰਮਤ ਦਿੱਤੀ ਹੈ, ਇਸ ਕਿਤਾਬ ਦੇ ਆਪ ਦੇ ਹੱਥਾਂ ਤੀਕ ਪਹੁੰਚਣ ਤੇ ਅਸੀਂ 13ਵੇਂ ਐਪੀਸੋਡ ਦੀ ਕਵਿਤਾ '**ਠਹਿਰਾਉ**' ਤਕ ਜਾਂ ਇਸ ਤੋਂ ਵੀ ਅੱਗੇ ਤਕ ਪਹੁੰਚੇ ਹੋਵਾਂਗੇ, ਉਮੀਦ ਕਰਦਾ ਹਾਂ ਤੁਸੀਂ ਇਸੇ ਤਰਾਂ ਜੁੜਦੇ ਰਹੋਗੇ ਤੇ ਸੁਣਦੇ ਰਹੋਗੇ।

ਧੰਨ ਗੁਰੂ ਨਾਨਕ ਫਾਊਂਡੇਸ਼ਨ ਬਰੋਸਾਰਡ ਦੀ ਟੀਮ ਦਾ ਮਦਦ ਲਈ ਦਿਲੋਂ ਧੰਨਵਾਦ!

-ਸੁਰਜੀਤ ਸਿੰਘ ਪਾਹਵਾ

ਉਦਗਾਰ, ਸਨੇਹੀਆਂ ਦੇ

ਅੱਜ ਠਹਿਰਾਓ ਨੇ ਦਸਤਕ ਦਿੱਤੀ ਹੈ ਤੇ ਮੈਨੂੰ ਰੋਜ਼ ਦੀ ਦੌੜ-ਭੱਜ ਨਜ਼ਰ-ਅੰਦਾਜ਼ ਕਰਨ ਦਾ ਵਧੀਆ ਮੌਕਾ ਮਿਲਿਆ ਹੈ। ਸੁਰਜੀਤ ਪਾਹਵਾ ਦਾ ਇਹ ਕਾਵਿ ਉੱਦਮ ਪਾਠਕ ਲਈ ਅਤਿ ਮੁਬਾਰਕ ਘੜੀ ਹੈ। ਉਸ ਦੀ ਕਵਿਤਾ ਦੇ ਸੂਖ਼ਮ ਬਿੰਬ ਤੇ ਲੋਰ, ਵਾਈ-ਫਾਈ ਵਾਂਗ ਆਪਣੇ ਨੈੱਟਵਰਕ ਨਾਲ਼ ਜੋੜ ਕੇ ਸਾਨੂੰ ਕਈ ਸੰਸਾਰਾਂ ਤੀਕ ਪੁਚਾ ਸਕਦੇ ਹਨ। ਸੁਰਜੀਤ ਪਾਹਵਾ ਦੀ ਕਵਿਤਾ ਪੰਜ ਦਹਾਕੇ ਟੱਪ ਕੇ ਕਿਤਾਬ ਤੀਕਰ ਅੱਪੜੀ ਹੈ। ਇਸ 'ਚ ਕਈ ਸਮਿਆਂ ਦਾ ਸਾਰ ਹੈ। ਇਹ ਦਰਦਨਾਕ ਹਾਦਸਿਆਂ ਦਾ ਦਸਤਾਵੇਜ਼ ਹੈ ਤੇ ਕਈ ਮਹਾਂਨਗਰਾਂ ਦਾ ਸਫ਼ਰ ਹੈ।

ਇਹ ਉਮਰ ਦੀ ਬਸੰਤ ਤੇ ਪਤਝੜ ਦਾ ਮਨੋਂ-ਮਨੀਂ ਚਲਦਾ ਰਹਿੰਦਾ ਅੰਤਰੀਵ ਵਾਰਤਾਲਾਪ ਵੀ ਹੈ। ਸੁਰਜੀਤ ਪਾਹਵਾ ਇਕ ਉਸਾਰ-ਵਾਚਕ ਸੰਗਿਆ ਹੈ ਜੀਹਦਾ ਹਿਰਦਾ ਦਿੱਲੀ ਦੰਗਿਆਂ ਦੇ ਸੇਕ ਨਾਲ ਪਿਘਲਦਾ ਤਾਂ ਹੈ, ਪਰ ਉਹ ਇਸ ਬਦਕਿਸਮਤ ਤੇ ਤਬਾਹਕੁੰਨ ਅਗਨੀ ਦੀ ਨੈਗੇਟਿਵ ਊਰਜਾ ਨੂੰ ਸਾਰਥਕ ਬਣਾ ਕੇ ਸੋਹਣਾ ਪਰਵਾਸ ਸਿਰਜਣ ਦੀ ਹਿੰਮਤ ਵੀ ਰੱਖਦਾ ਹੈ। ਇਸ ਠਹਿਰਾਓ ਤੀਕਰ ਪਹੁੰਚਣ ਲਈ ਉਹ ਕਦੇ ਟਿਕ ਕੇ ਨਹੀਂ ਬਹਿੰਦਾ। ਉਸਦੀ ਕਵਿਤਾ ਕਦੇ ਇਲੈਕਟਰੌਨਿਕ ਤੇ ਕਦੇ ਡਿਜੀਟਲ ਵਸਤਰ ਪਹਿਨ ਕੇ ਪਾਠਕ ਤੀਕਰ ਨਵੇਂ ਰੂਪਾਂ ਤੇ ਬੋਲੀਆਂ 'ਚ ਪਰਗਟ ਹੁੰਦੀ ਰਹਿੰਦੀ ਹੈ।

ਅਸਲ 'ਚ ਸੁਰਜੀਤ ਪਾਹਵਾ ਦੀ ਕਵਿਤਾ ਦਾ ਰਹੱਸ ਤਾਂ ਉਸ ਦੀ ਜੀਵਨ ਸਾਥਣ ਹਰਿੰਦਰ ਪਾਹਵਾ ਹੈ ਜੋ ਦਰਪਣ ਬਣ ਕੇ ਉਸ ਦੀ ਕਵਿਤਾ ਨੂੰ ਨਿਖਾਰਨ 'ਚ ਅਹਿਮ ਭੂਮਿਕਾ ਅਦਾ ਕਰਦੀ ਹੈ। ਪੋਤਰੇ ਦੋਹਤਰਿਆਂ ਵਾਲ਼ੇ ਸੁਰਜੀਤ ਤੇ ਹਰਿੰਦਰ ਨੂੰ ਨਵ-ਜੰਮੀ 'ਠਹਿਰਾਓ' ਦੀਆਂ ਢੇਰ ਮੁਬਾਰਕਾਂ!

ਗੁਰਿੰਦਰਜੀਤ, ਮੌਂਟਰੀਅਲ

* * *

ਸੁਰਜੀਤ ਨਾਲ਼ ਮੇਰੀ ਜਾਣ ਪਛਾਣ ਸਾਲ 2006 ਵਿਚ ਇੱਕ ਮੀਟਿੰਗ ਵਿਚ ਹੋਈ ਜਦੋਂ ਪੰਜਾਬੀ ਕਲਮ ਕੇਂਦਰ ਮੌਂਟਰੀਅਲ ਆਪਣੇ ਪਹਿਲੇ ਕਾਵਿ ਪ੍ਰੋਗ੍ਰਾਮ ਨੂੰ ਉਲੀਕਣ ਜਾ ਰਿਹਾ ਸੀ। 2006 ਵਾਲੇ ਕਾਵਿ ਸਮਾਗਮ ਵਿਚ ਸੁਰਜੀਤ ਪਾਹਵਾ ਨੇ ਅਫ਼ਰੀਕਾ ਦੀ ਧਰਤੀ ਤੇ ਰਹਿੰਦਿਆਂ ਲਿਖੀ ਆਪਣੀ ਕਵਿਤਾ 'ਸ਼ਾਮ ਦਾ ਸੂਰਜ' ਪੜ੍ਹੀ, ਸ਼ਾਇਦ ਓਹੀ ਕਵਿਤਾ ਸਾਡੀ

ਮਿੱਤਰਤਾ ਦਾ ਰੰਗ ਗੂੜ੍ਹਾ ਕਰਨ ਵਿਚ ਸਹਾਈ ਹੋਈ ਤੇ ਉਦੋਂ ਤੋਂ ਅੱਜ ਤਕ ਸੁਰਜੀਤ ਪਾਹਵਾ ਦਾ ਪੰਜਾਬੀ ਕਲਮ ਕੇਂਦਰ ਦੇ ਅਣਥੱਕ ਤੇ ਸਿਰਕੱਢ ਮੈਂਬਰਾਂ ਵਿਚ ਸ਼ੁਮਾਰ ਹੈ। ਸੁਰਜੀਤ ਪਾਹਵਾ ਦੀਆਂ ਕਵਿਤਾਵਾਂ ਪੰਜਾਬੀ ਕਲਮ ਕੇਂਦਰ ਵੱਲੋਂ ਛਪਾਈ ਗਈ, ਮੌਂਟਰੀਅਲ ਦੇ ਛੇ ਕਵੀਆਂ ਦੀ ਕਿਤਾਬ 'ਲਫਜ਼ਾਂ ਦੀ ਲੋਇ' ਦਾ ਹਿੱਸਾ ਬਣ, ਕਿਤਾਬ ਦੇ ਪੰਨਿਆਂ ਤੇ ਸਜੀਆਂ।

ਮੈਨੂੰ ਬੜੀ ਖੁਸ਼ੀ ਮਹਿਸੂਸ ਹੋ ਰਹੀ ਹੈ ਕਿ ਸੁਰਜੀਤ ਪਾਹਵਾ ਦੀ ਪਲੇਠੀ ਦੀ ਕਿਤਾਬ 'ਠਹਿਰਾਉ' ਛਪ ਕੇ ਆ ਰਹੀ ਹੈ ਜਿਸਨੂੰ ਪੜ੍ਹਦਿਆਂ ਮੈਨੂੰ ਕਈ ਵਾਰੀ ਚੁੱਪ ਹੋਣਾ ਪਿਆ ਤੇ ਫਿਰ ਕੁਝ ਹੋਰ ਗਹਿਰਾ ਹੋ ਕੇ ਪੜ੍ਹਨਾ ਪਿਆ ਕਿਉਂਕਿ ਇਸ ਕਾਵਿ ਸੰਗ੍ਰਹਿ ਵਿਚ ਕਈ ਕਵਿਤਾਵਾਂ ਹਨ ਜੋ ਤੁਹਾਡਾ ਉਚੇਚਾ ਧਿਆਨ ਮੰਗਦੀਆਂ ਹਨ। ਕਵੀ ਕੁਛ ਕਵਿਤਾਵਾਂ ਵਿਚ ਆਪਣੇ ਅੰਦਾਜ਼ ਨਾਲ ਸਿਆਸਤ ਤੇ ਕਟਾਕਸ਼ ਕਰਦਾ ਨਜ਼ਰ ਆਉਂਦਾ ਹੈ। ਮੇਰੀ ਨਜ਼ਰੇ ਇਹ ਕਿਤਾਬ ਮਾਨਵੀ ਰਿਸ਼ਤਿਆਂ, ਕੁਦਰਤ ਦੇ ਨਜ਼ਾਰਿਆਂ ਤੇ ਹੋਰ ਕਈ ਵਿਸ਼ਿਆਂ ਦਾ ਸੁਮੇਲ ਹੈ।

ਇਸ ਕਿਤਾਬ ਦੀਆਂ ਹਾਸ-ਰਸ ਕਵਿਤਾਵਾਂ ਪਾਠਕ ਦੇ ਚੁੱਪ ਚਿਹਰੇ ਤੇ ਹਾਸੇ ਦਾ ਨਿਖਾਰ ਧਰਦੀਆਂ ਹਨ। ਰਚਨਾਕਾਰ ਨੇ ਆਪਣੇ ਦਿਲ ਦੀ ਹਰ ਗੱਲ ਕਹਿਣ ਵਾਸਤੇ ਕਲਮ ਨੂੰ ਆਪਣਾ ਜਰੀਆ ਬਣਾਇਆ ਹੈ, ਇਹ ਕਵੀ ਦੀ ਪਰਤਿਭਾ ਹੈ। ਇਸ ਕਿਤਾਬ ਦੇ ਸਾਰੇ ਕਾਵਿ ਰੰਗ ਮਾਣਨ ਲਈ ਤੁਸੀਂ ਇਹ ਕਿਤਾਬ ਜ਼ਰੂਰ ਪੜ੍ਹੋ, ਇਹ ਮੇਰੀ ਗੁਜ਼ਾਰਸ਼ ਵੀ ਹੈ ਤੇ ਦਿਲੀ ਤਮੰਨਾ ਵੀ। ਸੁਰਜੀਤ ਪਾਹਵਾ ਨੂੰ ਇਸ ਸੋਹਣੀ ਕਿਤਾਬ ਦੀ ਆਮਦ ਤੇ ਬਹੁਤ ਬਹੁਤ ਮੁਬਾਰਕਾਂ। ਪੰਜਾਬੀ ਕਲਮ ਕੇਂਦਰ ਦੇ ਮੈਂਬਰਾਂ ਅਤੇ ਮੇਰੇ ਵੱਲੋਂ ਅਗਲੇ ਕਾਵਿ ਸਫ਼ਰ ਵਾਸਤੇ ਆਸ ਤੇ ਅਰਦਾਸ।

ਹਰਜਿੰਦਰ ਸਿੰਘ ਪੱਤੜ

* * *

'ਠਰਦੇ ਕੰਨ ਉਡੀਕਣ ਇਕ ਰੇਸ਼ਮੀ ਤਰਾਵਟ'

'ਬਰਫਬਾਰੀ' ਕਵਿਤਾ ਦੀ ਇਹ ਲਾਈਨ ਮੇਰੇ ਧੁਰ ਅੰਦਰ ਉਤਰ ਗਈ ਹੈ। ਪਾਹਵਾ ਦੀਆਂ ਕਵਿਤਾਵਾਂ ਮੈਂ ਪੜ੍ਹੀਆਂ ਤੇ ਸੁਣੀਆਂ ਹਨ ਜੋ ਬਹੁਤ ਹੀ ਸ਼ਾਨਦਾਰ ਹਨ, ਬਹੁਤ ਡੂੰਘੇ ਵਿਚਾਰ ਹਨ, ਉਸਦੀ ਕਵਿਤਾ 'ਜੜ੍ਹ' ਨਾਲੋਂ ਵੀ ਡੂੰਘੇ! ਹਾਸ-ਰਸ ਤਾਂ ਬਹੁਤ ਕਮਾਲ ਦਾ ਹੈ! ਸ਼ਾਬਾਸ਼, ਬਹੁਤ ਖ਼ੂਬ ਪਾਹਵਾ ਜੀ, ਲਿਖਦੇ ਰਹੋ!

ਸੁਖਵਿੰਦਰ ਜੁਤਲਾ

* * *

ਸੁਰਜੀਤ ਸਿੰਘ ਪਾਹਵਾ ਜੀ ਦੀ ਪਲੇਠੀ ਕਾਵਿ ਪੁਸਤਕ ਠਹਿਰਾਓ ਵਿਚ ਸ਼ਾਮਿਲ ਹਰ ਕਵਿਤਾ ਵਿੱਚ ਸਹਿਜ, ਸਰਲਤਾ, ਸੰਕਲਪ ਤੇ ਇਕ-ਸੁਰਤਾ ਦਾ ਅਹਿਸਾਸ ਦ੍ਰਿਸ਼ਟੀਗੋਚਰ ਹੁੰਦਾ ਹੈ, ਵਿਚਾਰਾਂ ਦੀ ਇਕਸਾਰਤਾ ਦਾ ਅਨੁਭਵ ਵੀ ਪਾਠਕ ਸਹਿਜੇ ਹੀ ਮਹਿਸੂਸ ਕਰਦਾ ਹੈ। ਉਹਨਾਂ ਦੀ ਨਵੀਂ ਪੁਸਤਕ 'ਠਹਿਰਾਓ' ਦਾ ਦਿਲ ਦੀਆਂ ਗਹਿਰਾਈਆਂ ਤੋਂ ਸਵਾਗਤ।

ਮਨਜੀਤ ਚਾਤ੍ਰਿਕ, ਮੌਂਟਰੀਅਲ

* * *

ਭਾਵ ਪੂਰਵਕ ਸਿਰਜੀਆਂ ਸਤਰਾਂ ਦੇ ਨਾਲ ਨਾਲ ਚੱਲਦੀਆਂ ਤਸਵੀਰਾਂ ਦੀ ਖਾਸੀਅਤ, ਟਹਿਕਦੇ ਹਾਸਿਆਂ ਦੇ ਬੋਲ, ਸ਼ਬਦਾਂ ਦੇ ਕਾਫ਼ਲੇ ਲੈ ਚੁੱਪ ਨੂੰ ਤੋੜ, ਸ਼ਾਮ ਦੇ ਸੂਰਜ ਨੂੰ ਬੁੱਕਲ਼ ਵਿੱਚ ਲੈਣ ਦਾ ਹੌਸਲਾ ਰੱਖਣ ਵਾਲੇ, ਸੱਸ ਦੇ ਕਹਿਰ ਤੋਂ ਤੰਗ ਕਵੀ ਸੁਰਜੀਤ ਪਾਹਵਾ ਦੇ ਕਾਵਿ ਸੰਗ੍ਰਹਿ, 'ਠਹਿਰਾਉ' ਲਈ ਹਾਰਦਿਕ ਸ਼ੁਭ ਇਛਾਵਾਂ ਸਹਿਤ

ਮੋਹਨਪ੍ਰੀਤ ਪੱਤੜ, ਮੌਂਟਰੀਅਲ

* * *

ਮੈਂ ਸੁਰਜੀਤ ਪਾਹਵਾ ਦੀ ਕਿਤਾਬ ਦਾ ਖਰੜਾ ਪੜ੍ਹਿਆ ਤੇ ਮਾਣਿਆ ਹੈ!

ਡਾ. ਸੁਖਪਾਲ, ਗਲਫ ਉਂਟਾਰੀਓ ਕੈਨੇਡਾ

* * *

INTERNATIONAL
FILM FESTIVAL
RICHMOND
INTERNATIONAL
FILM FESTIVAL
RICHMOND

CBC
CINEPLEX
GREAT GULF
BMO IFFSA || PIFF || TORONTO 2015
/iffsa | /pifftoronto
@iffsatoronto | @pifftoronto
#iffsatoronto

About the Author

The Life Journey

The author, my father's journey from the slums of Delhi to become an accomplished poet, writer, artist and film maker in Canada is nothing short of extraordinary.

His story began in undivided India with my grandparents. My grandfather was a respected clothing trader, and my grandmother, was known to be a green-eyed beauty, who was born in *Jabbi*. During the India-Pakistan partition, the chaos brought extreme physical and mental trauma to his mother, inflicted by neighbors-turned-marauders. My grandparents were forced to flee Pakistan, seeking refuge in the small village of *Balunda* in Punjab, India, with their relatives. This is where my father was born.

My grandfather and some of the other older members of the joint family left the four young boys and my grandmother in *Balunda* in search of better opportunities for work and education in Delhi. Once he had established a small tailoring business on the street opposite the Gurdwara on Hardhian Singh Road, he sent for his kids and their mom. His business setup consisted of a table with a sewing machine outside their *khokha* (shanty) shared by 13-14 members of the extended family, including my dad, his three siblings, their grandparents, parents, two uncles and aunts.

In mid-50s to mid-60s, as a pre-teen, my father went to Khalsa school in the mornings and sold newspapers in the evenings. He collected and sold empty bottles, tin and old newspapers to make a few extra *paise*. Despite these hardships, he managed to pursue an education and eventually earned a degree in Mechanical Engineering with the help of a scholarship.

He was 14 when he met my mother-to-be and a young romance blossomed. They married when he was only 21, two years after he got his engineering diploma. By this time, my grandfather owned an electric-appliance shop in Rajura, Maharashtra which had pulled up the family's financial situation. My father and his new bride joined my grandfather in Rajura, Maharastra to help him run the shop. My sister, their first child, was born a year later. His professional career as an engineer began a year after that when he took up a job as a Power engineer in a paper factory in Ballarpur, Maharashtra.

Through all the hardships he faced, my dad had dreamed of settling in distant, safe lands, living in a comfortable home with all the amenities that he had seen in photographs, occasionally sent to him by his pen-pals abroad. He aspired to pass on the legacy of a safe and comfortable life with a vibrant Punjabi heritage to the future generation. His dream and aspiration took him to a different continent in the late 70s and early 80s when he accepted a job as a Boiler Engineer in a paper factory in Cameroon, West Africa. It was a challenging time spent in the remote jungles of Africa, separated from his young family, as his employment contract did not have a family provision. He survived 5 years of malaria, sleeping sickness, yellow fever, blood-sucking insects, skin-penetrating worms, poisonous snakes and wild animals but, finally a military coup against the Cameroonian government forced him to escape the country and come back home in 1984. We were reunited as a family and moved to Delhi to begin a new life.

The happiness of our reunion was short-lived as soon after we witnessed the Sikh genocide in Delhi and across northern India. We saw unimaginable horrors committed against the Sikhs in Delhi. This strengthened my father's resolve to seek a better life elsewhere. In 1992, he immigrated to Canada with the family, where we faced many struggles all too familiar to first generation immigrants in the West. Despite the difficulties, he and my mom worked tirelessly to provide my sister and I with the opportunity to obtain a good eduction and live a comfortable life.

The Creative Journey

My dad's creative journey began early in life. While living in a crowded *khokha* with more than a dozen family members, his only means of play and entertainment were riding a rented bicycle or reading used books. Being a light-skinned, green-eyed, skinny, poor kid, he was often bullied by other street kids, for looking so different. He mostly kept to himself but, he developed a friendship with a *kabadiwala* (scrap dealer) across the street from his khokha. He would often sacrifice several weeks of bicycle-riding privilege to save up money to buy used punjabi literature books and magazines from the *kabadiwala*.

He would spend many a night doing seva at the local *Gurudwara* to seek refuge from the biting cold nights of Delhi where the music and poetry of *Kirtan* and *Kavi Darbaars* filled his ears and captivated his spirit and further fueled his creativity.

As a teenager, when he experienced his first love, it became a profound source of inspiration for his poetry. He poured his emotions into verses that explored themes of love, longing, and the human experience. From these humble beginnings, he wrote his first poem at fourteen which was later published in several Punjabi magazines in India.

Later, he explored themes of nature, social injustice, love, and spirituality. His dedication to creativity extended beyond writing. He directed plays, performed at cultural functions, and even ventured into filmmaking later in life.

In 2011, his poems were published in a prestigious poetry collection book in India (*Lafzan di Loye*), marking a significant milestone in his literary career. After retiring early, he focused entirely on writing and reciting poetry, becoming a founding member of a literary group (*Punjabi Kalam Kendar*) in Montreal. His passion for preserving Sikh identity and culture led him to collaborate on several short films, one of which (*Bonjour Ji* filmed in 2015) received acclaim as the Best Short Film of the Year 2015 at a mainstream International Film Festival in Virginia USA.

Note To Readers

Today, my father continues to fulfill his dreams through writing and follows his passion to serve the community by keeping Punjabi culture vibrant for future generations. His journey is a testament to resilience, creativity, and the pursuit of a meaningful life. As his son, I am immensely proud of his achievements and the legacy he continues to build, dedicated to keeping our Punjabi heritage alive for future generations. I have personally taken his message of *Thehrao* to heart to devote last few months to bring his life's work together in this compilation for the future readers. I hope dearly that you will find inspiration and enjoy each moment of the journey through this compilation.

Janmeet Singh Pahwa

ਅਤੀਤ ਦੇ ਪਰਛਾਂਵੇਂ

ਮੈਂ ਅੱਜ ਵੀ ਉਸ 3-4 ਸਾਲ ਦੇ ਬਿਲੀਆਂ ਅੱਖਾਂ ਵਾਲੇ ਗੋਰੇ ਜਿਹੇ ਬੱਚੇ ਨੂੰ ਦਿੱਲੀ ਗੁਰਦੁਆਰਾ ਰੋਡ, ਕਰੌਲ ਬਾਗ਼ ਇਕ ਖੋਖੇ ਦੇ ਬਾਹਰ ਖੇਲਦਾ ਤੇ ਕਦੀ ਪੜ੍ਹਦਾ ਦੇਖ ਸਕਦਾ ਹਾਂ ਜੋ ਮੇਰੇ ਅੰਦਰ ਬੈਠਾ ਹੈ। ਉਸਦੇ ਪਿਤਾ ਜੀ ਇਕ ਪਟੜੀ-ਨੁਮਾ ਦੁਕਾਨ ਤੇ ਕਮਜ਼ੋਰ ਨਜ਼ਰ ਤੇ ਤ੍ਰੇੜੇ ਚਸ਼ਮੇ ਕਾਰਨ ਬਹੁਤ ਦੇਰ ਤੋਂ ਹੱਥ ਨਾਲ ਚਲਣ ਵਾਲੀ, ਬਹੁਤ ਪੁਰਾਣੇ ਮਾਡਲ ਦੀ ਸਿਲਾਈ ਮਸ਼ੀਨ ਦੀ ਸੂਈ ਦੇ ਨੱਕੇ ਵਿਚ ਧਾਗਾ ਲੰਘਾਣ ਦੀ ਕੋਸ਼ਿਸ਼ ਕਰਦੇ ਰਹਿੰਦੇ ਤੇ ਬਿਨਾ ਬਿਜਲੀ ਤੇ ਪੰਖੇ ਦੀ ਸਹੂਲਤਾਂ ਦੇ ਜੇਠ-ਹਾੜ ਦੀ ਗਰਮੀਆਂ ਵਿਚ ਬੇਹਾਲ ਹੁੰਦੇ ਰਹਿੰਦੇ। ਗਰਮੀ ਐਸੀ ਕਿ ਸੜਕਾਂ ਦੀ ਲੁੱਕ ਪਿਘਲ਼ਦੀ ਰਹਿੰਦੀ। ਖੋਖੇ ਵਿਚ ਨਾ ਕੋਈ ਨਲਕਾ, ਗੁਸਲਖਾਨਾ ਜਾਂ ਰਸੋਈ।

ਇਸ ਬੱਚੇ ਨੂੰ ਪੜੋਸ ਦੇ ਕਈ ਅਵਾਰਾ ਤੇ ਨਿਠੱਲੇ ਮੁੰਡੇ “ਕਾਂਗੜੀ ਪਹਿਲਵਾਨ” ਜਾਂ ਕਾਬਲੀ ਬਿੱਲਾ ਕਹਿਕੇ ਬੁਲਾਉਂਦੇ ਹਨ। ਕਰੋਲ ਬਾਗ਼, ਅਜਮਲ ਖਾਨ ਰੋਡ ਤੋਂ ਜਦੋਂ ਬਰਫ ਤੇ ਰੱਖਿਆ ਤਰਬੂਜ ਵੇਚਣ ਵਾਲਾ ਭਾਈ ਮੁੜਦਾ ਹੈ ਤਾਂ ਅਵਾਰਾ ਬੈਲ-ਗਾਵਾਂ ਤੇ ਕਾਬਲੀ ਬਿੱਲਾ ਜ਼ਮੀਨ ਤੇ ਸੁੱਟੇ ਹੋਏ ਤਰਬੂਜ ਦੇ ਛਿਲਕਿਆਂ ਦੇ ਢੇਰ ਕੋਲ ਇਕੱਠੇ ਹੀ ਪਹੁੰਚਦੇ ਹਨ। ਸਿੰਗਾਂ ਤੋਂ ਡਰਦਾ ਉਹ ਉਨ੍ਹਾਂ ਫੋਕੇ ਛਿਲਕਿਆਂ ਨੂੰ ਚੁੰਢਦਾ ਹੈ ਜਿਸਨੂੰ ਅਵਾਰਾ ਪਸ਼ੂ ਛੱਡ ਦਿੰਦੇ ਹਨ।

ਸੁਰਜੀਤ ਸਿੰਘ ਪਾਹਵਾ